வாரன் பஃபட்

பணக் கடவுள்

AF797423

செல்லமுத்து குப்புசாமி

அமெரிக்காவில் பணிபுரியும் இவர், ஒரு எம்.பி.ஏ. பட்டதாரி. மென்பொருள் பொறியாளர். பங்குச்சந்தை முதலீடு குறித்து 'நாணயம் விகடன்' இதழில் தொடர்ந்து எழுதி வருகிறார். பங்கு வணிகம் குறித்த இவரது வலைப்பதிவான panguvanigam.blogspot.com தமிழ் இணைய உலகில் மிகவும் பிரபலம். பங்குச் சந்தையில் இழப்பில்லாமல் லாபம் ஈட்டுவது குறித்த இவரது சமீபத்திய புத்தகமான 'இழக்காதே' வாசகர் களிடம் பெரும் வரவேற்பைப் பெற்றுள்ளது.

வாரன் பஃபட்

செல்லமுத்து குப்புசாமி

கிழக்கு

வாரன் பஃபட்: பணக் கடவுள்
Warren Buffett: Panak Kadavul
Chellamuthu Kuppusamy ©

First Edition: June 2007
168 Pages

ISBN: 978-81-8368-391-3
Title No: Kizhakku 248

Kizhakku Pathippagam
177/103, First Floor,
Ambal's Building, Lloyds Road
Royapettah, Chennai 600 014.
Ph: +91-44-4200-9603

Email : support@nhm.in
Website : www.nhm.in

Author's Email : kuppusamy18@gmail.com

Cover Image : © Yonathan Weitzman/Reuters

Printed in India by Repro Knowledgecast Limited, Thane

Kizhakku Pathippagam is an imprint of New Horizon Media Private Limited

உள்ளே

1 நூறு டாலர் ரகசியம்

2006-ம் வருடம்.

அமெரிக்கத் தொலைக்காட்சிகளில் ஒளிபரப்பான அந்தச் செய்தியைக் கேட்ட அத்தனை பேரும் ஆச்சரியப்பட்டுப் போனார்கள்.

மறுநாள் காலை செய்தித்தாள் பார்த்தவர்களுக்கும் அதே ஆச்சரியம்.

'அட, இப்படிச் செய்வதற்கு அந்த மனிதருக்கு எப்படித்தான் மனம் வந்தது?'

'அவர் இடத்தில் நான் இருந்திருந்தேன் என்றால், நிச்சயம் இந்த மாதிரி செய்திருக்க மாட்டேன்!'

'அவன்தான்யா மனுஷன்! இதைச் செய்யறதுக்கு மிகப் பெரிய தைரியம் வேணும்யா!'

பஸ் ஸ்டாண்டில், ரயில் நிலையங்களில், காய்கறி மார்க்கெட்டில், பள்ளி, கல்லூரிகளில், அலுவலகங்களில் என அனைத்து இடங்களிலும் அந்தச் செய்தியைப் பற்றித்தான் மக்கள் குசுகுசுவென பேசிக் கொண்டு இருந்தனர்.

நரி இடம் போனா என்ன, வலம் போனா என்ன என்று கவலைப் படாமல் ஒன்பது மணி பஸ்ஸை ஓடிப்போய் ஏறுவதே பழக்க மாகக் கொண்ட மனிதர்களும், அந்தச் செய்தியைக் கேட்டு அசந்து நின்றார்கள். பஸ்ஸைத் தவறவிட்டார்கள்.

வீடே கதி என்று கிடக்கும் கவுன் போட்ட அம்மணிகள்கூட, 'பணம், பணம்னு அலையற இந்த ஊருல இப்படி ஒரு மனுஷனா?' என்று மலைத்துப் போனார்கள்.

இத்தனை பரபரப்புக்கும் காரணமான அந்தச் செய்தி இதுதான்.

'பங்குச்சந்தையின் சூப்பர் ஸ்டார் என்று கருதப்படும் வாரன் பஃபட், தன் வாழ்நாள் முழுக்கக் கஷ்டப்பட்டுச் சம்பாதித்த 37 பில்லியன் டாலர் பணத்தை உலக மக்களின் நல்வாழ்வுக்காக நன்கொடையாக அளித்திருக்கிறார்!'

'37 பில்லியன் டாலரா? அப்படின்னா எவ்வளவு?' என்று கேட்பவர் களுக்கு இதோ ஒரு சின்ன விளக்கம்.

ஒரு பில்லியன் என்பது 100 கோடி. 37 பில்லியன் என்பது 3700 கோடி டாலர். (இதை 41-ஆல் பெருக்க வருவதுதான், வாரன் நன்கொடை யாகக் கொடுத்த சொத்தின் இந்திய மதிப்பு! நீங்களே இதைப் பெருக்கிப் பார்த்தால்தான், வாரன் கொடுத்தச் சொத்து எவ்வளவு பெரிது என்று உங்களுக்குத் தெரியும்!)

வாரன் பஃபட் இந்த அறிவிப்பைச் செய்த சமயத்தில் அவரிடம் இருந்த சொத்தின் மதிப்பு, 37 பில்லியன் அமெரிக்க டாலர். 2007-ம் ஆண்டில் அதையே 52 பில்லியன் டாலராக உயர்த்திவிட்டார்!

தன்னிடமிருந்த மில்லியன் டாலரை பில்லியன் டாலராக மாற்றிய வரல்ல வாரன் பஃபட்.

1956-ம் ஆண்டு அவரிடம் இருந்தது, வெறும் 100 டாலர்தான். இதையே ஆரம்ப மூலதனமாகக் கொண்டு, இத்தனை ஆயிரம் கோடி டாலர்களாகப் பெருக்கிக் காட்டினார்.

அந்த நேரத்தில் 100 டாலர் வைத்திருந்த மனிதர்கள், அமெரிக்காவில் ஒரு லட்சம் பேராவது இருந்திருப்பார்கள். அவர்களில் ஒருவர்கூடச் செய்யாததை, வாரன் செய்தார். அவர் ஆயிரத்தில் ஒருவரல்ல; லட்சத்திலும் ஒருவரல்ல; பல கோடி மக்களின் ஏகோபித்த ஹீரோ.

ஒற்றை ஆளாக இவ்வளவு பெரிய காரியத்தைச் செய்துவிட்டு, கடைசியில் தான் சம்பாதித்தப் பணத்தை எல்லாம் ஊராருக்கு அள்ளித் தர யாருக்குத்தான் மனம் வரும்?

யார் இந்த வாரன்?

தொழிலதிபரா?

இல்லை.

கம்ப்யூட்டர் கம்பெனி முதலாளியா?

இல்லை.

சினிமா நடிகரா?

இல்லை.

அரசியல்வாதியா?

இல்லவே இல்லை.

அண்டர்வேல்ட் தாதாவா?

சத்தியமாக இல்லை.

பின் யார்தான் இந்த வாரன் பஃபட்?

உலகின் நம்பர் ஒன் பங்கு முதலீட்டாளர். உலகத்திலேயே இரண்டாவது மிகப் பெரிய பணக்காரர். பங்குச்சந்தையிலும் பிசினஸ் வட்டாரங்களிலும் வாரன் ஏறக்குறைய ஒரு கடவுள். பங்குச்சந்தையில் நுழையும் ஒவ்வொரு சிறிய, பெரிய முதலீட்டாளருக்கும் அவர்தான் ஒரே ரோல் மாடல். ஒவ்வொரு முதலீட்டாளரின் நெஞ்சிலும் புகுந்து ஆதர்சமாக வழி நடத்தும் சக்தி.

வாரனைப்பற்றித் தெரிந்துகொண்டவர்கள், அவர்போல் ஆகிவிட வேண்டுமென்று துடித்தார்கள். இத்தனைக்கும் சினிமா ஹீரோக்கள் மாதிரி அவரிடம் கவர்ச்சி இல்லை. அரசியல்வாதிகள் மாதிரி தேனொழுகும் பேச்சும் இல்லை. என்றாலும், ரசிகர் மன்றம் அமைக்காத குறையாக அவரைப் போற்றிப் புகழ்ந்தார்கள்.

உலகத்தின் நம்பர் ஒன் பணக்காரரான பில் கேட்ஸ் தன்னுடைய அறக்கட்டளையின் மூலம் எய்ட்ஸ் விழிப்புணர்வுப் பிரசாரம், கல்வி, விவசாயம், மைக்ரோகிரெடிட் போன்ற பலவற்றுக்கும் பல ஆயிரம் கோடி ரூபாய் நன்கொடை கொடுத்துவருகிறார். இந்தியாவில் மட்டுமல்லாமல், பல ஆப்பிரிக்க தேசங்களிலும் சமூக மேம்பாட்டுக்கு பில் கேட்ஸின் பணம் செலவழிக்கப்பட்டு வருகிறது. இதில் பில் கேட்ஸுக்கு பிசினஸ் உள்நோக்கம் உண்டு என்கிற விமரிசனம் ஒருபக்கம் இருந்தாலும், நன்கொடையாகக் கிடைக்கும் பணத்தில் பல நல்ல காரியங்களைச் செய்ய முடிகிறது என்பதில் மாற்றுக் கருத்து இல்லை.

பில் - மெலிண்டா கேட்ஸ் அறக்கட்டளை அமைப்பையும் அதன் செயல்பாட்டையும் நீண்ட காலமாகக் கவனித்தபிறகு, தனது நன்கொடையை அந்த அறக்கட்டளை மூலமாகவே நிறைவேற்ற வாரன் முடிவு செய்தார். அமெரிக்க வரலாற்றிலேயே மாபெரும் தொகையாக அவரது நன்கொடை அமைந்திருக்கிறது. பரம்பரை பரம்பரையாக வரும் அரச செல்வத்தை வாரி வழங்கிய மன்னர்களைப்

போலன்றி, தனது ஆயுள்காலத்தில் தானே உழைத்து உருவாக்கியதை, ஒன்றும் இல்லாத ஏழை மக்களுக்கு வழங்கினார் வாரன்.

இதைச் செய்ய, பெரிய மனம் மட்டும் இருந்தால் போதாது. மாபெரும் துணிச்சலும் தேவைப்படும். அந்தத் துணிச்சல், வாரனுக்கு இருந்தது.

வாரன் அளிக்க முன்வந்த நன்கொடை எவ்வளவு பெரியது என்பதை, ஒரு பத்திரிகை கணித்து வெளியிட்டது:

- உலகத்திலேயே அதி ஆடம்பரமான 289 ஒட்டல்களை அந்தப் பணத்தைக் கொண்டு வாங்கியிருக்கலாம்.
- தொழில்நுட்பத்திலும் பொருளாதாரத்திலும் மிக முன்னேறிய ஜெர்மனி நாட்டின் ஓராண்டு ராணுவச் செலவை ஈடு செய்திருக்கலாம்.
- கம்போடியா நாட்டின் சுகாதாரச் செலவுகளை ஐம்பது வருடத்துக்குச் செய்து கொடுத்திருக்கலாம்.
- (அந்த அறிவிப்பு வந்த சமயத்தில்) இந்தியாவின் மிகப் பெரிய தனியார் நிறுவனமாகிய ரிலையன்ஸ் இன்டஸ்ட்ரீஸ் கம்பெனியை, அப்படியே வாங்கிப் போட்டிருக்கலாம். அப்போதும்கூடச் சில ஆயிரம் கோடி ரூபாய்கள் மிச்சமாகியிருக்கும்.

'ஐம்பது வருடமாக என்னிடம் பணம் சேர்ந்து கொண்டிருந்தது. ஆனால், அதை யாருக்கு, எந்த வகையில் கொண்டு சேர்க்க வேண்டும் என்பதைப் பற்றி எந்தவிதமான திட்டமும் இருந்ததில்லை' என்று, நன்கொடை அளிக்கும்போது வாரன் சொன்னார்.

'இவ்வளவு பெரிய தொகை நன்கொடையாகக் கொடுத்தவர், தானே அதை மக்களிடம் கொண்டு போய் சேர்த்திருக்கலாமே! ஏன் பில் கேட்ஸிடம் கொண்டுபோய்க் கொடுத்தார்?' என்ற கேள்வியை நீங்கள் கேட்கலாம்.

இந்த அறிவிப்பு வருவதற்கு சிலகாலம் முன்புதான், மைக்ரோசாஃப்ட் நிறுவனத்தின் தலைவர் பில் கேட்ஸ் தினசரி அலுவல்களிலிருந்து தன்னை விடுவித்துக் கொள்ளப் போவதாக அறிவித்திருந்தார். மீதமிருக்கும் ஓய்வுக் காலத்தில், சமூக சேவையில் ஈடுபடப் போவதாகவும் சொல்லியிருந்தார். தானம் அளிப்பதை ஏற்கெனவே தீர்மானித்திருந்தாலும் அதை நம்பகமான ஒருவரின் கையில் ஒப்படைக்கவேண்டியது அவசியம் என்று எண்ணிய வாரன், பல வருடங்களாகக் காத்திருந்தார். நம்பர்-1 பணக்காரராக இருப்பவருக்கு அடுத்தவர் செல்வத்தை அபகரிக்க வேண்டிய அவசியம் இருக்கா

தல்லவா? எனவேதான், தன் சம்பாத்தியத்தில் பெரும் பகுதியை பில் கேட்ஸ் அறக்கட்டளைக்கு நன்கொடையாக வழங்கினார்.

பில் கேட்ஸ் அல்லது அவரது மனைவி மெலிண்டா கேட்ஸ் ஆகிய இருவரில் யாராவது ஒருவர் தொடர்ந்து அந்த அமைப்பில் நீடித்தால் மட்டுமே இந்த நன்கொடை செல்லுபடியாகும் என்ற ஒரு நிபந்தனையையும் கூடவே விதித்தார் வாரன். நன்கொடையாக அளித்த பணம் அத்தனையும், ஒரே நாளில் ஒட்டுமொத்தமாகக் கிடைத்து விடாது. வருடம் ஐந்து சதவிகிதம் என்ற ரீதியில் கொஞ்சம் கொஞ்சமாகக் கிடைக்கும் என்பது வாரன் போட்ட இன்னொரு கண்டிஷன்.

வாரனின் நன்கொடை அறிவிப்பைக் கேட்டு பில் கேட்ஸும் கொஞ்சம் அசந்துதான் போனார். 'வாரனின் சமூக அக்கறையும் அவர் அவ்வப்போது ஆற்றி வரும் சமூகத் தொண்டையும் பார்த்துத்தான் நாங்களே இந்த அறக்கட்டளையை ஆரம்பித்தோம். வாரன் நன்கொடை கொடுத்த பணத்தைக் கொண்டு, உலகின் 20 மிக முக்கியமான வியாதிகளையாவது குணமாக்கிவிட முடியும். என்றாலும், இவ்வளவு பெரிய தொகையைப் பொறுப்பாக நிர்வகித்து சரியான முறையில் பயன்படுத்துவது மிகப் பெரிய சவாலாகத்தான் இருக்கும்' என்று தயக்கத்தோடும் பரவசத்தோடும் பில் கேட்ஸ் குறிப்பிட்டார்.

ஐ.நா.சபை இந்த நோக்கத்துக்காக வருடா வருடம் செலவிடுவதே வெறும் 12 பில்லியன் டாலர் மட்டுமே. கேட்ஸ் அறக்கட்டளை அதற்கு முன்னர் மொத்தமாக வைத்திருந்த தொகையைவிட, வாரன் கொடுக்கப் போகும் பணம் இரு மடங்கு அதிகம்.

கேட்ஸ் அறக்கட்டளைக்குக் கொடுத்தது போக மிச்சமிருக்கும் தனது செல்வத்தை தன் மூன்று வாரிசுகளுக்கும், மறைந்த தன் மனைவியின் பெயரில் இயங்கும் அறக்கட்டளைக்கும் ஒதுக்கியிருக்கிறார் வாரன்.

பொதுவாக, தான் சம்பாதித்தப் பணத்தில் பெரும்பங்கைத் தன் குழந்தை குட்டிகளுக்குக் கொடுத்துவிட்டு, கொஞ்சமோ கொஞ்சம் பணத்தை ஊருக்குக் கொடுப்பதுதான் வழக்கம். ஆனால், வாரனோ அதைத் தலைகீழாகச் செய்தார். ஏன்?

அதைவிட முக்கியமான விஷயம், வெறும் 100 டாலர் பணத்தைப் பல ஆயிரம் கோடி டாலர்களாக மாற்ற வாரனால் எப்படி முடிந்தது?

வாரன் அப்படி என்ன மாயாஜாலம் செய்தார்?

2 மில்லியனர் கனவு

1930-ம் வருடம்.

அந்த வருடத்தில் பல குழந்தைகள் பிறந்தார்கள். அதில் இரண்டு குழந்தைகளுக்கு இருபதாம் நூற்றாண்டில் மிக முக்கியமான இடங்கள் காத்திருந்தன.

அவர்களில் ஒருவர், நீல் ஆம்ஸ்ட்ராங். 1930-ம் வருடம் ஆகஸ்ட் 5-ம் தேதி பிறந்தார். நிலவில் காலடி வைத்து, மனித சமுதாயத்தின் அடுத்தகட்ட முன்னேற்றத்துக்கு வித்திடப் போகும் அரிய வாய்ப்பு, அந்தக் குழந்தைக்குக் காத்திருந்தது. இந்தப் பூவுலகில் அழிவில்லாத ஒரு பெயர் அந்தக் குழந்தைக் கென முன்பதிவு செய்யப்பட்டிருந்தது.

ஆம்ஸ்ட்ராங் பிறந்த 25 நாள்களுக்குப் பிறகு, அதே அமெரிக்க நாட்டில் இன்னொரு குழந்தைப் பிறந்தது. அந்தக் குழந்தையின் பெயர் வாரன் எட்வர்ட் பஃபட்.

அமெரிக்காவில் மட்டுமல்ல, அகில உலக அளவில் மாபெரும் பெயரையும் புகழையும் செல்வத்தையும் அந்தக் குழந்தை சம்பாதிக்கப் போகிறது என்கிற விவரம், அந்த ஆகஸ்ட் 30 அன்று யாருக்கும் தெரியாது.

வாரன் பஃபட் குடும்பத்தினரின் பூர்வீகம் பிரான்ஸ். பல தலை முறைகளுக்கு முன்பாக அமெரிக்காவில் குடியேறிய அவர்கள் நெசவு, விவசாயம் என்று வேறுபட்ட தொழில்களைக் கவனித்து விட்டு, கடைசியாக வியாபாரத்தில் ஈடுபட்டிருந்தனர்.

வாரன் பஃபட் தாத்தாவின் பெயர் ஏர்னஸ்ட் பஃபட். அவர் சின்ன வயதில் ஒரு பெண்ணுக்காகத் தன் சகோதரனோடு சண்டை போட்டுக் கொண்டார். அதனால் சொந்தமாக மளிகைக்

கடை ஆரம்பித்தபோது, சகோதரனைக் கூட்டுச்சேர்க்காமல் 'பஃபட் & சன்' (சன்ஸ் அல்ல) என்று பெயர் வைத்தார்.

தாத்தா ஏர்னஸ்ட் நடத்திவந்த வியாபாரத்தில், வாரனின் தந்தை ஹோவர்டுக்கு விருப்பமில்லை. எனவே, நெப்ராஸ்கா தினசரி பத்திரிகையின் ஆசிரியராக வேலை பார்த்து வந்தார். பிறகு ஒரு வங்கியில் வேலைக்குச் சேர்ந்தார்.

வாரன் பஃபட்டின் தாயார் லெய்லா (Leila). நெப்ராஸ்காவின் கிராமப்புறப் பகுதியிலிருந்து வந்தவர். நெப்ராஸ்கா தினசரியில் அவர் வேலை பார்த்துவந்தபோது, ஹோவர்டைக் கண்டார். கண்டவுடன் காதல் கொண்டார். கல்யாணமும் செய்து கொண்டார்.

1929-ம் ஆண்டு அமெரிக்காவில், வரலாறு காணாத வகையில் மாபெரும் பொருளாதாரத் தேக்க நிலை ஏற்பட்டது. Great depression என்ற பெயரில், அது இன்றைக்கும் அறியப்படுகிறது. பல பேருக்கு வேலை பறிபோனது. பல தொழில்கள் இழுத்து மூடப்பட்டன. சாப்பாட்டுக்குக் கூட வழியில்லாமல் மக்கள் அவதிப்பட்டனர். பங்குச்சந்தை சரியத் தொடங்கியது. மூன்று வருடம் நிற்காமல் பாதாளத்தை நோக்கி வீழ்ந்து கொண்டே இருந்தது. நிறையத் தற்கொலைகள் நடந்தன.

இப்படிப்பட்டச் சூழ்நிலையில்தான், வாரன் பஃபட் 1930-ம் வருடம் பிறந்தார். அவருக்கு ஒரு வருடம் நிறைவடைவதற்கு இரண்டு வாரங்கள் முன்னதாக, தந்தை ஹோவர்ட் பணியாற்றிய வங்கியை இழுத்து மூடிவிட்டனர். ஹோவர்ட் பஃபட்டுக்கு வேறு வேலை எதுவும் கிடைக்கவில்லை. பணிக்கான காலி இடங்கள் குறைவாகவும் வேலை தேடி அலையும் மக்களின் எண்ணிக்கை அதிகமாகவும் இருந்தது. வாரனின் தந்தை குடும்பத்தைக் காப்பாற்ற மிகவும் சிரமப்பட்டார். ஒழுங்காகச் சாப்பிடக்கூட வழியில்லாமல் போனது. நல்லவேளையாக தாத்தா ஏர்னஸ்ட் தன் மளிகைக் கடையிலிருந்து அத்தியாவசியப் பொருள் களைக் கொடுத்து உதவினார். ஆனால், அது நீண்ட நாள் நீடிக்கவில்லை.

தாத்தா ஒரு கறாரான மளிகைக்கடை வியாபாரி. கொஞ்ச நாள் பொறுத்துப் பார்த்துவிட்டு, பாக்கியைத் திருப்பிச் செலுத்தச் சொன்னார். ஏதாவது செய்தாக வேண்டிய கட்டாயம் உந்தித் தள்ளவே, ஹோவர்ட் துணிச்சலான முடிவெடுத்து பங்குச்சந்தை புரோக்கராக மாறினார். அவர் ஏற்கெனவே வேலை செய்த வங்கி அமைந்திருந்த கட்டடம் காலியாக இருந்ததால், அங்கேயே அலுவலகத்தை அமைத்துக் கொண்டார்.

ஆனால் பங்குச்சந்தை அடைந்திருந்த மாபெரும் சரிவின் காரணமாக, மக்கள் யாரும் அந்தப் பக்கம் வரவே பயந்தார்கள். குறிப்பிட்டுச்

சொல்லும்படியாக ஹோவர்டுக்குப் பங்குச் சந்தை வியாபாரம் நடக்கவில்லை. அலுவலகம் வந்தவுடன் தன் கோட்டையும் தொப்பியையும் ஹேங்கரில் தொங்கவிடுவதோடு சரி. மற்றபடி நாள் முழுவதும் சும்மா உட்கார்ந்திருப்பார். இந்தத் துன்பம் போதாதென்று இன்னொரு குடைச்சலும் சேர்ந்து கொண்டது அவருக்கு.

ஹோவர்டின் தந்தை பெரிய வணிகர் என்பதால், ஓமாஹா ரோட்டரி சங்கத்துக்குத் தலைவராகச் செயல்பட்டு வந்தார். நகரில் அவருக்கு இருந்த செல்வாக்கே தனி. தன் மகனுக்குப் பங்குகளைப் பற்றி எதுவும் தெரியாது என்றும் அவன் மூலமாகப் பங்குகளை வாங்கி முதலீடு செய்ய வேண்டாம் என்றும் சங்கத்து உறுப்பினர்களைத் தனித்தனியாகச் சந்தித்துச் சொல்லி வெறுப்பேற்றினார். ஒன்றிரண்டு பேர் ஹோவர்டிடம் பங்கு வாங்க வந்தாலும், வில்லனான அப்பாவின் பேச்சைக் கேட்டு ஓடிவிட்டார்கள்.

புதுமையான எந்த முயற்சியையும் ஏற்றுக்கொள்ள விரும்பாத தந்தைமார்கள், சிலருக்கு அமைந்துவிடுவது உண்டு. அப்படிப்பட்ட தந்தையாக வாரனின் தாத்தா செயல்பட்டார். அதனாலேயே ஹோவர்ட் தனது குழந்தைகளுக்கு முன்மாதிரித் தந்தையாக இருக்கவேண்டும் என்று தீர்மானித்துக் கொண்டார்.

நல்ல வேளையாக, சில வருடங்களில் வாரன் பள்ளிக்கூடம் செல்லத் தொடங்கியபோது, ஹோவர்டின் பங்குச்சந்தை புரோக்கர் தொழில் மேம்பட்டது. பழைய இடத்திலிருந்து புதிதாக ஒரு பெரிய இடத்துக்குத் தனது அலுவலகத்தை மாற்றினார். வாரனின் தந்தைக்கு குடிப்பழக்கமோ, புகைப்பிடிக்கும் பழக்கமோ இருந்ததில்லை. மிகவும் பண்பட்ட, மனிதாபிமானம் மிகுந்த மனிதர். ஒருமுறை வாடிக்கையாளர் ஒருவர் வாங்கிய பங்கு சரியாகப் போகவில்லை. விலை சரிந்தது. அந்த நபருக்குப் பெரும் நஷ்டம் ஏற்பட்டது. ஹோவர்ட் அந்த நஷ்டத்தைத் தானே முன்வந்து ஏற்றார்.

குழந்தைப் பருவத்தில் அனுபவித்த வறுமையும் அவமானமும் வாரன் மனத்தை ஆழமாகப் பாதித்தது. பிற்காலத்தில் மிகப் பெரிய பணக் காரனாக வேண்டும் என்ற விதை, அந்தப் பிஞ்சுப் பருவத்திலேயே வாரனின் மனத்தில் விழுந்தது. ஐந்து வயதுக்கு முன்பே பதிந்த இந்த எண்ணம், நாளுக்கு நாள் கூடியதே தவிர குறையவில்லை.

தன் வீட்டுக்குப் பக்கத்தில் இருந்த நடைபாதையில், துணிக் கூடாரம் போட்டு சிக்லெட், பப்பிள்-கம் விற்றதுதான் வாரன் முதல் முதலாகச் செய்த தொழில் முயற்சி. அப்போது அவனுக்கு வயது வெறும் ஐந்து. அந்த வயதில் பாப் ரஸ்ஸல் (Bob Russel) என்ற பெயரில் வாரனுக்கு

நெருக்கமான ஒரு தோழன் இருந்தான். வாரன் வீட்டைக்காட்டிலும் ரஸ்ஸல் வீடு, மக்கள் நடமாட்டம் அதிகமுள்ள பகுதியில் அமைந்திருந்தது. அதனால் வாரன் அந்த இடத்தில் எலுமிச்சை சர்பத் கடையை ஆரம்பித்தான். 'உங்கள் வீட்டைக் கடந்து செல்லும் இத்தனை ஆள்களிடமிருந்தும் பணம் வசூலிக்காமல் இருப்பது அசிங்கம்' என்று ரஸ்ஸலின் தாயாரிடம் வாரன் கூறுவானாம்.

வாரன் ஆறு வயதுப் பொடியனாக இருக்கும்போது, தாத்தாவுடன் ஒரு பிசினஸ் உடன்படிக்கை செய்துகொண்டான். ஆறு டின் அடங்கிய கோக கோலாவை தாத்தா இருபத்தைந்து சென்டுக்குப் பேரனிடம் விற்பார். பேரன் அதை வீடு வீடாக எடுத்துச்சென்று, ஒரு டின் ஐந்து சென்ட் என்று சில்லறையில் விற்பான். விற்றபின் மொத்தம் முப்பது சென்ட் கையில் மிச்சமிருக்கும். அதில் வாரனுக்கு ஐந்து சென்ட் லாபம். பாரம்பரியமான வணிகக் குடும்பத்தில் பிறந்ததால் தன்னை சிறுவயது முதற்கொண்டே பிசினஸ்மேனாக நினைத்துச் செயல்பட்டான் வாரன்.

ஒருமுறை உடல்நிலை சரியில்லாமல் வாரனை மருத்துவமனையில் சேர்த்திருந்தார்கள். அப்பன்டிசிடிஸ் அறுவை சிகிச்சை செய்யவேண்டி யிருந்தது. அப்போது வாரனுக்கு ஏழு வயது. இறந்துவிடுவானோ என்று உறவினர்கள் பயந்தனர். மகனுக்குப் பிடித்த சாப்பாட்டு வகைகளைத் தந்தை ஆசையோடு வாங்கிக்கொடுத்தார். மேலை நாடானாலும் கீழைநாடானாலும் நிறைவேறாத ஆசைகளோடு உயிர் பிரியக்கூடாது என்ற எண்ணம் ஒரே மாதிரிதான் இருக்கிறது. ஆனால், சிறுவன் வாரனின் ஆசை சாப்பாட்டு அயிட்டத்தில் இல்லை.

'என்னிடம் இப்போது நிறையப் பணம் இல்லை. ஆனால், என்றைக் காவது ஒருநாள் சம்பாதிப்பேன். அப்போது என் பெயர் செய்தித்தாளின் முதல் பக்கத்தில் வரும்' என்று முணுமுணுப்பானாம் வாரன்.

தனது செல்வம் எவ்வளவு வேகமாக வளரும், எப்போது மில்லியனர் ஆகப் போகிறோம் என்பதையெல்லாம் படம் வரைந்து காட்டு வானாம். வாரன் ஒரு காகிதத்தில் எழுத ஆரம்பித்தால் அதில் எழுத்தே இருக்காது. எல்லாமே எண்கள்தான்!

எட்டு வயதுச் சிறுவனாக இருக்கும்போது வாரன் பஃபட், பங்குச் சந்தை குறித்து ஒரு புத்தகத்தை வாசித்தான். அதை எழுதியது வேறு யாருமல்ல; அவனது தந்தைதான். தந்தையின் புரோக்கர் அலுவல கத்தில் ஒத்தாசைக்கு வேலை செய்வான் வாரன். பங்கு விலைகளை பலகையில் எழுதி வைப்பான். சார்ட் வரைந்துவிடுவான். அதனால் பங்குகளைப் பற்றிய அறிமுகம் சிறுவயதிலேயே வெகு இயல்பாகக் கிடைத்தது. தந்தையின் அலுவலகம் அமைந்திருந்த அதே வீதியில்,

Harris Upham Brokerage என்ற பெயர் கொண்ட இன்னொரு பங்குச்சந்தை புரோக்கர் அலுவலகத்துக்கும் ஓடுவான். அவர்களும் சிறுவனின் ஆர்வத்தைக் கண்டு பலகையில் பங்கு விலைகளை எழுதும் வேலையை விட்டுக் கொடுப்பார்கள்.

சுமார் பத்து வயது இருக்கும்போது ஹோவர்ட் தன் மகனை ரயிலில் ஏற்றிக்கொண்டு முதன் முறையாக அமெரிக்காவின் பொருளாதார மையமான நியூ யார்க் நகரத்துக்குச் சுற்றுலா சென்றார். தந்தையும் மகனும் நன்றாக ஊர் சுற்றினார்கள். அப்போதுதான் நியூ யார்க் ஸ்டாக் எக்சேஞ்ச் கட்டடத்தை முதன் முதலாகப் பார்த்தான் வாரன். மலைத்துப் போனான். அமெரிக்க முதலாளித்துவத்தின் ஆதாரப்புள்ளி, வாரனின் மனத்தில் அழிக்க முடியாத காட்சியாக விழுந்தது.

ஆர்வக் கோளாறில் எல்லோரையும் போல வாரனும் பங்குகளில் பணம் போட ஆசைப்பட்டான். சிட்டீஸ் சர்வீஸ் கம்பெனியின் ஆறு பங்குகளை வாங்கினான். அதில் மூன்று அவனுக்கு, மீதம் மூன்று அவனுடைய மூத்த சகோதரி டோரிஸுக்கு. அப்போது சிறுவன் வாரனுக்கு வயது வெறும் 11.

'என் முதல் முதலீட்டை 11 வயதில் செய்தேன். அதற்குமுன் நிறைய நேரத்தை வீணடித்துவிட்டேன்' என்று பிற்காலத்தில் வாரன் சொன்னார். வெறும் நகைச்சுவைக்காக அவர் இப்படிப் பேசினார் என்று ஒதுக்கிவிட முடியாது.

சிட்டீஸ் சர்வீஸ் கம்பெனியின் ஒரு பங்குக்கு அவர் கொடுத்த விலை 38 டாலர். ஆனால், அவர் முதலீடு செய்த பிறகு விலை கீழிறங்கி 27 டாலருக்குச் சென்றது. பதறிப் போனார். அதிர்ஷ்டவசமாக மறுபடியும் நிலைமை மேம்பட்டு, 40 டாலருக்கு முன்னேறி வந்தது. 'அப்பாடா! வந்தது போதும்' என்று நிம்மதிப் பெருமூச்சுவிட்டு, கையிலிருந்த மூன்று பங்குகளையும் விற்றார். அதில் பங்குத் தரகு போக, அவருக்கு ஐந்து டாலர் லாபம் கிடைத்தது.

ஆனால், அந்தப் பங்கின் விலை 40 டாலரோடு நின்றுவிடாமல் அட்டகாசமாக உயர்ந்து 200 டாலர்வரை போனது. நல்ல முதலீடு என்றால் அவசரப்பட்டு விற்காமல் பொறுமையாகக் காத்திருக்கவேண்டும் என்கிற பாடத்தை முதல் பங்கை விற்றதிலேயே வாரன் தெரிந்துகொண்டார். அவர் வாழ்க்கையைக் கட்டமைக்கப்போகும் அடித்தளமாகவும் அந்தக் கொள்கை அமைந்தது.

முதல் முயற்சி தோல்வி அடைந்தாலும் அல்லது எதிர்பார்த்ததைவிடக் குறைவான வெற்றி பெற்றாலும் மனம் சோர்ந்துவிடக் கூடாது. ஒவ்வொரு நிகழ்ச்சியும் அனுபவம்; ஒவ்வொரு தோல்வியும் படிப்பினை. தவறு செய்வது தவறில்லை. ஆனால் அந்தத் தவறிலிருந்து

எதையும் கற்றுக் கொள்ளாமல் அதே தவறை மீண்டும் மீண்டும் செய்வதுதான் தவறு.

மூன்று பங்குகளை வாங்கியபோது கற்றுக்கொண்ட படிப்பினை, பிற்காலத்தில் மூன்று கோடி, முப்பது கோடி பங்குகளில் பணத்தைப் போட்டுவைத்த போதெல்லாம் பதற்றமடையாமல் நிதானமாக இருக்கும் பக்குவத்தை பஃபட்டுக்கு வழங்கியது.

இன்னொரு செய்தியையும் இந்தச் சம்பவம் நமக்கு உணர்த்துகிறது. எந்தத் துறையாக இருந்தாலும் அதில் சிறுவயது தொடங்கி ஈடுபட்டால், ஆரம்பகாலத்தில் அடி வாங்கினாலும்கூட, மீண்டும் எழுந்து உட்கார நிறைய அவகாசம் கிடைக்கும். அனுபவம் மாபெரும் ஆசான். படிப்பறிவைவிடப் பட்டறிவு பலமடங்கு உயர்ந்தது. பதினொன்றாவது வயதிலே இந்த அறிவுத் தரிசனம், வாரனுக்குக் கிடைத்தது.

1941-ம் ஆண்டு டிசம்பர் மாதம், ஒரு ஞாயிற்றுக்கிழமை காலையில் பேர்ல் ஹார்பரை ஜப்பான் தாக்கியது. இரண்டாம் உலகப் போரில் அமெரிக்கா முழு மூச்சாக இறங்க, அந்த நிகழ்ச்சி காரணமாக அமைந்தது. போரை முன்னெடுத்துச் சென்றதன் காரணமாக, அதிபர் பிராங்க்ளின் ரூஸ்வெல்ட் தேசத்தின் கதாநாயகனாகத் தோற்றமளித்தார். செனட் தேர்தலில் ரூஸ்வெல்ட்டின் கட்சிக்கு எதிராக நல்ல ஆளை நிறுத்துவதற்காக குடியரசுக் கட்சி, நெப்ராஸ்கா மாகாணம் முழுக்கத் தேடியது. அப்போதுதான், வாரனின் தந்தை ஹோவர்ட் பஃபட் சிக்கினார்.

வாரனின் தந்தை மிகக் குறைவான பணத்தை மட்டுமே தேர்தல் பிரசாரத்துக்குச் செலவழித்தார். வெற்றிபெறும் நம்பிக்கை அவருக்கு அறவே இல்லை. தேர்தல் முடிவு வெளியாவதற்கு முதல் நாள் தன்னை எதிர்த்துப் போட்டியிட்ட வேட்பாளரை வாழ்த்திப் பேச, ஓர் உரையைக் கூடத் தயார் செய்து வைத்திருந்தார். ஆனால், தானே எதிர்பாராத வகையில் அவர் வெற்றியடைந்துவிட்டார்.

வாரன் குடும்பம் சந்தோஷத்தில் எம்பிக் குதித்தது. ஆனால், சிறுவன் வாரனுக்கு இது வருத்தமான செய்தியாக இருந்தது. செனட் தேர்தலில் வெற்றியடைந்தபிறகு, அவையில் பங்குபெறவேண்டுமானால், வாரனின் குடும்பம் வாஷிங்டன் சென்று குடியேற வேண்டும். இத்தனை நாள் பழகிய வீட்டை விட்டு, நண்பர்களை விட்டு இன்னோர் ஊருக்குச் செல்வதில் 12 வயதைக் கடந்த வாரனுக்கு விருப்பமே இல்லை. தந்தை தேர்தலில் வென்றபோது எடுத்த போட்டோவில் முகத்தைச் சோகமாக வைத்துக் கொண்டார்.

வாஷிங்டனில் குடியிருப்பதற்கு ஏதுவான வீடு ஹோவர்ட்டுக்கு கிடைக்கவில்லை. (நம்மூர் மாதிரி அங்கெல்லாம் மக்கள்

பிரதிநிதிகளுக்கு அரசாங்கம் வீடு கொடுக்காது!) வேறு வழியில்லாமல் வர்ஜீனியா மாகாணத்தில் ஒரு சிறு நகரத்தில் குடும்பத்தைக் குடிவைத்தார் ஹோவர்ட். சினிமாப் படங்களில் வருகிற மாதிரி ஒரு சிறு குன்றின் மீது அந்த வீடு அமைந்திருந்ததாக வாரனின் சகோதரிகள் பிற்காலத்தில் சொன்னார்கள்.

அங்கிருந்து 50 மைல் தொலைவில் வாஷிங்டன் நகரில் ஒரு விடுதியில் தங்கி அரசுப் பணிகளில் வாரனின் தந்தை ஈடுபட்டார். வாரம் முழுவதும் அவரைக் காணவே முடியாது. வாரக் கடைசியில் வந்து குடும்பத்தோடு நேரம் செலவிடுவார். இது வாரனுக்குப் பெரும் சலிப்பை உண்டுபண்ணியது. அந்த இடத்தை வெறுக்கத் தொடங்கினார். சொந்த ஊர் ஞாபகம் வாட்டி வதைத்தது. ஏதாவது சாக்கு சொல்லிவிட்டு ஒமாஹாவுக்கே திரும்பிச் செல்ல விரும்பினார்.

ராத்திரியில் படுத்தால் தூங்க முடியவில்லை, மூச்சுவிட முடியவில்லை என்றெல்லாம் சொல்லித் தூங்காமல் நின்று கொண்டே இருப்பார். இது ஒரு பக்கமிருக்க, இன்னொரு பக்கம் ஓசையில்லாமல் காய் நகர்த்தினார். புதிய ஊரில் மிகவும் சிரமப்படுவதாகச் சொல்லி தாத்தாவுக்குக் கடிதம் எழுதினார். அதைக் கண்டு மனமிரங்கிய தாத்தா, எட்டாம் வகுப்பு முடியும்வரை ஒமாஹாவில் வந்து தங்கிப் படிக்குமாறு வாரனுக்கு அழைப்புவிடுத்தார்.

வாரனுக்கு இது போதாதா என்ன?

குடும்பத்தில் மற்றவர்கள் தூரத்தில் இருக்க, இவர் மட்டும் தாத்தா வோடும் அத்தை ஆலிஸுடனும் (Alice) பெரும்பகுதி நேரத்தை ஒமாஹாவில் கழித்தார். அத்தை, பொருளாதார ஆசிரியை. வாரன் மீது அளவு கடந்த அன்பும் அக்கறையும் காட்டினார். வாரனிடம் அத்தையின் பாதிப்பு அதிகம். (அதனால்தான் பிற்காலத்தில் அத்தையின் நினைவாக ஒமாஹாவில் தேர்ந்தெடுக்கப்பட்ட ஆரம்பப் பள்ளி ஆசிரியர்களுக்கு விருதுகளும் பணப் பரிசும் வழங்கினார்.)

அந்தச் சமயத்தில் தாத்தா ஏர்னஸ்ட் பஃபட் ஒரு புத்தகம் எழுதிக் கொண்டிருந்தார். கடையில் வேலை முடிந்தபிறகு மாலை நேரம் வீட்டுக்கு வந்தவுடன் புத்தகத்தின் வரிகளை தாத்தா சொல்லச் சொல்ல, வாரன் தன் கைப்பட எழுதுவார். புத்தகத்தில் தாத்தா சொல்லும் விஷயங்களும் அதற்கு அவர் வைக்கும் தலைப்பும் வித்தியாசமாக இருக்கும். பெரும்பாலும் தலைப்புகள் இப்படித்தான் இருக்கும்: 'கீழே விழாமலிருக்க கம்பி எதையாவது பிடித்துக் கொள்ளுங்கள்' , 'மளிகைக் கடையை நடத்துவது எப்படி?', 'மீன் பிடித்தலில் நான் கற்றுக்கொண்ட சில விஷயங்கள்'.

தான் என்ன எழுதினாலும் அதை அறிய உலகமே காத்திருப்பதாக நினைத்தார் தாத்தா.

ஆனால், அவர் எழுதிய எந்தப் புத்தகமும் அச்சில் வெளியாகவில்லை. என்றாலும், அந்த முயற்சியும் அவரது நடையும் இளம் வாரனை மிகவும் பாதித்தன.

தாத்தா மட்டுமல்ல, வாரனின் அப்பாவும் எழுதினார். அவர் எழுதியது பங்குச்சந்தை குறித்து. பங்குச்சந்தை குறித்து தெளிவும் பிற்காலத்தில் அது பற்றி எளிமையாக எடுத்துச் சொல்லும் திறமையும் வாரனுக்கு சிறுவயதிலேயே கிடைத்துவிட்டது.

எண்களும் கணக்கும் சின்ன வயதிலேயே வாரனை மிகவும் ஈர்த்தன. அமெரிக்காவின் முக்கிய நகரங்களின் மக்கள் தொகை விவரங்களைத் தனது விரல் நுனியில் வைத்திருப்பார் வாரன். அதைக் கண்டு நண்பர்கள் அனைவரும் ஆச்சரியப்படுவார்கள். முதலிடும் பணம் இன்ன வேகத்தில் (சதவிகிதம்) வளர்ந்தால், இத்தனை வருடத்தில் இத்தனை மடங்கு பெருகும் என்ற சங்கதிகள் எல்லாம் அவருக்கு அத்துப்படி.

சொந்த ஊரான ஒமாஹாவில் வசிப்பதால் பழைய நண்பர்கள், தெரிந்தவர்கள் என வாரனுக்கு மகிழ்ச்சியாகப் பொழுது போனது. தன் சக வயதுக் கூட்டாளிகள் மட்டுமன்றி, தன் தந்தையின் நண்பர்கள் வீட்டுக்கும் வாரன் அடிக்கடிச் செல்வதுண்டு. அப்போது அவர் 13 வயதில் அடியெடுத்து வைத்திருந்தார். பங்குச்சந்தை புரோக்கர் தொழிலில் ஹோவர்டின் கூட்டாளியாக இருந்தவர் வீட்டுக்கு, ஒருநாள் வாரனை மதிய உணவுக்கு அழைத்திருந்தனர். அவர்களிடம் ஒரு சவால் விட்டார் வாரன்.

'முப்பது வயதுக்குள் நான் மில்லியனர் ஆவேன்! அப்படி ஆகாமல் போனால், ஒமாஹாவின் உயரமான கட்டடத்தின் உச்சியில் இருந்து குதித்து உயிரை விடுவேன்!'

இதுதான் பந்தயம். சிறு வயது முதற்கொண்டே உணர்ச்சி வேகத்தில் சவால்விடும் பழக்கம் வாரனுக்கு இருந்ததில்லை. மனத்தைக் கழற்றித் தனியாக வைத்துவிட்டு, புத்தி என்ன சொல்கிறதோ அதன்படிதான் வாரன் செயல்படுவார். உயரமான கட்டட உச்சியில் இருந்து குதித்தால் செத்துப் போய்விடுவோம் என்கிற விஷயம் வாரனுக்குத் தெரியாமல் இல்லை. அப்படியிருக்கும்போது, பந்தயத்துக்குப் பணயமாக உயிரையே கொடுக்க அவர் எப்படி முன்வந்தார்?

சிம்பிள். தெரியாத ஒன்றை செய்ய நினைக்கும்போதுதான், நாம் வெற்றி பெறுவோமா, இல்லையா என்கிற சந்தேகம் வரும். உதறல் எடுக்கும். நன்றாகத் தெரிந்த ஒன்றைச் செய்யும்போது, அதுபற்றி நமக்குச்

சந்தேகமும் வராது. வெற்றியும் நிச்சயம். வாரனுக்கு, தான் முப்பது வயதில் மில்லியனர் ஆவது உறுதி என்ற பரிபூரண நம்பிக்கை இருந்தது. எனவேதான், அவர் உயிரையே பணயமாகக் கொடுக்க முன்வந்தார்.

சொன்னபடியே ஜெயித்தும் காட்டினார்.

வீம்புக்காக எதையாவது சொல்லிவிட்டு, தான் பிடித்த முயலுக்கு மூணுகால்தான் என்று அடம்பிடிக்கிற பழக்கம் வாரனுக்குக் கிடையாது. தனக்குச் சம்பந்தமில்லாத விஷயங்களில், முடிவு எப்படி இருக்கும் என்று உறுதியாகத் தெரியாத செயலில் வாரன் ஒருபோதும் ஈடுபட மாட்டார்.

பிற்காலத்தில் மிகப் பெரிய கோடீஸ்வரர் ஆன பிறகு, கோல்ஃப் விளையாடும் நண்பர்கள் சிலர், வாரனை ஒரு பந்தயத்துக்கு அழைத்தார்கள். கோல்ஃப் பந்தைச் சரியாகத் தட்டி, ஓட்டைக்குள் விழவைக்க வேண்டும். அப்படிச் செய்தால், நண்பர்கள் 20,000 டாலர் தருவதாகச் சொன்னார்கள். முடியாமல் போனால் வாரன் வெறும் பத்து டாலர் கொடுத்தால் போதும். இது போதாதென்று மூன்று நாள் அவகாசமும் அளித்தனர்.

ஆனால், வாரன் மூன்று நாளெல்லாம் எடுத்துக் கொள்ளவில்லை. சில நிமிஷங்களில் அந்த விளையாட்டுக்கு வரவில்லை, வேண்டாம் என்று ஒதுங்கிக் கொண்டார். தெரியாத வேலையில் தேவையில்லாமல் மூக்கை நுழைப்பது தவறு என்ற கோட்பாட்டில் எப்போதும் உறுதியாக இருப்பார் வாரன்.

1943-ம் வருடம் வாரனின் தந்தை வாஷிங்டனில் வீடு பிடித்துவிட்டார். (பின்னாளில் அமெரிக்க ஜனாதிபதியாக விளங்கிய) நிக்சனின் வீட்டுக்குப் பக்கத்து வீடு!

வாஷிங்டனுக்குப் போகாமல் சொந்த ஊரிலேயே காலம் கழிப்பதற்கு, வாரன் உருவாக்கி வைத்திருந்த காரணங்கள் ஏறக்குறைய கரைந்து போயின. கட்டாயமாக இடம் மாறியாக வேண்டிய நிர்ப்பந்தம் பதின் மூன்று வயது வாரனுக்கு வந்துசேர்ந்தது. வேண்டா வெறுப்பாகத்தான் வாஷிங்டனுக்குப் போனார். அந்த நகரம் அவர் வாழ்வில் திருப்பு முனைகளை ஏற்படுத்தப் போகிறது என்பது அவருக்கு அப்போது தெரியாது.

வாஷிங்டனில் வாரன் வெட்டியாகப் பொழுதைக் கழிக்கவில்லை. வீடு வீடாகச் சென்று பேப்பர் போடும் வேலை செய்தார். வாஷிங்டன் போஸ்ட் மற்றும் டைம்ஸ் ஹெரால்டு ஆகிய இரு பத்திரிகைகளையும் சைக்கிள் கேரியரில் மாட்டி வைத்திருப்பார். அவை ஒன்றுக்கொன்று போட்டி போடும் தினசரிகளாகும். வாடிக்கையாளர்கள் ஒரு பேப்பர்

வேண்டாமென்றால், ஆயத்தமாக இன்னொரு பேப்பரை எடுத்து நீட்டு வார். சாதாரண ஒன்றிய, வட்டச் செயலாளர்களின் பிள்ளைகள் செய்யும் அடாவடியைப் பார்த்துப் பழகிய நமக்கு, செனட் உறுப்பினரின் மகனாகிய வாரன் பேப்பர் போடும் பையனாகப் பணியாற்றியது ஆச்சரியமாக இருக்கலாம். ஆனாலும், அவர் செய்தார்.

நாளிதழோடு வாரப் பத்திரிகைகளையும் இணைத்து விற்பதும் உண்டு. இப்படி, மாதம் 175 டாலர் சம்பாதித்தார். அந்தக் காலத்தில் பெரியவர்களே இந்த அளவுக்கு வருமானம் ஈட்டுவது பெரிய விஷயமாக இருந்தது. இத்தனைக்கும் வாரன் பள்ளிக்கூடத்தில் படிப்பவர்.

மும்முரமாக பேப்பர் டெலிவரி தொழிலில் கவனம் செலுத்தியதாலோ என்னவோ குறிப்பிட்ட அந்தக் காலகட்டத்தில் வாரனின் படிப்பு மந்தமானது. பள்ளித் தலைமை ஆசிரியர், வாரனின் தாயார் லெய்லாவை அழைத்து மகனைக் கண்டித்து வளர்க்குமாறு எச்சரித்து அனுப்பினார். சுதந்தரப் பறவையாகத் தன்னை நினைத்துக்கொண்டிருந்த வாரனுக்கு, இந்த நடவடிக்கை எரிச்சலூட்டியது. அதே பகுதியில் வசித்த மற்றொரு நாடாளுமன்ற உறுப்பினர் மகனோடு சேர்ந்து பென்சில்வேனியா மாகாணத்தில் ஹெர்ஷி என்ற ஊருக்கு ஓடிவிட்டார்.

ஹோவர்ட்பஃபட் முன்பு வீடு பார்த்திருந்த ஊர், வாஷிங்டனுக்குத் தெற்கே வர்ஜீனியாவில் இருந்தது. ஆனால், இப்போது சிறுவர்கள் தப்பி ஓடிய பென்சில்வேனியா வடக்கே அமைந்திருந்தது. அந்த ஊரில் அலைந்து திரிந்தபோது, போலீஸ்காரர்கள் சந்தேகத்தின் பேரில் கைது செய்தனர். எனினும், போலீஸிடம் அப்பாவியாக நடித்து அவர்கள் தப்பித்துக்கொண்டனர். பின்னர், ஒருவழியாக வாஷிங்டன் திரும்பினார்கள்.

அப்போது தந்தையின் கடுமையான கோபத்துக்கு ஆளானார் வாரன்.

படிப்பில் கவனம் செலுத்தி நல்ல மதிப்பெண் எடுக்காவிட்டால், பேப்பர் போடும் தொழிலைப் பற்றி நினைத்துக்கூடப் பார்க்க முடியாது என்று கண்டிப்பாகச் சொல்லிவிட்டார் ஹோவர்ட். அதை ஒரு சவாலாக எடுத்துக் கொண்டு, வாரன் கஷ்டப்பட்டுப் படித்தார். அதே அளவுக்குச் செய்தித்தாள் விநியோகமும் அமோகமாக நடந்தேறியது. ஐந்து வழித்தடங்களில் சென்று டெலிவரி செய்வார். 500 பிரதிகள் தினந்தோறும் அவர் சைக்கிள் மூலம் வீடுகளைச் சென்றடைந்தது. வாடிக்கை யாளர்களின் சந்தா முடிவடையும் தேதியை, நட்டநடு ராத்திரியில் எழுப்பிக் கேட்டால்கூடச் சொல்லிவிடுவார். எனவே, சந்தா முடியும் முன்னதாகவே அவர்களிடம் எடுத்துக்கூறி புதுப்பித்துவிடுவார்.

மக்கள் அடிக்கடி வீடு மாறுவது அந்தக் காலத்தில் சர்வ சாதாரணமாக நடந்தது. மாதம் முடிவதற்கு முன்பாகவே அப்படி யாராவது காலி செய்து விட்டுப் போனால், அதுவரை போட்ட பேப்பருக்குப் பணம் கிடைக் காமல் போய்விடும். அதனால், குடியிருப்புப் பகுதியின் காவலாளிகள், லிஃப்ட் ஆபரேட்டர்கள் போன்றவர்களுக்கும் இலவசமாகச் செய்தித் தாள் கொடுத்து, யாராவது வீடு காலி செய்தால் உடனடியாகத் தெரிவிக்கு மாறு உடன்படிக்கை செய்துகொண்டார். அதுவும் அற்புதமாகப் பயனளித்தது.

வாரன் தன் சிறு வயதில் கஷ்டப்பட்டு சம்பாதித்தது, இஷ்டப்படி செலவு செய்வதற்காக அல்ல. வருங்காலத்தில் செய்யப் போகும் மகத்தான காரியங்களுக்கு அடித்தளம் அமைக்கவே அதைப் பயன் படுத்திக் கொள்ள விரும்பினார்.

வாரன் தனது பதின்மூன்றாவது வயதில் வருமான வரி தாக்கல் செய்தார். சைக்கிளுக்கு ஆன 35 டாலர் செலவை வருமானத்தில் இருந்து கழித்துக் கொண்டார். வருமான வரித் தாக்கல் மூன்று பக்கங்களுக்கு ஓடியது. கணக்குப் போட்டு 7 டாலருக்கு ஒரு காசோலை எழுதி யுனைடட் ஸ்டேட்ஸ் கருவூலத்துக்கு அனுப்பி வைத்தார். அவர் வயதுக் குழந்தைகள் எல்லாம் வீட்டுக் கொல்லைப்புறத்தில் ஓடிப்பிடித்து விளையாடிக் கொண்டிருக்க, வாரன் மட்டும் கொஞ்சம் கொஞ்சமாக ஒரு பிசினஸ்மேனாக அவதாரம் எடுத்துக் கொண்டிருந்தார்.

பதினேழாவது வயதில், ஒரு காரியம் செய்தார் வாரன். பேப்பர் போட்டுச் சம்பாதித்த 1,200 டாலர் பணத்தைக்கொண்டு, சொந்த மாநிலமான நெப்ராஸ்காவில் 40 ஏக்கர் விளைநிலத்தை விலைக்கு வாங்கினார். அதைக் குடியானவர்களுக்குக் குத்தகைக்கு விட்டுப் பணம் ஈட்டினார். ஆனால், விவசாயிகள் குத்தகைப் பணம் தருவதை மட்டும் வாங்கிக் கொண்டு, சும்மா இருப்பது வாரனுக்கு சுவாரசியமாகத் தோன்றவில்லை.

தன் நண்பன் ஒருவனுடன் கூட்டுச்சேர்ந்து பின்பால் இயந்திரங்களை (Pinball machines) வாங்கி, ஒரு சலூன் கடையை நிறுவினார். இந்தக் காலத்துக் குழந்தைகள் கம்ப்யூட்டரில் வீடியோ கேம்ஸ் விளையாடு கிறார்களே, அதுபோல அந்தக் காலத்தில் பிரபலமான பொழுது போக்கு இயந்திரமாக, பின்பால் மெஷின் இருந்தது. ஒரு பெட்டி போன்ற அமைப்பில் பல தடுப்புகள் இருக்கும். சில லிவர்களை இயக்கி, அந்தத் தடுப்புகளைத் தாண்டி, பந்துகளை நகர்த்தவேண்டும். அவ்வாறு செய்யும்போது, பாயிண்ட்கள் கிடைக்கும். அதிகமாக பாயிண்ட்கள் பெறுவதுதான் ஆட்டத்தின் நோக்கம்.

இந்த மெஷினை வாங்கி நிறுவுவதற்கு வாரனும் நண்பனும் 25 டாலர் செலவழித்தனர். கிடைக்கிற வருமானத்தை 50-50 என்ற முறையில் சலூன்

கடைக்காரரோடு பகிர்ந்துகொண்டனர். இதன் மூலம், வாரனுக்கு வாரம் 50 டாலர் வருமானம் வந்தது. இந்தத் தொழில் முயற்சிக்கு, வில்சன் காயில் ஆபரேடேட் மெஷின் கம்பெனி என்று பெயர் சூட்டிக்கொண்டனர். அப்போது வாரனுக்கு பதினைந்து வயது. சில மாதத்துக்குள்ளாக மூன்று இயந்திரங்களை வாங்கி வெவ்வேறு முடித்திருத்தகங்களில் வைத்தனர். சில காலம் கழித்து ஒரு முன்னாள் ராணுவ வீரருக்கு இந்தத் தொழிலை 1,200 டாலருக்கு விற்று நல்ல லாபம் அடைந்தனர்.

அதோடு அவர்கள் நிறுத்திக்கொள்ளவில்லை. இருவரும் சேர்ந்து குதிரைப் பந்தயத்தில் ஜெயிக்கப் போகும் குதிரையைக் கண்டறியும் வாய்ப்பாடு ஒன்றை உருவாக்கி Stable Boy Selections என்ற பெயரில் விற்றனர். பந்தயம் கட்டும் சூதாடிகள் மத்தியில், அது சிறப்பான வரவேற்பைப் பெற்றது. ஆனால், அதுபோன்ற செயல்களுக்கு லைசென்ஸ் வாங்க வேண்டியிருந்ததால், மேற்கொண்டு தொடராமல் கைவிட்டுவிட்டனர்.

3 என்ன வேலை செய்யலாம்?

சிறுவனாக இருக்கும் போதே வியாபாரம் செய்வதில் முனைப்பு காட்டினார் வாரன். ஆனால் அவருக்குப் படிப்பு என்பது ஒரு பிரச்னையாக இருந்ததே இல்லை. தொழில் செய்வ தில் ஆர்வம் அதிகமாக இருந்ததால், பள்ளிக்கூடத்துக்குப் போய் ஒரு சாதாரண மாணவனாக இருந்தாலே போதும் என்று நினைத்துவிட்டார்.

சக வயதுடைய மாணவர்கள் எல்லாம் நாளிதழில் விளையாட்டுச் செய்திகள் பக்கத்தை மும்முரமாகப் படிக்கும்போது, வாரன் மட்டும் வணிகச் செய்திகளையும் பங்கு விலைப் பட்டியலையும் ஊடுருவி முடித்திருப்பார். அவருக்குப் பாடம் சொல்லிக் கொடுக்கும் ஆசிரியர்கள்கூட, பங்குச்சந்தை குறித்து அவரிடம் சந்தேகம் கேட்பார்கள். பல சமயங்களில் வாரன் அவர்களுக்கு விளக்கம் கூறுவார். சில சமயங்களில் அவர்கள் பங்கு வாங்கி வைத்திருக்கும் நிறுவனங்கள், திவாலாகிவிடும் என்று குறும்பாகச் சொல்லி பீதியைக் கிளப்புவார்.

1947-ம் வருடம் வாரன் பஃபட், பதினேழு வயது நிரம்பிய டீனேஜ் இளவட்டம். உயர்நிலைப் பள்ளிப் படிப்பை முடித் திருந்தார். ஏற்கெனவே பேப்பர் போட்ட வகையிலும் வேறு தொழில்களைச் செய்ததிலும் சுமார் 5,000 டாலர்வரை சேர்த்து வைத்திருந்தார். கல்லூரிக்குச் சென்று பட்டம் பெறுவதில் வாரனுக்கு நாட்டமில்லை. வகுப்பறையில் உட்கார்ந்திருக்கும் நேரத்தில் உருப்படியாக ஏதாவது செய்யலாம் என்பது அவரு டைய எண்ணம்.

ஆனால், அந்த எண்ணம் நிறைவேறவில்லை. பெற்றோரின் தொந்தரவு காரணமாக, வெற்றிகரமாகச் செயல்பட்ட தனது பின்பால் இயந்திரத் தொழிலை விற்க வேண்டி வந்தது.

குடும்பம் இன்னும் வாஷிங்டனில் வசித்தது. தந்தையின் வற்புறுத்தலால் பக்கத்திலிருந்த பென்சில்வேனியா பல்கலைக் கழகத்தின் புகழ்பெற்ற வார்ட்டன் (Wharton) நிர்வாகவியல் கல்லூரியில் சேர்ந்தார். ஆனால், வாரனுக்கு அங்கே சென்று கல்வி கற்பது வீண் வேலை என்ற நினைப்பு இருந்தது. அந்தக் கல்லூரியில் இருந்த வரையிலும், சொல்லிக் கொடுக்கும் வாத்தியார்களைவிடத் தனக்கு நிறைய விஷயம் தெரியும் என்று புலம்பிக்கொண்டே இருந்தார்.

பரீட்சைக்கு முந்தைய நாள் ஒரு பாட்டில் கோலாவை வைத்துக் கொண்டு, அதற்குப் பக்கத்தில் புத்தகத்தைத் திறந்து வைத்திருந்தால் மட்டும் போதும்; தன்னால் 100 மதிப்பெண் பெற முடியும் என்று கூறுவார். மிக இலகுவாக A+ கிரேட் பெற்றுவிடுவார்.

கல்லூரியில் படிக்கிறபோது, சகமாணவிகளுடன் சிலமுறை டேட்டிங் செய்தார் வாரன். ஆனால், இளம்பெண்கள் எதிர்பார்க்கும் சுவாரசியம் வாரனிடத்தில் இல்லை. எனவே, டேட்டிங்கை ஓரங்கட்டிவிட்டு, உருப்படியாக வேறு ஏதாவது செய்யலாம் என்கிற முடிவுக்கு வந்தார்.

இரு ஆண்டுகள் மட்டுமே அந்தக் கல்லூரியில் பயின்றார். 1948-ம் ஆண்டு நடந்த செனட் தேர்தலில், வாரனின் தந்தை தோல்வியைத் தழுவினார். அதனால் குடும்பத்தினர் அனைவரும் சொந்த ஊருக்குத் திரும்பினார்கள். இந்தச் சந்தர்ப்பத்தைப் பயன்படுத்தி, தானும் ஊருக்குத் திரும்பிச் செல்ல வாரன் ஆசைப்பட்டார். லிங்கலில் உள்ள நெப்ராஸ்கா பல்கலைக்கழகத்தில் படிப்பைத் தொடர முடிவு செய்தார்.

நெப்ராஸ்காவில் படிக்கும்போதும் வேறு ஏதாவது செய்யத் துடித்தார். அக்கம்பக்கத்தில் உள்ள ஆறு நாட்டுப்புற கவுன்டிகளுக்கு லிங்கன் ஜர்னல் என்னும் தினசரிப் பத்திரிகையைக் கொண்டுபோய்ச் சேர்க்கும் வேலையைச் செய்ய ஆரம்பித்தார். தனது மேற்பார்வையின் கீழ் 50 பேரை வைத்து வேலை வாங்கினார். படிப்பு, வேலை இரண்டையும் ஒரே சமயத்தில் செய்தாலும், குறிப்பிட்ட காலக்கெடுவுக்கு முன்பாகவே பட்டம் பெற்று வெளியே வந்தார்.

இளநிலைப் பட்டம் முடித்தாயிற்று. இப்பொழுது அவரது கையிருப்பு 9,800 டாலராக உயர்ந்திருந்தது. மேற்கொண்டு தொழிலில் கவனம் செலுத்தவே வாரன் முயற்சி செய்தார். ஆனால், அவர் குடும்பத்துப் பெரியவர்கள் மேற்படிப்பு படிக்குமாறு தொந்தரவு கொடுத்தனர். அவர்கள் திருப்திக்காக முதுநிலை படிப்புக்கு ஹார்வர்ட் பல்கலைக் கழகத்தில் விண்ணப்பித்தார். மிகவும் பிரபலமான அந்தப் பல்கலைக் கழகம், வாரனுக்குப் போதுமான வயது இல்லை என்ற காரணம் காட்டி, அவரைச் சேர்த்துக் கொள்ள மறுத்துவிட்டது. அப்போது அவருக்கு 19

வயது. ஓரிரு வருடம் கழித்தபிறகு திரும்ப வந்து பார்க்குமாறு சொல்லி அனுப்பி வைத்தார்கள்.

கெட்டதிலும் ஒரு நல்லது என்று கூறுவார்களே, அதுபோல ஹார்வர்ட் பல்கலைக்கழகம் செய்த இந்தக் காரியம் வாரன் வாழ்வில் மிகப் பெரிய திருப்புமுனையாக அமைந்தது. இல்லாவிட்டால் நியூ யார்க் நகரில் கொலம்பியா பிசினஸ் ஸ்கூலில் சேர வாரன் நிச்சயம் விண்ணப் பித்திருக்க மாட்டார்.

ஹார்வர்ட் பல்கலைக்கு இல்லாத ஒரு சிறப்பம்சம் கொலம்பியா பிசினஸ் ஸ்கூலுக்கு இருந்தது. பங்குகளை ஆராயும் கலைக்குத் தந்தை என்று அழைக்கப்படும் பெஞ்சமின் கிரஹாம் என்ற மேதை அங்கே ஆசிரியராக வேலை பார்த்துக்கொண்டிருந்தார். வாரன் பஃபட்டின் பங்கு முதலீட்டு வாழ்க்கைக்கு அடித்தளம் அமைக்கப்போகும் நாற்றங் காலாக அந்தக் கல்லூரி அமைந்தது.

கொலம்பியா ஸ்கூலில் சேர்வதற்கு முன்பாகவே பெஞ்சமின் கிரஹாம் பற்றி வாரனுக்கு நன்றாகத் தெரியும். அங்கே சேருவதற்கு சில நாள்களுக்கு முன்புதான் Intelligent Investor என்ற புத்தகத்தை வாசித்திருந்தார். அதை எழுதியது பெஞ்சமின் கிரஹாம். பங்குச்சந்தை பற்றி எழுதப்பட்ட புத்தகங்களிலேயே மிகவும் அற்புதமான புத்தகம் அது என்பது வாரனின் கருத்து. உங்களுக்குக் கடவுள் நம்பிக்கை இருக்கிறதோ, இல்லையோ, பங்குச்சந்தையில் நீங்கள் முதலீடு செய்பவராக இருந்தால் கிரஹாம் எழுதிய இந்தப் புத்தகம்தான் உங்களுக்கு பைபிள், கீதை, குர்ஆன், திருக்குறள் எல்லாம்.

கிரஹாமுக்கும் பஃபட்டுக்கும் நடுவே பார்த்தவுடன் பற்றிக் கொள்ளும் கெமிஸ்ட்ரி இருந்தது. பெஞ்சமின் நடத்தும் பாடத்தில் அடிக்கடி குறுக்கிட்டுக் கேள்வி கேட்பதும் அதிகமாக விவாதிப்பதும் வாரன் மட்டுமே. மற்றவர்கள் வெறும் பார்வையாளர்களாக உட்கார்ந்திருப் பார்கள்.

கிரஹாம் வகுப்பில் மொத்தம் இருபது மாணவர்கள் இருந்தனர். அதில் பல பேர் வாரனைக் காட்டிலும் பல வருடம் மூத்தவர்கள். அதில் சிலர் ஏற்கெனவே வால் ஸ்ட்ரீட்டில் பணியாற்றினர். வால் ஸ்ட்ரீட் என்பது நியூ யார்க்கில் அமெரிக்காவின் பங்குச்சந்தைகள், அதில் வேலை செய்யும் தரகர்கள், பெரிய வங்கிகள் இருக்கும் தெருவின் பெயர். ஆசிரியர் கேட்கும் கேள்விகளுக்கு இந்த மூத்தவர்கள் யாராவது பதிலை உத்தேசித்து வைக்கும் முன்பாகவே, வாரன் கையைத் தூக்கிவிடுவார். சொன்ன பதில்களை கிரஹாம் அப்படியே 'சரி' அல்லது 'தவறு' என்று முத்திரை குத்தமாட்டார். அந்தப் பதில் சொல்வதற்குக் காரணமாக அமைந்தது எது என்றும், அந்த சிந்தனைக்கான பின்னணி என்ன

வென்றும் விசாரிப்பார். பிரபஞ்சத்தை வகுப்பறைக்குள் கொண்டு வர கிரஹாம் ஊக்குவிப்பார். அதை முழுமையாக அனுபவித்து உள்வாங்கிய ஒரே மாணவர் பஃபட் மட்டுமே.

மற்ற ஆசிரியர்கள், கோட்பாடுகளை மட்டும் விளக்கி அபாரமான அறிவை வெறும் ஏட்டுச் சுரைக்காய் அளவிலேயே நிறுத்தி வைத்திருந்தனர். ஆனால் கிரஹாம், சந்தையில் விற்பனையாகும் பங்குகளை மேற்கோள் காட்டி நிஜ வாழ்க்கை உதாரணங்களோடு விவரித்தார். விவரமான மாணவர்கள் தனது யோசனைகளைப் பயன்படுத்தி அபாரமாகப் பணம் சம்பாதித்து விடுவார்கள் என்பதை அவர் பொருட்படுத்தவில்லை. தனக்குத் தெரிந்த நுணுக்கம் எல்லாவற்றையும் சொல்லிக் கொடுத்தார். பணம் சேர்த்து சொத்துகளைக் குவிப்பதைக் காட்டிலும், நம்முடைய புத்திசாலித்தனத்துக்கு முதலீட்டுத் துறை விடுக்கும் சவாலை எதிர்கொள்வதே கிரஹாமுக்கு முக்கியமான விஷயமாகப் பட்டது.

அதீத புத்திசாலிகள் சாதாரண விஷயங்களில் அக்கறை செலுத்த மாட்டார்கள் என்கிற சட்டகத்துக்குள் கிரஹாமும் வந்தார். அவருக்கு ஞாபக மறதி அதிகம். பாடம் தொடர்பில்லாத மற்ற விஷயங்களில் பெரும் அக்கறை செலுத்தமாட்டார். சில நாள்களில் வெவ்வேறு நிறக் காலணிகளை இரு கால்களிலும் அணிந்து கல்லூரிக்கு வந்துவிடுவாராம். தூங்கும்போதுகூட தலையணைக்குப் பக்கத்தில் ஒரு நோட்டுப் புத்தகத்தை வைத்திருப்பார். அரைத் தூக்கத்தில் ஏதாவது நல்ல சிந்தனை தோன்றினால் அதில் குறித்து வைத்து அடுத்த நாள் வகுப்பில் வந்து விவாதிப்பார்.

கொலம்பியாவில் படிக்கும்போது, வாரன் கொடிகட்டிப் பறந்தார். கிரஹாம் வகுப்பில் A+ கிரேட் பெற்ற ஒரே மாணவர் அவர் மட்டுமே. வாரன் பஃபட் தனது இருபத்தொன்றாவது வயதில், கொலம்பியா பிசினஸ் ஸ்கூல் அளித்த பொருளாதார முதுநிலைப் பட்டம் பெற்று வெளியேறினார்.

வாரன், கல்வி என்பது பள்ளியிலும் கல்லூரியிலும் வாங்கும் பட்டத்தோடு நின்று விடுவதில்லை என்று நினைத்தார். பட்டம் பெற்ற பிறகு, மற்றவர்களுக்குக் கீழே கைகட்டிப் பணியாற்றுவதில் வாரன் பஃபட்டுக்கு ஆர்வமில்லை. யாருக்கும் அடிமையாக இருக்க அவர் விரும்பவில்லை. எனினும், தன் ஆசான் கிரஹாம் நடத்திவந்த 'கிரஹாம்-நியூமேன்' முதலீட்டு நிறுவனத்தில் வேலை கேட்டு நின்றார். சம்பளம்கூட வேண்டாம், உங்களோடு சேர்ந்து பணியாற்றும் அனுபவம் கிடைத்தால் போதும் என்று மன்றாடிக் கேட்டும் கிரஹாமின் அனுமதி கிடைக்கவில்லை.

கிரஹாம் வாரனைச் சேர்த்துக்கொள்ளாததற்கு சில காரணங்கள் இருந்தன.

கிரஹாம் யூத இனத்தைச் சேர்ந்தவர். அந்தக் காலகட்டத்தில் யூதர்கள் மீது வெறுப்பு பலமாக இருந்தது. மற்றவர்கள் யாரும் யூதர்களுக்கு வேலை அளிக்க முன்வரவில்லை. உதாரணத்துக்கு, மார்கன் ஸ்டேன்லி (Morgan Stanley) என்னும் நிதி நிறுவனம், 1963-ம் ஆண்டுவரை எந்த யூதரையும் பணிக்கு அமர்த்தவில்லை. எனவே, தனது நிறுவனத்தில் யூதர்களுக்கு மட்டும்தான் வேலை என்று கிரஹாம் திட்டவட்டமாகச் சொல்லிவிட்டார். வேறு வழியின்று அவர் சொல்வதை வாரனும் ஏற்றுக் கொண்டார்.

படிப்பு முடிந்ததும் எக்காரணத்தைக் கொண்டும் வால் ஸ்ட்ரீட் பக்கம் தலை வைத்துக்கூட படுக்கக்கூடாது என்று அப்பா ஹோவர்ட் கறாராகச் சொல்லிவிட்டார். பொருளாதார நெருக்கடிக் காலத்தில் வாழ்ந்து சிரமப்பட்டவர் அவர். ஏற்ற இறக்கம் நிறைந்த பங்குகளைக் காட்டிலும் நிலையான வருமானம் கிடைக்கும் தொழிலில் வாரனை ஈடுபடுமாறு அவர் சொன்னதில் நியாயம் இல்லாமல் இல்லை. ஆனால், அந்த அறிவுரையை வாரன் ஏற்றுக்கொண்டார் என்றா நினைக்கிறீர்கள்?

4 புதிய அவதாரம்

வேலைக்குச் சேர்த்துக்கொள்ள மறுத்தாலும் பெஞ்சமின் கிரஹாம் தன் மாணவனுக்கு நல்ல ஆலோசனைகள் வழங்கினார். நியூ யார்க் நகர வால் ஸ்ட்ரீட்டில் வேலைக்குச் செல்ல வேண்டாம் என்பது அவர் கொடுத்த முதல் ஆலோசனை. பங்குச்சந்தை படு வேகமாக உயர்ந்துவிட்டது. மீண்டும் அது கீழே இறங்கி வரும் வரை அதில் முதலீடு செய்ய வேண்டாம் என்று சொன்னது அவர் கொடுத்த இரண்டாவது ஆலோசனை.

DJIA குறியீடு என்பது நியூ யார்க் NYSE பங்குச்சந்தையில் விற்பனையாகும் 30 மிகப்பெரிய நிறுவனங்களின் பங்கு விலைகளைக் குறிக்கும் குறியீடு. (மும்பை பங்குச்சந்தையின் சென்செக்ஸ், தேசியப் பங்குச்சந்தையின் நிஃப்டி போன்று.) அறிமுகமான ஆண்டு தொடங்கி அன்றுவரை DJIA, 200 புள்ளிகளுக்குமேல் போனதில்லை. ஆனால், 1951-ல் 250 புள்ளிகளைத் தொட்டது. ஆகவே, வாரனை எச்சரிக்கையாக இருக்குமாறு கிரஹாம் வலியுறுத்தியிருந்தார்.

ஆசான் சொன்னதை அப்படியே வேத வாக்காக எடுத்துக் கொள்ளாமல், அதன் நிறைகுறைகளைச் சீர்தூக்கிப் பார்த்தார் வாரன். தனக்கென ஒரு வழியைத் தேர்வு செய்து கொண்டார்.

கிரஹாம் வேலை அளிக்க மறுத்தபிறகு, முன்பின் அறிமுகமில்லாத வேறு எவரையும் அவரால் எஜமானராக ஏற்றுக்கொள்ள முடியவில்லை. நியூ யார்க்கில் தொடர்ந்து இருக்காமல் ஒமாஹா திரும்பி வந்தார். அங்கே நெப்ராஸ்கா நேஷனல் பேங்க் தானாக முன் வந்து வேலை அளித்தது. ஆனால் அதை நிராகரித்து விட்டு, தந்தையின் பங்குச்சந்தை புரோக்கர் அலுவலகத்தில் விற்பனையாளராக வேலை செய்யத் தொடங்கினார்.

அதைக் கண்ட ஹோவர்டின் நண்பர் ஒருவர், 'பஃபட் - சன் எனப் பெயரிடப் போகிறீர்களா?' என்று கேட்டதற்கு, 'இல்லை, பஃபட் - ஃபாதர்' என்று பதில் சொன்னார் வாரன். எந்த விஷயத்திலும் வாரனுக்கு நகைச்சுவை உணர்வு கொஞ்சம் அதிகம்தான்.

'பங்குத் தரகர்' என்ற அவதாரம் ஒருபக்கம் இருக்க, இன்னொரு பக்கம் தான் ஏற்கெனவே சேர்த்து வைத்திருந்த பணத்தை முதலிட ஆரம்பித்தார். டெக்ஸாகோ கேஸ் ஸ்டேஷன் (Texaco gas station) நிறுவனத்தின் பங்குகளை வாங்கினார். ரியல் எஸ்டேட் சிலவற்றிலும் பணம் போட்டார். எனினும், அவை வாரன் எதிர்பார்த்த அளவுக்கு வளர்ச்சி அடையவில்லை.

★

ஒத்தைக்கு ஒத்தை வாதம் செய்வதானால் வாரனுக்கு அல்வா சாப்பிடுவது மாதிரி. ஆனால், கூட்டத்தில் பேசும்போது கை, கால் எல்லாம் உதற ஆரம்பித்துவிடும். இந்தப் பயத்தைப் போக்க வேண்டும் என்று வாரன் நினைத்தார். 'Dale Carnegie public speaking course' என்ற ஸ்பீக்கிங் கோர்ஸில் சேர்ந்தார். அதற்காக 100 டாலர் செலவு செய்தார்.

செலவு விஷயத்தில் வாரனைப் போன்ற ஒரு மனிதனை இந்த உலகில் பார்க்க முடியாது. அவரைக் கஞ்சன் என்று சொன்னால் அவரே ஒப்புக் கொள்ள மாட்டார். காரணம், கஞ்சன் என்றால் அதில் நான்கு எழுத்துகள் உள்ளதே! எனவே, கருமி என்று அழைக்கப்படுவதையே விரும்புவார். ஆனால், இந்த உலக மகாக் கருமிதான், தான் கஷ்டப் பட்டுச் சம்பாதித்தப் பணத்தை அப்படிச் செலவழித்தார். பேச்சுத் திறமையை வளர்க்க 100 டாலர் செலவழித்ததை வாரன் செலவாகப் பார்க்கவில்லை. ஒரு முதலீடாகத்தான் பார்த்தார். 'பேசும் போது முழங்கால் உதறாமல் இருப்பதற்காக, நான் அதில் சேரவில்லை. முழங்கால் நடுங்கும்போதுகூடப் பேசுவதற்குப் பழகவே சேர்ந்தேன்' என்று, அது பற்றி பிற்காலத்தில் சொன்னார்.

பொதுக் கூட்டத்தில் பேசும் திறமையை வளர்க்க வேண்டிய தேவை, இருபத்தொரு வயது பங்குத்தரகருக்கு ஏன் வந்தது? சிறப்பான தரகராகவோ அல்லது அருமையான முதலீட்டாளராகவோ ஆவதற்கு அந்தத் திறமை அவசியமே இல்லை. ஆனால், அதையும் கடந்த ஏதோ ஓர் உயரிய நோக்கம் அந்த வயதில் வாரனுக்கு இருந்தது. தான் சொல்வதை உலகமே காது கொடுத்துக் கேட்கும் நாள் வரும் என்று தீர்க்கதரிசியைப் போல உணர்ந்திருந்தார்.

ஸ்பீக்கிங் கோர்ஸில் கற்றத் திறமையை நடைமுறைப்படுத்த அதிக நாள் அவர் காத்திருக்கவில்லை. ஓமாஹாவில் அமைந்துள்ள நெப்ராஸ்கா

பல்கலைக்கழக மாலை நேர வகுப்புகளில் பாடம் நடத்தும் கூடுதல் பணியை ஏற்றுக்கொண்டார். ஏற்கெனவே பெஞ்சமின் கிரஹாமிடம் கிரகித்து வந்த ஆழமான அறிவும் சமீபத்தில் கைவரப் பெற்ற பேச்சுக்கலை தந்த தன்னம்பிக்கையும் ஒன்றுசேர்ந்து அவருக்குக் கைகொடுத்தன. அங்கே முதலீட்டுத் தத்துவம் (Investment Principles) என்ற பாடத்தைப் போதித்தார்.

இதில் வேடிக்கை என்னவென்றால், பாடம் நடத்தும் வாரனுக்கு இருபத்து சொச்சம் வயது. படிக்க வந்த மாணவர்கள் பலருக்கு முப்பது, நாற்பது. பல பேர் வாரனின் தந்தையைவிட மூத்தவர்களாக இருந்தனர். அந்த வகுப்பில் பெரும்பாலானவர்கள் மருத்துவர்களாக இருந்தனர். பொடியன் நமக்கு என்ன சொல்லிக் கொடுத்துவிடப் போகிறான் என்று முதல் நாள் வகுப்பில் ஏளனமாகப் பேசியவர்கள், வாரன் பேச ஆரம்பித்ததும் சொக்கிப் போனார்கள்.

மருந்து, வியாதி, சிகிச்சை என்று வாழ்க்கையைக் கழித்தவர்களுக்குப் பங்குகளைப் பற்றி சுவாரசியமாக வாரன் விளக்கினார். கிரஹாம் எழுதிய Intelligent Investor நூலை அடியொற்றி தத்துவங்களை விளக்கினார். வாழ்க்கைத் தத்துவங்களைப் பற்றிச் சின்னச் சின்ன கதைகளைச் சொல்லி விளக்கும் மத குருமாரின் பேச்சில் கட்டுண்டு கிடக்கும் பக்தகோடிகளைப்போல, வாரனின் பேச்சு அவர்களைக் கட்டிப் போட்டது.

பெஞ்சமின் தனக்குச் சொல்லிக் கொடுத்த அதே மாதிரி, வாரன் தனது மாணவர்களுக்குக் கற்றுத்தரவில்லை. என்ன பங்குகளை வாங்கலாம், விற்கலாம் என்று டிப்ஸ் அளிப்பது கிரஹாமுக்கு வாடிக்கை. ஆனால், வாரன் ஒருக்காலும் அதைச் செய்யவில்லை. மேலும், மற்றவர்கள் டிப்ஸ் கொடுத்தாலும் அதை அப்படியே நம்பி பங்குகளில் பணம் போட வேண்டாம் என்றும் அறிவுறுத்தினார். குறிப்பாக, பங்குத் தரகர்களிடம் ஜாக்கிரதையாக இருக்குமாறு எச்சரித்தார். இத்தனைக்கும் வாரன் ஒரு பங்குத்தரகராக இருந்தார். பொதுவில், வாரனின் அணுகுமுறை மிக, மிக வித்தியாசமாக இருந்தது.

பகலில் புரோக்கர் வேலை, மாலையில் ஆசிரியர் வேலை. இது தவிர வேறு ஒரு முக்கியமான வேலையிலும் மும்முரமாக ஈடுபட்டிருந்தார் வாரன். இருபத்தொரு வயதில் அரும்பு மீசை முளைத்த அத்தனை இளைஞர்களும் செய்கிற வேலைதான் அது.

வாரன் குடும்பம் வசித்த அதே பகுதியில் சூசன் தாம்ப்சன் என்ற பெண்ணைக் கண்டார். கண்ட மாத்திரத்திலேயே காதலில் விழுந்து விட்டார். ஆனால், பெண்களுக்குப் பிடிப்பதுபோல வசீகரமாகப் பேசி

மயக்குவது வாரனுக்கு மிகப் பெரிய விஷயமாக இருந்தது. எவ்வளவோ முயற்சி செய்த பிறகும் வாரன் மீது சூசனுக்கு ஈர்ப்பு ஏற்படவே இல்லை.

இரு குடும்பங்களும் அருகருகே வசித்தன. உளவியல் பேராசிரியரான சூசனின் தந்தை, ஒமாஹா நகர சபையில் முக்கியமான பொறுப்பு வகித்தார். ஹோவர்ட் பஃபட் செனட் தேர்தலில் போட்டியிட்டபோது, சூசனின் தந்தை அவருக்கு ஆதரவாகப் பிரசாரம் செய்தார். வாரனின் தங்கை ராபர்ட்டாவும் சூசனும் கல்லூரியில் தங்கிப் படித்தபோது அறைத் தோழிகளாகவும் இருந்தனர். என்றாலும், ஒரு பெண்ணின் மனத்தில் இடம் பிடிக்க இவையெல்லாம் போதவில்லை.

வாரன் புத்திசாலித்தனமாக நினைத்துக்கொண்டு பேசுவதும் கிண்டல் செய்வதும் சூசனுக்குச் சுத்தமாகப் பிடிக்கவில்லை. வாரன் தன் வீட்டுக்கு வரும் சத்தம் கேட்டவுடன் பின்கதவு வழியாகத் தப்பி ஓடிவிடுவார் சூசன்.

சூசன் இந்த மாதிரி தப்பி ஓடுவதற்கு இன்னொரு காரணமும் இருந்தது. மில்டன் பிரவுன் என்ற பையன் மீது சூசனுக்கு ஒரு கண். அம்மணி அந்தப் பையனின் நினைவில் பைத்தியமாக இருந்தார். பள்ளியில் படிக்கிற போதே அவர்களுக்குள் காதல் முளைத்திருந்தது. அது கல்லூரிவரை தொடர்ந்து கொண்டிருந்தது.

எனவே, மில்டனோடு போட்டி போட்டு ஜெயிப்பது வாரனுக்கு சரியாகப் படவில்லை. கொஞ்சம் வித்தியாசமாக அணுகினால் எல்லாப் பிரச்னைக்கும் தீர்வு உண்டு என்பது வாரனின் தியரி. சூசனை மடக்கு வதைவிட, அவரது தந்தையை மடக்குவது என்ற முடிவுக்கு வாரன் வந்தார். சூசனின் தந்தைக்கு மாண்டலின் என்ற இசைக் கருவிமீது மோகம் அதிகம். சின்ன வயதுமுதல் அதை வாசிப்பார். அதை எப்படியோ தெரிந்துகொண்ட வாரன், அதைக் கற்றுக் கொண்டு சூசனின் வீட்டுக்குச் சென்று வருங்கால மாமனாரோடு கூடச் சேர்ந்து வாசிப்பார். மாலை வேளைகளில் இரண்டு பேரும் இப்படி இசைக் கருவியோடு உறவாடிக்கொண்டிருக்கும்போது, சூசன் மில்டனோடு சேர்ந்து ஊர் சுற்றிக்கொண்டிருப்பார்.

உனக்கான வாய்ப்பு வரும்வரை பொறுமையாக இரு என்பது வாரனின் பாலிசி. எதிர்பார்த்தது போலவே சூசனின் அப்பா மனத்தில் வாரன் அசைக்க முடியாத இடத்தை வெகு விரைவில் பிடித்துவிட்டார். வாரனுடன் வெளியே செல்லுமாறு மகளை அப்பா கேட்கும் அளவுக்கு, காட்சிகள் மாறின. தந்தை சொல்லுக்காக சூசன் அதை ஏற்றுக்கொள்வார்.

ஒரு கட்டத்தில் மில்டனுக்கும் சூசனுக்கும் இடையில் விரிசல் ஏற்பட்டு உடைந்து போனது. காலப்போக்கில் மகள் மனத்தை அப்பா கரைத்து விட்டார். பழகிப் பார்த்தபிறகு வாரன் எவ்வளவு இனிமையானவர் என்பது சூசனுக்குப் புரிந்தது. இருவருக்கும் ஈர்ப்பு ஏற்பட்டது.

எதற்கெடுத்தாலும் எரிந்துவிழும் தன் அம்மா ஏற்படுத்திய விரக்தியால் பெண் சகவாசமே வேண்டாம் என்றிருந்த வாரன், இந்தப் பெண்ணிடம் தன்னை முழுமையாக ஒப்படைத்துச் சரணடைந்தார்.

1952-ம் ஆண்டு சூசனுக்கும், வாரனுக்கும் திருமணம் நடந்தது. மாதம் 65 டாலர் வாடகைக்கு ஒரு வீட்டைப் பிடித்து குடிபுகுந்தனர். பெரிய செல்வந்தராகப் போவதாக அடிக்கடி வாரன் கூறிவந்தாலும், அவரது வீடு மகாக் கேவலமாக இடிபாடுகளோடு காட்சியளித்தது. ஷூ அணிய எடுத்தால் அதற்குள்ளே இருந்து எலிகள் ஓடும். அந்த வீட்டிலேயே அவர்களின் முதல் குழந்தைப் பிறந்தது. வாரன் தன் மகளுக்கு மனைவியின் பெயரையே சூட்டினார். குழந்தையைக் 'குட்டி சூசி' என்று கொஞ்சுவார். மனைவியை 'பெரிய சூசி' என்று கொஞ்சுவார். கஞ்சத்தனத்தின் உச்சமாகத் துணி மடித்து வைக்கும் அலமாரியையே குழந்தைக்குப் படுக்கையாக மாற்றி தனிப் படுக்கை வாங்க வேண்டிய செலவை மிச்சப்படுத்தினார் வாரன்.

தந்தையின் தரகு நிறுவனத்தில் பத்திர விற்பனையாளராக வாரன் பணியாற்றியதால், பங்குகளையும் பத்திரங்களையும் ஆராய்ந்து மதிப்பிடும் அவருடைய திறமை அங்கே வீணாகிக் கொண்டிருந்தது. மிக அருமையான வாய்ப்பைக் கண்டறிந்தாலும் அதற்கு மிகச் சிறிய விற்பனை கமிஷன் மட்டுமே கிட்டியது. சில பேர் வாரன் கூறும் அறிவுரைகளை எல்லாம் பொறுமையாகக் கேட்டபிறகு, வேறு தரகர் மூலமாக அதே பங்குகளை வாங்குவர்.

இவ்வாறாக, ஒமாஹாவில் வாரனின் வாழ்க்கை ஓடிக்கொண்டிருந்த போது, திடீரென ஒருநாள் அதிர்ஷ்டம் வீட்டுக் கதவைத் தட்டியது. யூதர்களுக்கு மட்டும் வேலை கொடுப்பேன் என்ற கட்டுப்பாட்டைத் தளர்த்திவிட்டதாக பெஞ்சமின் கிரஹாம் 1954-ம் ஆண்டு வாரனுக்குச் செய்தி அனுப்பினார். விருப்பமிருந்தால் தன்னோடு இணைந்து பணியாற்றலாம் என்றும் அச்செய்தி தெரிவித்தது. வாய் திறந்து கேட்கும் முன்பாகவே ஆண்டுக்கு 12 ஆயிரம் டாலர் சம்பளம் என்றும் கிரஹாம் கூறினார். எதிர்பாராத நேரத்தில் எம்.எல்.ஏ. சீட் கிடைத்த அடிமட்டத் தொண்டன் மாதிரி இனம் புரியாத குதூகலத்தோடு ஒமாஹாவில் இருந்து நியூ யார்க்குக்கு அடுத்த விமானத்தில் வாரன், மனைவியோடும் மகளோடும் கிளம்பினார்.

5 சந்தைக்குச் செல்லும் வழி

பெஞ்சமின் கிரஹாம் வாரனின் குரு. ஆயிரம் பேரைத் தூக்கி வீசக்கூடிய திறமை ஒரு காளை மாட்டுக்கு இருந்தாலும், கொம்பு சீவிவிடாவிட்டால் வம்பாகத்தானே போகும்? தறிகெட்டு ஓடிய வாரன் என்னும் குதிரையை லாடம் கட்டி, ஒழுங்குப்படுத்தியது கிரஹாம்தான்.

கிரஹாம் பிறந்தது 1894-ம் வருடம், இங்கிலாந்தின் தலைநகர் லண்டனில். ஒரு வயதுக் குழந்தையாக இருந்தபோது, அவர் குடும்பத்தினர் அமெரிக்காவுக்கு வந்து நியூ யார்க் நகரில் குடியேறினர். பெஞ்சமினுக்கு ஒன்பது வயதானபோது, அவரது தந்தை மரணமடைந்தார். அவர்களது குடும்பப் பெயர் க்ராஸ்பாம் (Grossbaum). ஆனால், முதல் உலகப் போர் நடந்த சமயத்தில் (1914-1917) யூதர்கள் மீது வெறுப்பு உமிழக்கூடும் என்ற அச்சத்தில், பெயரை மாற்றி கிரஹாம் (Graham) என வைத்துக் கொண்டனர்.

கிரஹாமின் குழந்தைப் பருவம் சிரமம் நிறைந்ததாகவே இருந்தது. மிகச் சிறுவனாக இருந்தபோதே கிரஹாம் தன் தந்தையை இழந்திருந்தார். சேர்த்து வைத்திருந்த பணத்தை யெல்லாம் பங்குச்சந்தையில் போட்டு வைத்திருந்தார் கிரஹாமின் அம்மா. 1907-ம் வருடத்திய வீழ்ச்சியில் அத்தனை பணமும் அடித்துச் சென்றது.

சின்னச் சின்ன வேலைகளைச் செய்து தன்னைக் காப்பாற்றிக் கொள்ள வேண்டிய நிலைமை சிறுவனாகிய கிரஹாமுக்கு நீடித்தது. அதெல்லாம் படிப்பை எந்த விதத்திலும் பாதிக்கவில்லை. பள்ளிப் படிப்பை முடித்துவிட்டு கொலம்பியா பல்கலைக் கழகத்தில் சேர்ந்து அமோகமாகத் தேறினார். பட்டம் பெற்று முடித்த

சமயத்தில் அதே கல்லூரி ஆங்கிலம், கணிதம் மற்றும் தத்துவம் மூன்று துறைகளில் எதில் வேண்டுமானாலும் விரிவுரையாளராகச் சேருமாறு வாய்ப்பு வழங்கியது. ஆனால், அதைப் புறந்தள்ளிவிட்டு வால்-ஸ்ட்ரீட்டை நோக்கிச் சென்றார் கிரஹாம்.

அங்கு தனித்துவமாக பெஞ்சமின் கிரஹாம் கடைப்பிடித்த பாணி மற்றவர்களிடமிருந்து அவரை வேறுபடுத்தியது. பெரும்பாலும் பாதுகாப்பான அணுகுமுறையை அவர் மேற்கொண்டார். எனினும், 1929-ம் வருடத்திய வீழ்ச்சியில் அவரும் சிக்கிக் கொண்டார். ஆடிக் காற்றில் அம்மியே பறக்கிறபோது, உலக்கை மட்டும் செங்குத்தாக நின்று கொண்டா இருக்கும்?

கிரஹாம் செய்த மொத்த முதலீட்டில் 20 சதவிகிதம் காணாமல் போனது. 1930-ம் வருடம், (அதாவது வாரன் பிறந்த வருடம்) இதற்கு மேல் சரியாது என்ற நினைப்பில் கிரஹாம் கடனுக்குப் பணம் வாங்கி பங்குகளில் விட்டார். ஆனால், நிலைமை நாளுக்கு நாள் மோசமாகித்தான் வந்தது.

1932-ம் ஆண்டு வரை எந்தவிதமான பிடிமானமும் இல்லாமல் தொடர்ச்சியாகக் கீழே விழுந்துகொண்டே இருந்தது பங்குச்சந்தை. மொத்த முதலீட்டில் 70 சதவிகிதம் கோவிந்தாவாகி இருந்தது. ஏறத்தாழ திவாலாகி விட்டார் என்றே கூறலாம். அவரது மனைவி மறுபடியும் நடன ஆசிரியை வேலைக்குப் போனார். ஒருவழியாகத் தொழிலுக்கு முழுக்குப் போட்டுவிட்டுச் செல்லலாம் என்று கிரஹாம் நினைத்த போது, அவருடைய பார்ட்னர் ஜெரோம் நியூமேன் 75,000 டாலர் பணம் கூடுதலாகப் போட்டு நிறுவனத்தைத் தொடந்து நடத்த முன்வந்தார். அந்தக் காலகட்டத்தில் ஐந்து வருடங்கள் சம்பளமே வாங்காமல் கிரஹாம் பணியாற்றினார். இத்தகைய சித்திரவதைகளை எல்லாம் சகித்துக்கொண்டுதான், 1934-ம் வருடம் 'செக்யூரிட்டி அனாலிசிஸ்' என்ற புத்தகத்தை எழுதினார்.

நியூமேன் இவ்வாறு பணம் போட்டு சாகாமல் காப்பாற்றிய கிரஹாம்-- நியூமேன் நிறுவனத்தில்தான், 1954-ம் ஆண்டு வாரன் வேலைக்குச் சேர்ந்தார். யாரிடமும் கைகட்டிச் சேவகம் செய்ய மாட்டேன் என்பதில் உறுதியாக இருந்த வாரன், கிரஹாம் கூப்பிட்டவுடன் ஓடி வந்து விட்டாரே! அப்படி கிரஹாமிடம் வாரன் என்னதான் கண்டார்? அந்த இருவருக்கும் இடையே அப்படி என்னதான் உறவு?

வாரனை கிரஹாம் வசீகரிக்கக் காரணம், கல்லூரி நாள்களில் பங்குச் சந்தை பற்றி அவர் கற்றுக்கொடுத்த சூட்சுமங்கள்தான். தன் வாழ்க்கையே அந்தக் கொள்கைகளின் அடிப்படையில்தான் அமையப்போகிறது என்று உறுதியாக நம்பினார் வாரன்.

அந்தக் கொள்கைகள்தான் என்ன?

கிரஹாமின் கொள்கைகளில் மிக முக்கியமானது மார்ஜின் ஆஃப் சேஃப்டி (Margin of Safety). புரிந்துகொள்வதற்கு மிக எளிமையானது.

சிலர் இரவு எட்டு மணி ரயிலுக்கு டிக்கெட்டை முன்பதிவு செய்திருப் பார்கள். வீட்டிலிருந்து ஸ்டேஷனுக்கு ஆட்டோவில் போனால், அதிகபட்சம் 10 நிமிஷம்கூட ஆகாது என்கிற தூரத்தில்தான் இருப்பார்கள். என்றாலும் உஷாராக ஏழு மணிக்கே ஸ்டேஷனுக்குப் புறப்பட்டுவிடு வார்கள். ஏன் தெரியுமா? போகிற வழியில் எதிர்பாராமல் ஏதாவது போக்குவரத்து நெரிசல் ஏற்பட்டு அதனால் தாமதமானால் சமாளிப் பதற்காகக் கொஞ்சம் கால அவகாசம் தேவை அல்லவா? அதற்குத்தான் இந்த உஷார் நடவடிக்கை.

மனைவியோடு புடைவைக் கடைக்குள் நுழைகிறார் கணவர். 1,000 ரூபாய்க்குள் இரண்டு புடைவைகள்தான் என்று வீட்டை விட்டுப் புறப் படும்போதே சொல்லிவிட்டார். இருந்தாலும், எதற்கும் இருக்கட்டும் என்று 1,500 ரூபாய் எடுத்துச் செல்கிறார் அல்லவா? அதுதான் மார்ஜின் ஆஃப் சேஃப்டி. பங்கு முதலீட்டில் இந்தக் கொள்கையைத் தவறாமல் கடைப்பிடிக்குமாறு கிரஹாம் வலியுறுத்தினார்.

100 ரூபாய் மதிப்புள்ள ஒரு பங்கை 50 ரூபாய்க்கு வாங்குவதுதான் மார்ஜின் ஆஃப் சேஃப்டி. இதற்கு என்ன செய்ய வேண்டும்?

நீங்கள் எந்தப் பங்கை வாங்குவதாக இருந்தாலும், அதற்குமுன், ஒழுங்கு மரியாதையாக அந்த கம்பெனியின் பேலன்ஸ் ஷீட்டை முழுமையாக ஆராய வேண்டும். ஒரு பங்குக்கு என்ன மதிப்பு என்று தீர்மானிக்க வேண்டும். அப்படித் தீர்மானித்த மதிப்பைவிட, 25 அல்லது 30 சதவிகிதம் குறைவான விலைக்கு பங்குகள் விற்பனை ஆகின்றனவா என்று கணக்குப் போடவேண்டும். அப்படி அமைந்தால் மட்டுமே முதலீடு செய்ய வேண்டும். கிரஹாமின் முதலீட்டுத் தத்துவத்தின் மையப் புள்ளியாக இந்த மார்ஜின் ஆஃப் சேஃப்டி அமைந்தது.

பங்குச்சந்தையை எப்படி அணுகவேண்டும் என்பதை மிக எளிமையாகச் சொல்லிக்கொடுத்தார் கிரஹாம். அவர் சொன்ன மிஸ்டர் மார்க்கெட் பாலிசி பங்குச்சந்தை, உலகில் படுபிரபலம்.

கிரஹாமின் கருத்தின்படி, பங்குச்சந்தை என்பது நம்மைப் பணக்காரன் ஆக்குவதற்காகத் தோன்றிய சதுரங்க விளையாட்டு என்றோ அல்லது நம்மிடமிருக்கும் அத்தனை பணத்தையும் உருவி நம்மை ஓட்டாண்டி யாக்கும் சீட்டு விளையாட்டு என்றோ பார்க்கத் தேவையில்லை. பங்குச் சந்தையை நமக்குப் பரிச்சயமான நண்பர்போலப் பார்க்கப்

பழகிக்கொள்ளவேண்டும். அந்த நண்பருக்கு கிரஹாம் வைத்த கற்பனைப் பெயர்தான் 'திருவாளர் சந்தை'.

திருவாளர் சந்தை ஒவ்வொரு நாளும் தவறாமல் நம்மிடம் இருக்கும் பங்குகளை வாங்க விருப்பம் தெரிவிப்பார். அதற்கான விலையையும் சொல்வார். அதேபோல, அவரிடம் உள்ள பங்குகளை விற்கவும் விரும்புவார். அதற்கான விலையையும் சொல்வார்.

பங்குகளின் நிறுவனங்களும் அவற்றின் செயல்பாடுகளும் நிலையான வையாக இருந்தாலும், திருவாளர் சந்தை சொல்லும் விலை நாளுக்கு நாள் (ஏன் நிமிடத்துக்கு நிமிடம்கூட) மாறிக்கொண்டே இருக்கும்.

நண்பர் அடிக்கடி சஞ்சலப்படும் இதயம் கொண்டவர். சில சமயங்களில் நல்ல மனநிலையில் இருக்கும்போது, தான் வாங்க நினைக்கும் நிறுவனங்களுடைய எதிர்காலம் பிரகாசமாக மட்டுமே இருப்பதுபோல அவர் கண்களுக்குத் தெரியும். இது போன்ற சமயங்களில் நம்மிடம் இருக்கும் பங்குகளை வாங்க என்ன விலை வேண்டுமானலும் கொடுக்கத் தயங்க மாட்டார். அவரது பயமெல்லாம் தனக்குக் கிடைக்கும் லாபத்தை நாம் அபகரித்து விடுவோம் என்பது மட்டுமே. எப்பாடு பட்டாவது நமது பங்கைக் கைப்பற்றுவதே அவரது குறிக்கோளாக இருக்கும்.

வேறு சில சமயங்களில் மிகவும் சோர்வடைந்தவராகக் காட்சி யளிப்பார் திருவாளர் சந்தை. நிறுவனங்களுக்கும் உலகத்துக்கும் மிக மோசமான எதிர்காலம் மட்டுமே இருப்பதாகக் கருதுவார். நமது உடைமைகளை அவரிடம் தள்ளிவிட்டு விடுவோம் என்ற அச்சத்தில், மிக மிகக் குறைவான விலைகளையே பங்குகளுக்கு முன்வைப்பார். தனது பங்குகளை எவ்வளவு குறைவான விலையாயினும் பரவயில்லை என்று நம்மிடம் விற்றுவிட முயற்சி செய்வார்.

திருவாளர் சந்தை ஓர் உன்னதமான கொள்கை உடையவர். நாம் அவரை உதாசீனப் படுத்தினாலும் அதைப் பொருட்படுத்த மாட்டார். ஒரு குறிப்பிட்ட நாளில் அவர் குறிப்பிடும் விலை நமக்குச் சரிவரவில்லை என்றாலும், அடுத்த நாள் வேறொரு விலையுடன் வந்து நம் முன் நிற்பார்.

இவ்வாறான ஒரு நபருடன் தொழில் செய்வது, மிக எளிமையானது. நண்பர் உற்சாகம் இழந்து அழுதுவடியும் சமயங்கள் நமக்கு மிகவும் உகந்தவை. அந்த நேரத்தில் அவர் விற்க நினைக்கும் பங்குகளைக் குறைந்த விலைக்கு நாம் வாங்கிக் குவித்துவிடவேண்டும்.

அவர் உற்சாகமாக இருக்கும் மனநிலையும்கூட, நமக்குச் சாதக மானவைதான். அந்தச் சமயத்தில் அவர், நாம் விற்கும் பங்குக்கு என்ன

விலை சொன்னாலும் நல்ல பிள்ளையாக வாங்கிக்கொள்வார். இதுதான் சமயம் என்று நம்மிடம் இருக்கும் பங்குகளை அவர் தலையில் கட்டிவிடவேண்டும்.

ஆனால், ஒருபோதும் திருவாளர் சந்தை நம்மை வழிநடத்த அனுமதிக் கக்கூடாது. அவரது முட்டாள்தனமான அணுகுமுறையைக் கண்டு அவரை அலட்சியப்படுத்தலாம். அல்லது நமது நன்மைக்காகப் பயன் படுத்திக்கொள்ளலாம். அவருடைய வழிகாட்டுதலின்படி நடக்க ஆரம்பித்தால் அது அபாயம்.

திருவாளர் சந்தை விற்க நினைக்கும் விலையும் வாங்க நினைக்கும் விலையும் உங்களுக்குப் புரியவே இல்லையென்றால் அவரிடமிருந்து நீங்கள் விலகி நிற்பதே நல்லது. அதுதான் புத்திசாலித்தனம்!

பங்குச்சந்தையை எப்படிப் பார்க்க வேண்டும் என்று கிரஹாம் சொன்ன அணுகுமுறை அருமையாக இருக்கிறதா?

கிரஹாம் சொல்லிக்கொடுத்த இன்னொரு தத்துவம், 'சிகரெட் பஞ்சு' தத்துவம். மற்றவர்கள் குடித்துவிட்டுக் கீழே போட்டுச் செல்லும் சிகரெட் துண்டின் நுனியில் கொஞ்சம் புகையிலைத் தூள் ஒட்டிக் கொண்டிருக்கும். அந்த மாதிரி நிறைய சிகரெட் துண்டுகளைச் சேகரித்தால் செலவே இல்லாமல் சுகமாக ஒரு சிகரெட் அடிக்கலாம். அடிப்படையில் பார்த்தால் துண்டு பீடி பொறுக்கும் சமாசாரம்தான்.

அதுபோலப் பல நிறுவனங்களின் பங்குகள் நாதியின்றி அடிமாட்டு விலைக்குச் சில சமயங்களில் கிடைக்கும். அவற்றை அவ்வப்போது தேர்ந்தெடுத்தாலே நல்ல லாபம் கிடைக்கும். கிரஹாமின் சீடர் ஷ்லாஸ் என்பவர் இந்தத் தத்துவத்தைக் கண்ணும் கருத்துமாகக் கடைப்பிடித்து பல ஆயிரம் டாலர்களைச் சம்பாதித்தார். ஆனால், வாரனைப் பொறுத்த வரை அதுவும் ஒரு டெக்னிக், அவ்வளவுதான்.

பங்குகளை ஆராய்வதற்கு எளிமையான, அனைவராலும் பின்பற்றக் கூடிய யோசனைகளை மட்டுமே தெரிவித்தார் கிரஹாம். கம்பெனியின் உள்விவகாரங்களைத் தெரிந்து கொண்டு முதலீடு செய்வதை, கிரஹாம் ஊக்குவிக்கவில்லை. அப்படியெல்லாம் செய்வது பாமர முதலீட்டாளர் களுக்குச் செய்யும் துரோகம் என்பது அவருடைய வாதம்.

கிரஹாம் போதித்ததும் நடைமுறை வாழ்வில் செய்து காட்டியதுமான பல கோட்பாடுகளில் ஒன்றை மட்டும் வாரன் மறக்கவே இல்லை. 'கூட்டம் உன்னுடன் உடன்படவில்லை என்பதற்காக, உன் கருத்து சரியென்றோ தவறென்றோ ஆகிவிடாது' என்பதே அது. கூட்டத்தோடு சேர்ந்து அவர்கள் கூறுவதை அப்படியே ஏற்றுக்கொள்ளத்

தேவையில்லை என்ற கிரஹாமின் பாடம், வாரனைச் செம்மைப் படுத்தியது. 'எனக்கு நம்பிக்கை இல்லாத செயல்களில் ஈடுபடுமாறு யாரும் என்னை வற்புறுத்த முடியாது. அப்படிச் வற்புறுத்தினாலும் நான் அதைக் கேட்க மாட்டேன்' என்று சொல்வார் வாரன். முழுமையான சுதந்தரம் என்பதற்கான செய்முறை விளக்கம் இதுதான்.

குருநாதர் வேலைக்கு அழைத்ததில் வாரனுக்கு மட்டற்ற மகிழ்ச்சி. அமெரிக்கப் பொருளாதாரத்தின் முக்கியமான காலகட்டம் அது. பழைய தலைமுறையைச் சேர்ந்தவர்கள், 1930-ம் ஆண்டில் ஏற்பட்டது போன்ற இன்னொரு பெருஞ்சரிவை எதிர்நோக்கிய பயத்துடனே இருந்தனர். இளைய தலைமுறையினர் பங்குச்சந்தையை நோக்கி வந்திருக்கவில்லை. பிரபலமான மேலாண்மைக் கல்லூரியில் பயின்று பட்டம் பெறும் மாணவர்களில் 3 சதவிகிதத்தினர் மட்டுமே வால் ஸ்ட்ரீட்டில் பணியாற்ற முன்வந்தனர்.

நியூ யார்க் வந்ததும் புறநகர்ப் பகுதியில் வீடு பார்த்து வாரன் தன் மனைவியோடு குடியேறினார். அவரது தந்தை ஹோவர்ட் பஃபட் அப்போது பணம் கொடுத்து உதவ முன்வந்தார். அதை மறுத்த வாரன், அவரிடம் கடனாகக்கூடப் பெற்றுக்கொள்ளவில்லை. பூஜ்ஜியத்தில் ஆரம்பித்து சுயமாகவே சம்பாதிக்க வேண்டும் என்ற ஆர்வமும் தன்னம்பிக்கையும் வாரனிடம் நிறைந்திருந்தது.

மேலும், சட்ட விரோதமாகக் குறுக்குவழியில் பணம் சம்பாதிக்க, அவர் என்றைக்குமே நினைத்ததில்லை. வருகிற வருமானமும் சேர்க்கிற சொத்துக்களும் நேர்மையான வகையில் அமைய வேண்டும் என்று விரும்பினார். 'இதையெல்லாம் அரசாங்கத்திடம் கணக்குக் காட்டத் தேவையில்லை' என்று உடன் பணியாற்றிய சிலர் சொன்னாலும்கூட வாரன் கட்டாயமாக வருமான வரி செலுத்துவார்.

நியூ யார்க் வந்த வருடமே வாரன்-சூசன் தம்பதியினருக்கு இரண்டாவது குழந்தைப் பிறந்தது. முதலாவது பிறந்த பெண் குழந்தைக்கு, மனைவியின் பெயரையே வைத்த வாரன், இரண்டாவதாகப் பிறந்த ஆண் குழந்தைக்கும் சிறப்பான ஒரு பெயரைச் சூட்ட விரும்பினார். தந்தை ஹோவர்ட் பெயரையும், குருநாதர் கிரஹாம் பெயரையும் ஒன்றாகச் சேர்த்து ஹோவர்ட் கிரஹாம் பஃபட் என்ற பெயரைத் தேர்ந்தெடுத்தார்.

கிரஹாம்-நியூமேன் நிறுவனத்தில் மொத்தம் ஆறேழு பேர் வேலை செய்தனர். வாரனுக்கும் வால்டர் ஷ்லாஸ் (Walter Schloss) என்பவருக்கும் சேர்த்து ஒரு சிறு அறை ஒதுக்கப்பட்டிருந்தது. வாரனைவிட, ஸ்லாஸுக்குக் கூடுதல் வயது. முறையான கல்லூரிப் படிப்பு ஒன்றும்

கிடையாது. ஆனால், பெஞ்சமின் கிரஹாமின் தீவிர பக்தர். அவரது புத்தகத்தைப் படித்துவிட்டு, மாலை நேர விரிவுரை ஒன்றில் மயங்கி, அவர் பின்னாலேயே வந்தவர். அப்படி வந்து வேலைக்குச் சேர்ந்தவர்.

அவர்கள் பணியாற்றிய கிரஹாம்-நியூமேன் நிறுவனம், ஒரு பரஸ்பர நிதியாகச் செயல்பட்டது. கூட்டாளிகள் மற்றும் பங்குதாரர்கள் சார்பாக நிதியை நிர்வகிப்பது அதன் பொறுப்பு. எப்படிப்பட்ட பங்குகளை வாங்க வேண்டும் என்பதில் அங்கே சில வரையறைகள் இருந்தன. அவற்றில் முக்கியமானது கிரஹாம் வகுத்தது. மூலப்பொருள், பாதி தயாரான பொருட்கள், உற்பத்தியான சரக்கு மற்றும் பணம் அல்லது உடனடியாகப் பணமாக மாற்றக்கூடிய பொருட்கள் ஆகியவற்றை உள்ளடக்கிய அசையும் சொத்துக்களின் மொத்த மதிப்பில் மூன்றில் இரண்டு பங்கு விலைக்குக் கிடைக்கும் கம்பெனிகளைத் தேடிக் கண்டு பிடிப்பதே அந்த வரையறையின் சுருக்கம். அசையும் சொத்துக்களையே 33 சதவிகிதம் தள்ளுபடியில் வாங்கினால், எஞ்சியுள்ள அசையாத சொத்துக்கள் இலவசமாகக் கிடைத்ததுபோல.

இந்த எளிமையான தத்துவத்தை மைய இழையாகக் கொண்டு, அந்த நிறுவனம் செயல்பட்டது. வாரன் பஃபட் Standard & Poor's Stock Guide இதழை மேய்ந்து கொண்டிருப்பார். வாரனைப் போலவே மற்ற ஊழியர்களும் சல்லடைப் போட்டுத் தேடுவார்கள். மேற்சொன்ன எல்லைக்குள் ஏதாவது கம்பெனியைக் கண்டறிந்தால், அதைப்பற்றி கிரஹாமிடம் எடுத்துச் செல்வார்கள். இன்னொரு முதலாளியான ஜெர்ரி நியூமேனுக்கு அருகில்கூடப் போக மாட்டார்கள். நியூமேனோடு ஒப்பிடு கையில், கிரஹாமை நெருங்குவது இலகுவானது. கிரஹாம் எளிதில் எரிச்சலடையாதவராக இருந்ததே அதற்குக் காரணம். அப்படி அவர்கள் கொண்டுசெல்லும் நிறுவனங்களை மேற்கொண்டு பார்த்துவிட்டு வாங்கலாமா, வேண்டாமா என்று கிரஹாம் முடிவு செய்வார்.

உண்மையைச் சொல்லப் போனால், பெஞ்சமின் கிரஹாமிடம் விளக்கிச் சொல்லிய பிறகுதான், முதலீடு செய்வதற்கு அவர் மனம் வைப்பார் என்ற அவசியமே ஊழியர்களுக்கு இருக்கவில்லை. அவருக் கென்று ஒரு வாய்ப்பாடு இருந்தது. அதோடு பேலன்ஸ் ஷீட் ஒத்து வந்தால் சரியென்பார். இல்லையென்றால் இல்லை. அவ்வளவே.

தனது சித்தாந்தத்தில் அவர் கொஞ்சம்கூடச் சமரசம் செய்துகொள்ள வில்லை. நிறுவனம் எந்தத் துறையில் இயங்குகிறது, என்ன மாதிரியான பொருட்களைத் தயாரிக்கிறது, நிர்வாகம் நேர்மையாகவும் திறமை யாகவும் உள்ளதா என்பது போன்ற சப்ஜெக்டிவான விஷயங்களுக்கு முக்கியத்துவம் அளிக்கமாட்டார். அவருக்கு வேண்டியதெல்லாம்

யாராலும் கண்டுகொள்ளக்கூடிய அப்ஜெக்ட்டிவான சமாசாரங்கள் மட்டுமே.

ஆனால் வாரன் வெறும் கணக்கு வழக்குகளை மட்டும் நோக்காமல், ஒரு நிறுவனம் தன் போட்டியாளர்களைவிடச் சிறப்பாகச் செயல்படுவதற்கு எது உதவுகிறது என்ற காரணிகளையும் ஆராய முற்பட்டார். கிரஹாம் மற்றும் வாரனின் முதலீட்டுச் சித்தாந்தங்களுக்கு இடையே அவ்வப்போது வேறுபாடு தோன்றினாலும் தனிப்பட்ட முறையில் ஒருவர்மீது ஒருவர் நன்மதிப்பும் அளவற்றப் பிரியமும் கொண்டிருந்தனர்.

அதிபுத்திசாலித்தனமாக யோசித்து மண்டையைப் பிய்த்துக் கொள்ளாமல் எளிமையான அணுகுமுறையைக் கடைப்பிடித்து முதலிடுவதை கிரஹாம் விரும்பினார். மிகவும் சிக்கலான, நுணுக்கமான டெக்னிகல் ஆய்வுகளை அவர் மறுத்து ஒதுக்கிவிட்டார். ஆடை அலங்காரங்களையும் நாகரிகத்தையும் போல, அடிக்கடி மாறாமல் காலங்காலமாக நீடித்து நிலைக்கக்கூடிய ஒரு சித்தாந்தத்தை வகுத்தார். அதன் அடியொற்றியே தன் முதலீடுகளைச் செய்தார்.

நம்மால் பொறுமையாகக் காத்திருக்க இயலுமானால், நிலையான முதலீடு பெருஞ்செல்வத்தை ஈட்டித் தரும். அதைவிட முக்கியமாக, தற்போது உள்ளதைக் காட்டிலும் ஏழையாக ஆக்காது. நிலையான முதலீட்டுச் சித்தாந்தம் ஒன்றைப் பின்பற்ற வேண்டும் என்பதில் வாரனுக்கு மாற்றுக் கருத்து இல்லை. வாரன், கிரஹாம் இருவருமே நிலையான கொள்கையைப் பின்பற்றினர். ஆனால், அந்தச் சித்தாந்தம், எதுவெனத் தீர்மானிப்பதில் மட்டுந்தான் முரண்பாடு.

ஒரு நிறுவனத்தை ஆராய்ந்து அது உற்பத்தி செய்யும் பொருட்களைப் பற்றி விளக்கிச் சொன்னால், கிரஹாமுக்கு சலிப்பு ஏற்பட்டுவிடும். அவரைப் பொறுத்தமட்டில் அதெல்லாம் தேவையில்லாத விஷயங்கள். மிகுந்த ஆர்வத்தோடு ஊழியர்கள் விவரித்தால், ஜன்னலுக்கு வெளியே பார்க்க ஆரம்பித்துவிடுவார்.

கம்பெனியின் தரத்தைப் பற்றிக் கவலையே படாமல் வெறும் கணித வாய்ப்பாடுகளை மட்டும் வைத்துக்கொண்டு பணியாற்றுவதன் குறைகள் பற்றி, வாரன் பலமுறை கிரஹாமிடம் வாக்குவாதம் செய்திருக்கிறார். என்றாலும் கிரஹாம் இல்லாமல் வாரன் இல்லை. படுகுழிகளும் பயங்கரங்களும் ஆட்கொல்லிகளும் நிறைந்த குழப்பமான நகரமான பங்குச்சந்தைக்குள் சென்று வர, வாரனுக்கு 'மேப்' போட்டுக் கொடுத்தது கிரஹாம்தான்.

ஒரு நிறுவனத்தின் பங்கு விலை அதன் வெளிப்படையான சொத்து மதிப்பைவிடக் குறைவாகக் கிடைக்கிறது என்றால், அதில் ஏதாவது

பிரச்னை இருக்கலாம் என்பதை ஃபிஷர் மூலமாக வாரன் உணர்ந்து கொண்டார். மோசமான நிர்வாகம், நலியும் தொழில், மாறும் வாடிக்கையாளர் தேவை என எந்த வடிவத்தில் வேண்டுமானாலும் அந்தப் பிரச்னை அமையலாம். மேலும், வெறும் பேலன்ஸ் ஷீட்டை மட்டும் நோக்கிச் செய்யப்படும் முதலீட்டு வட்டத்துக்குள், அருமை யான சில நிறுவனங்கள் வராது என்றும் வாரன் நம்பினார்.

பொருளாதாரத் தேக்க நிலையின்போது அடிபட்டதனால் கிரஹாம் பாதுகாப்பான வழிமுறையைக் கடைப்பிடித்தார். ஆனால் வாரன், ஓரளவு ரிஸ்க் எடுப்பதில் தவறில்லை என்று நினைத்தார். ரிஸ்க் என்றால் கண்மூடித்தனமாகப் பணத்தைப் போடுவதல்ல. ஒரு காலைத் தரையில் வலுவாக ஊன்றி இன்னொரு காலைத் தண்ணீரில் விட்டு ஆழம் பார்க்கும் 'கால்குலேட்டட் ரிஸ்க்'கை எடுக்க நினைத்தார் வாரன்.

வழக்கம்போல, கிரஹாம்-நியூமேனில் வாரன் நிறுவனங்களை ஆராய்ந்து கொண்டிருக்கும்போது, பிலடெல்ஃபியா நகரில் செயல்பட்டு வந்த ஹோம் புரடெக்டிவ் என்ற இன்ஷூரன்ஸ் கம்பெனி கண்ணில் பட்டது. அதன் பங்குகளை 11 டாலருக்கு விற்பதற்கு ஒரு தரகர் முன் வந்தார். ஆனால், அதைப்பற்றிய விவரங்கள் பத்திரிகைகளிலோ பங்குச்சந்தையிலோ கிடைக்கவில்லை. எனவே, வழக்கமாக மதிப்பிடும் கருவிகளை வைத்து அந்த கம்பெனியை வாரனால் கணிக்க இயலவில்லை. இருப்பினும், ஹாரிஸ்பர்க் நகரில் அமைந்துள்ள பென்சில்வேனியா மாகாண இன்ஷூரன்ஸ் அலுவலகத்துக்குச் சென்று, போதுமான விவரங்களை வாரன் சேகரித்து வந்தார். அப்படிச் சேகரித்த எண்கள், ஹோம் புரடெக்டிவ் வாங்குவதற்கு உகந்த நிறுவனம் என்று அவரைத் திருப்திப்படுத்துவதாக அமைந்தன.

இருந்தாலும், ஜெர்ரி நியூமேனிடம் அதைப் பற்றித் தகவல் தெரிவித்த போது, யோசனை நிராகரிக்கப்பட்டது. (கிரஹாமிடம் சொல்லி யிருந்தாலும் அவரும் ஏற்றுக்கொண்டிருக்க மாட்டார். நியூமேன் மட்டும் எப்படி ஒப்புக் கொள்வார்?) ஆயினும், வாரன் பஃபட்டும் அங்கு வேலை செய்த நாப் (Knapp) என்ற ஊழியரும் தங்கள் சொந்தக் கணக்கில் அந்தப் பங்குகளை வாங்கினர். வாங்கி வைத்த சில நாள்களிலேயே அந்தப் பங்கின் விலை 70 டாலராக உயர்ந்தது.

முதலாளியிடம் எடுத்துச் சொல்லி அவர்கள் வாங்காமல் விட்ட பிறகு, பஃபட் தனக்காக வாங்கி லாபம் சம்பாதித்த சம்பவங்கள் நிறையவே நடந்தன. ஆனால், அதைக் கண்டு கிரஹாம் என்றுமே வருத்தமோ பொறாமையோ கொண்டதில்லை. அவற்றில் நியூ பெட்போர்ட் (New Bedford) நகரில் அமைந்திருந்த யூனியன் ஸ்ட்ரீட் ரயில்வே கம்பெனியும் ஒன்று. அதன் பங்கு 40 டாலருக்கு

விலையானது. அதேசமயம் அந்த கம்பெனியில் மற்ற அசையும், அசையாத சொத்துக்களை எல்லாம் தவிர்த்துவிட்டுப் பார்த்தால், வெறும் பணம் மட்டுமே ஒரு பங்குக்கு சுமார் 120 டாலர்வரை இருந்தது. வாரன் மகிழ்ச்சியில் துள்ளிக் குதித்தார். ஓடோடி வந்து அதைக் கூறியபோது, கிரஹாம் ஆர்வம் காட்டவில்லை. வாரன் துணிச்சலாகத் தன் பெயரில் வாங்கிவைத்தார். அதிலும் நல்ல லாபம் கிடைத்தது வாரனுக்கு.

ஜெராக்ஸ் கம்பெனி நகலெடுக்கும் இயந்திரங்களைத் தயாரித்து பெரும் புரட்சியைப் பரப்பிக் கொண்டிருந்தது. பஃபட் அதன் பங்குகளை வாங்க விரும்பினார். அதற்கும் கிரஹாம் ஒப்புதல் அளிக்கவில்லை.

அதை விட இன்னொரு லாட்டரி, ராக்ஃபோர்ட் - கம்பெனி என்ற சாக்லெட் நிறுவனத்தில் கிடைத்தது. அந்த கம்பெனியிடம் நிறைய பீன்ஸ் (Cocoa beans என்ற சாக்லெட்டில் போடும் கொட்டை) ஸ்டாக் குவிந்திருந்தது. பொது மக்களிடம் புழங்கும் பங்குகளைத் திரும்ப வாங்கும் யோசனை நிறுவனத்துக்கு உதித்திருந்த காலம் அது. அப்படி வாங்கும்போது பணம் கொடுத்துப் பங்குகளைப் பெறாமல், கிடங்கில் சேர்ந்திருந்த பீன்ஸ் சரக்கை வழங்குவதென்று முடிவானது. இதில் என்ன வேடிக்கை என்றால், பங்கு விலையைக் காட்டிலும் அதன் மூலமாகப் பெற முடிந்த பீன்ஸ் விலை அதிகம்.

இதைக் கண்ட வாரன், ஒரு திட்டம் தீட்டினார். முதலில் பங்குகளைப் பொதுமக்களிடம் வாங்குவார். அவற்றை அப்படியே எடுத்துச் சென்று, ராக்ஃபோர்ட் கம்பெனியிடம் கொடுத்துவிட்டு, அதற்குப் பதிலாகக் கிடங்கிலிருந்து பீன்ஸை எடுத்துக்கொள்ளும் சீட்டைப் பெற்றுக் கொள்வார். அந்தச் சமயத்தில் பீன்ஸ் விலை அமோகமாக நிலவியது. கம்பெனி அளித்த கிடங்கு உரிமைச்சீட்டை நேராகக் கொண்டுசென்று அங்காடியில் விற்றுவிடுவார். அருமையான லாபம் சேரும். மறுபடியும் அந்தப் பணத்தைக் கொண்டு பங்குகளை வாங்க வேண்டியது, அதை பீன்ஸாக மாற்றி, அதை மீண்டும் பணமாக்கி.... இப்படிப் பலமுறை செய்தார் வாரன்.

இந்த வியாபாரத்தில் வாரனுக்குக் கொள்ளை லாபம். பல வாரங்களுக்கு இதை இடைவிடாமல் செய்தார். அவருக்கு ஏற்பட்ட ஒரே செலவு லோக்கல் ரயிலுக்கு ஆன கட்டணம் மட்டுமே.

இரண்டு வெவ்வேறு சந்தைகளில் நிலவும் விலையின் சமமற்ற தன்மையைப் பயன்படுத்தி லாபம் சம்பாதிக்கும் இந்தக் கலைக்கு, ஆர்பிட்ராஜ் என்று பெயர். கிரஹாம்-நியூமேன் அலுவலகத்தில் வெகுவாக ஊக்குவிக்கப்பட்ட செயல்முறையாக அது திகழ்ந்தது.

இருந்தாலும்கூட, முதலாளியைவிட, வாரன் இந்தக் கொள்கையை நன்றாகப் பயன்படுத்தினார் என்பதே நிஜம்.

வாரன் குருவையே மிஞ்சிய சிஷ்யன். என்றாலும், ஓர் ஆசானாக, முதலாளியாக, தேவை நேரும்போதெல்லாம் ஆலோசனை அளிக்கும் வழிகாட்டியாக, உற்ற நண்பனாக வாரன் பஃபட் வாழ்க்கையில் விளங்கினார் கிரஹாம். கிரஹாமின் யோசனையைப் பின்பற்றிப் பலர் பணம் ஈட்டியிருக்கிறார்கள். எத்தனையோ பேருக்கு அவர் ஏணியாக விளங்கினார்.

ஆனால், 1976-ம் வருடம் கிரஹாம் இறந்தபோது, அவரது சொத்து மதிப்பு வெறும் 3 மில்லியன் டாலர் மட்டுமே. அதைவிடப் பல மடங்கு பணம் வாரனிடம் அப்போது சேர்ந்திருந்தது. பணம் என்பது ஊர் உலகத்துக்கு வேண்டுமானால் முக்கியமான விஷயமாக இருக்கலாம். ஆனால், அவர்கள் இருவரும் பணத்தை ஒரு பொருட்டாகவே நினைக்கவில்லை.

கிரஹாம்-நியூமேன் முதலீட்டு நிறுவனத்தின் சந்தை மதிப்பு, பங்கு ஒன்றுக்கு 1,000 டாலராக இருந்தபோது 1,200 டாலர் வரை விலை கொடுக்க மக்கள் தயாராக இருந்தனர். கிரஹாம் நினைத்திருந்தால், அவரது முதலீட்டுத் தொழிலை அபாரமாக விரிவாக்கம் செய்திருக்க முடியும். செல்வத்தை வாரிக் குவித்திருக்கலாம். ஆனால், பணம் சம்பாதிப்பது அவரது முதன்மையான நோக்கமாக இருக்கவில்லை. முதலீட்டில் பணத்தை இழக்காமல் காப்பதை நோக்கமாகவும் அதை நடைமுறைப் படுத்தி உதாரணமான ஒரு வாழ்க்கையை வாழ்ந்து காட்டவுமே அவர் விரும்பினார்.

ஒருநாள் வாரனை மதியச் சாப்பாட்டுக்கு வெளியே அழைத்துச்சென்ற கிரஹாம் இப்படிச் சொன்னார். 'வாரன், பணம் நம்மிடம் எந்த ஒரு மாற்றத்தையும் ஏற்படுத்தாது. நாம் இதே மாதிரித்தான் இருப்போம். நமது மனைவிகள் வேண்டுமானால் சொகுசான வாழ்க்கைக்கு மாறுவார்கள்.'

வருமானமும் கையிருப்பும் கூடினாலும் வாரன் காசை எண்ணி எண்ணிச் செலவு செய்தார். 1950-ம் வருடம் 9,800 டாலராக இருந்த வாரனின் மூலதனம், 1956 சமயத்தில் 140,000 டாலராகப் பெருகியது. அதாவது ஆண்டுக்கு சராசரி 56 சதவிகித வளர்ச்சி. கிரஹாம்-நியூமேன் நிறுவனத்தின் முதலீடு 1945 முதல் 1956 வரை ஆண்டுக்குச் சராசரியாக 17.4 சதவிகிதம் வளர்ந்தது. கு-க குறியீடு கூட, ஏறத்தாழ அதே அளவு கூடியிருந்தது. எனவே, கிரஹாமின் சாதனை ஓரளவு நல்ல வளர்ச்சி என்றாலும் குறியீட்டையோ அல்லது வாரனின் தனிப்பட்ட

சாதனையையோ மிஞ்சிய அமோகமான வளர்ச்சி என்று சொல்வதற்கில்லை.

அப்போது பெஞ்சமின் கிரஹாமுக்கு அறுபத்தொரு வயது. மிச்ச மிருக்கும் காலத்தைத் தனிமையில் கழிக்க அவர் ஆசைப்பட்டார். எனவே, கிரஹாம்-நியூமேன் நிறுவனம் கலைக்கப்பட்டது. அவரிடம் பணியாற்றியவர்கள் எல்லாம் தத்தமது திசையில் பயணித்தனர். தாய்க்கூட்டைவிட்டு வெளியேவந்து முழுவீச்சில் தன்னுடைய முதலீட்டுச் சரித்திரத்தை எழுதுவதற்கு வாரன் ஆயத்தமான சமயமும் அதுதான். அடுத்த நடவடிக்கையாக மறுபடியும் ஓமாஹாவுக்கு ரயிலேறினார்.

கிரஹாம், மனத்துக்கு நிறைவு தரும் ஆசிரியர் வேலைக்கு மீண்டும் சென்றார். கலிஃபோர்னியா பல்கலைக்கழகம் அவரை ஈர்த்துக் கொண்டது. லாஸ் ஏஞ்சல்ஸ் நகரில் வாத்தியார் வேலையோடு தனக்குப் பிடித்த எழுத்துப் பணிகளைச் செய்து எஞ்சிய காலத்தைக் கழிக்கலானார் கிரஹாம்.

6 ஒரு பங்கு நூறு டாலர்

மே முதல் தேதி 1956-ம் ஆண்டு வாரன் பஃபட்டுக்கு இருபத்தைந்து வயது எட்டு மாதம். அவர் கையில் 140,000 டாலர் சேர்ந்திருந்தது. அந்தக் காலத்தில் ஒரு சராசரி அமெரிக்கக் குடிமகன் அவ்வளவு பணத்தைச் சேகரிக்க குறைந்தது மூன்று தலைமுறையாவது பிடித்திருக்கும். படித்து முடித்துவிட்டு ஒரு வேலையில் சேர்ந்து அவ்வப்போது அரசியல் செய்து தன்னை நிலைநிறுத்திக்கொள்ள பெரும்பாலானவர்கள் போராடுகிற வயதில், தேவைக்கு மிஞ்சிய செல்வம் வாரனிடம் சேர்ந்திருந்தது.

வேறொருவராக இருந்தால் இதுவே போதுமென்று வாழ்க்கையை உல்லாசமாக அனுபவிக்கத் தொடங்கியிருப்பார்கள். நவீன ரக சொகுசுக் கார்களில் சுற்றியிருப்பார்கள். பூ போட்ட ஆரஞ்சு நிறச் சட்டை அணிந்துகொண்டு, ஹவாய் கடற்கரையில் தென் அமெரிக்க அழகிகளோடு மார்கரிட்டா பருகியபடி மயங்கிக் கிடந்திருப்பார்கள்.

ஆனால், வாரனுக்கு அது மாதிரியான எண்ணம் அறவே இல்லை. அவரைப் பொறுத்தவரை வாழ்க்கையே அப்போது தான் தொடங்குவதாகக் கருதினார். தந்தை அலுவலகத்தில் வேலை செய்தாகிவிட்டது. கிரஹாமை முதலாளியாக ஏற்றுக் கொண்டு சில காலம் உழைத்தாகிவிட்டது. போதும். இனிமேல் வேறு யாருக்குக் கீழேயும் வேலை பார்க்கவேண்டாம். தானே சுயமாக நிதி நிர்வாகத் தொழிலில் இறங்குவதென்று தீர்மானித்தார் வாரன்.

தீர்மானித்தப் பிறகு வாரன் என்ன செய்தார் என்று தெரிந்து கொள்வதற்கு முன்பு, நிதி நிர்வாகம் என்றால் என்ன? அது எவ்வாறு செயல்படுகிறது என்பதை மேலோட்டமாகத் தெரிந்து

கொள்வது நல்லது. அதிலும் குறிப்பாக, பரஸ்பர நிதிகள் (Mutual funds) செயல்படும் விதம் பற்றி அறிந்து கொள்வது அவசியம்.

முதலீட்டாளர்களிடம் இருந்து வசூலாகும் பணத்தைப் பங்குகளில் முதலிட்டு லாபம் சம்பாதித்துக் கொடுக்க நடத்தப்படும் ஒரு முதலீட்டுத் துறைதான் பரஸ்பர நிதி. இதை நடத்துகிறவர்கள் ஒன்று பங்குச் சந்தையைக் கரைத்துக் குடித்தவர்கள் அல்லது குடித்ததாக நினைத்துக் கொள்பவர்கள். இப்படி நமது சார்பாகப் பணத்தைத் திறம்பட நிர்வகித்து முதலீடு செய்து பெருக்க ஒரு குறிப்பிட்ட சதவிகிதத்தைக் கூலியாக எடுத்துக்கொள்வார்கள். செலுத்தப்பட்ட முதலீடு நன்றாக வளர்ந்தால், முதலீட்டாளர்களுக்கு லாபம். சரிந்தால் நஷ்டம். ஆனால், நிதி நிர்வாகிகள் மட்டும் ஏற்கெனவே நிர்ணயமான கூலியை மறக்காமல் எடுத்துக் கொள்வார்கள்.

சுமார் பத்துப் பேரை மட்டும் வேலைக்கு வைத்து பத்தாயிரம் கோடியை நிர்வகிக்கும்போது, பரஸ்பர நிதி நிர்வாகத்தினர் எடுத்துக்கொள்ளும் தொகை, சுமார் இருநூறு கோடிக்கும் அதிகம். ஒரு நிதித் திட்டம் லாபம் சம்பாதித்தாலும் நஷ்டம் அடைந்தாலும் இவர்களுக்குக் கணிசமாகப் பணம் கிடைக்கும். எந்த ஆட்சியாக இருந்தாலும் தனக்குச் சரியாக கட்டிங்ஸ் வருகிறதா என்பதில் மட்டுமே குறியாக இருக்கும் வட்ட, மாவட்டச் செயலாளர்களின் மனநிலையில்தான் இந்த நிர்வாகிகளும் இருப்பார்கள்.

ஏறத்தாழ அத்தனை பரஸ்பர நிதி நிறுவனங்களும் இப்படியே இயங்குகின்றன. பரஸ்பர நிதி என்பது, முழுக்க முழுக்க அமெரிக்கக் கண்டுபிடிப்பு. மதுபான உற்பத்தியில் கிடைக்கும் லாபத்தைவிட, பரஸ்பர நிதியை நடத்துவதில் கிடைக்கும் லாபம் அதிகம். எனவேதான், உலகம் முழுக்கத் தினமும் ஒரு புதிய பரஸ்பர நிதி நிறுவனம் உதயமாகிறது.

ஆனால் வாரன் நிதி நிர்வாகத்தில் இறங்கியபோது, கூட்டத்திலிருந்து விலகி தனக்கென்று ஒரு தனிப் பாதையை வகுத்தார். அவரிடம் பணம் கொடுத்து முதலிடச் சொல்லும் நபர்களுக்கு, ஆண்டுக்கு 4 சதவிகித லாபம் உறுதி. அவர் பங்குகளில் பணம் போட்டு மொத்தமாகக் காணாமல்போனாலும், 100 டாலர் முதலீடு செய்தவர்களுக்கு வருடக் கடைசியில் நூற்று நான்கு டாலர் எப்படியும் கொடுத்துவிடுவார். அதேசமயம் 4 சதவிகிதத்துக்கு மேல் எவ்வளவு லாபம் கிடைக்கிறதோ, அதில் முக்கால்வாசி முதலீட்டாளர்களுக்கு, கால்வாசி வாரனுக்கு.

நம்மிடம் 100 டாலர் உள்ளது. அதை யாரிடமாவது கொடுத்து நிர்வகிக்கச் சொல்கிறோம். முதலில் பரஸ்பர நிதி நிர்வாகியை

எடுத்துக் கொள்வோம். அவர் முதலீடு செய்த பணம் பாதி குறைந்து விட்டால், வருடக் கடைசியில் அவர் கட்டணமாக 2 டாலர் பணத்தையும் கழித்துக்கொண்டு, வெறும் 48 டாலர் மட்டுமே கொடுப்பார். லாபம் என்றாலும் நஷ்டம் என்றாலும் நிதி நிர்வாகிக்கு 2 டாலர் நிச்சயமாக உண்டு.

அப்படி இல்லாமல் அவர் செய்த முதலீடு லாபமும் நஷ்டமும் அடையாமல் அப்படியே இருப்பதாக வைத்துக் கொள்வோம். அப்போதும் அந்த நிதி நிர்வாகி 2 டாலர் எடுத்துக் கொள்வார். நாம் கொடுத்த 100 பணம் 98 டாலராகக் குறைந்துவிடும்.

இதற்கு மாறாக, நாம் முதலீடு செய்து இரண்டு மடங்காக அதிகரித்து விடுகிறது என்று வைத்துக் கொள்வோம். அப்போதும் நிதி நிர்வாகிக்கு 2 டாலர் கிடைக்கும். நமக்கு 198 டாலர் கிடைக்கும்.

அதே நூறு டாலரை வாரனிடம் கொடுத்து நிர்வகிக்கச் சொல்கிறோம். மேலே சொன்ன மூன்று சூழ்நிலைகளில் நமக்கு என்ன நேர்ந்திருக்கும் என்று கவனிக்கலாம். முதல் இரண்டு சூழ்நிலைகளிலும் 104 டாலர் கைக்கு வந்துவிடும். மூன்றாவது சூழலில் முதலீடு இரட்டித்தாலும், நமக்கு 176 டாலர் மட்டுமே கிடைக்கும். ஆனால், முதல் இரண்டு சூழலில் வாரனுக்கு முறையே 54 மற்றும் 4 டாலர் இழப்பு ஏற்படும். மூன்றாவதில் மட்டும் 24 டாலர் லாபம் சம்பாதிப்பார். ஒரு வகையில் பார்த்தால், இழப்பு ஏற்பட்டால், தானே முன்வந்து ஏற்றுக்கொள்ளும் இன்ஷூரன்ஸ் மாதிரி வாரன் செயல்பட்டார். அத்தகைய காப்பீட்டுக்கு பிரீமியமாகவே அதிக லாபத்தில் கால் பங்கை எடுத்துக்கொண்டார்.

வாரனின் இந்தத் திட்டம், கவர்ச்சிகரமாக அமைந்தது. மொத்தமாக ஏழு பேர் சேர்ந்து 105,000 டாலரை அவரிடம் அளித்தனர். அதில் வாரனின் அக்கா டோரிஸ், அக்கா கணவர் மற்றும் டீச்சர் அத்தை ஆகியோர் முக்கியமானவர்கள். ஏனையவர்களும் வாரனின் உறவினர்களாக அல்லது நண்பர்களாகவே அமைந்தனர். திரட்டிய பணத்தோடு தன்னுடைய சொந்தக் காசு 100 டாலரையும் போட்டு மே மாதம் ஐந்தாம் தேதி மாலை ஒரு நிதிக் குவியத்தை ஏற்படுத்தி, அந்தக் கூட்டமைப்புக்கு பஃபட் அசோசியேட்ஸ் லிமிடெட் என்று பெயரிட்டார்.

அவர் சுதந்தரத்தை மதித்துப் போற்றும் மனிதர். ஆகையால் கூட்டாளிகளுக்கு இரு நிபந்தனைகள் மட்டும் விதித்திருந்தார். என்ன பங்குகளை வாங்கவேண்டும் அல்லது வாங்கக்கூடாது என்பதுபற்றி யாரும் ஆலோசனை சொல்லக்கூடாது. கட்டாயப்படுத்தவும் கூடாது. அதே போல, பங்குகளில் செய்யும் வியாபாரம் குறித்து கூட்டாளிகள் துருவித் துருசி ஆராயக்கூடாது.

எந்தப் பங்குகளை வாங்குகிறோம் என்கிற விவரங்களை ரகசியமாக வைத்திருக்க விரும்பினார் வாரன். தான் முதலீடு செய்த நிறுவனங்களைப் பற்றிய செய்தி வெளியே கசிந்தால், மற்றவர்கள் அந்தப் பங்குகளை வாங்கக்கூடும். அதனால், விலை உயர்ந்து தன்னால் தொடர்ச்சியாக வாங்கிச் சேகரிக்க முடியாமல் போகலாம் என்ற நியாயமான காரணத்தையும் மற்றவர்களுக்குச் சொன்னார்.

எனினும், முதல் வருடம் முடிவதற்கு முன்பாகவே அவர்களது திறமையான நிர்வாகத்தைக் கேள்விப்பட்ட வேறு சிலரும் வாரனிடம் தங்கள் பணத்தைக் கொண்டுவந்து தந்தனர். அவர்களுக்காக மேலும் இரண்டு பார்ட்னர்ஷிப்களை அவர் உருவாக்கினார். அதனால் அவர் நிர்வகிக்கும் முதலீடு 300,000 டாலரைக் கடந்தது. அவை அனைத்தையும் பராமரிக்கும் ஒரே ஆள் வாரன் மட்டுமே.

எள் என்றால் எண்ணெய் என்று யோசிக்கும் மூளை வாரனுடையது. ஒரு விஷயம் பற்றி சிறு தகவல் கிடைத்தால், அதன் விளைவு எப்படிப் பட்டதாக இருக்கும் கண் மூடித் திறப்பதற்குள் கணித்துவிடுவார்.

ஒருமுறை கிரஹாம்-நியூமேனில் உடன் பணியாற்றிய டாம் நேப், பஃபட்டைச் சந்திக்க ஓமாஹாவுக்கு வந்திருந்தார். விஸ்கான்சின் மாகாணத்தின் ஓர் ஊரில் பெஞ்சமின் கிரஹாம் உரையாற்றப் போவதைக் கேள்விப்பட்டு, இரண்டு பேரும் காரில் கிளம்பினர். அப்படிச் செல்லும்போது, பேச்சுவாக்கில் டாம் கூறிய ஒரு செய்தி வாரனைப் பரவசமாக்கியது.

அந்தக் காலத்தில் யுனைடெட் ஸ்டேட்ஸ் போஸ்ட் ஆபீஸில் நான்கு சென்ட் மதிப்புள்ள நீலக் கழுகு அஞ்சல் தலைகள் (Blue Eagle stamp) மிகவும் பிரபலம். ஆனால் அவற்றின் புழக்கம் கூடிய விரைவில் நின்று போகும் என்ற தகவலை டாமிடமிருந்து அறிந்துகொண்டார் வாரன். மிகவும் அழகான அந்த அஞ்சல் தலை, சிறிது காலத்தில் அரிதான சங்கதியாக மாறப்போவது அவர் கண்ணுக்குத் தெளிவாகத் தெரிந்தது.

வெற்றியாளன் வித்தியாசமான வேலைகளைச் செய்வதில்லை. ஆனால், மற்றவர்கள் செய்யும் அதே வேலைகளை வித்தியாசமாகச் செய்வான் என்று கூறுவார்கள். வாரனும் அப்படித்தான் செய்தார்.

போகும் வழியெல்லாம் கண்ணில் படுகிற அஞ்சல் நிலையத்தில் வண்டியை நிறுத்தி எத்தனை ஸ்டாம்ப்கள் கிடைக்கின்றனவோ, அத்தனையையும் வாங்கி விடுவதென இருவரும் சேர்ந்து ஒரு யோசனை செய்தனர். மொத்தமாக 12,000 டாலர் மதிப்புள்ள அஞ்சல் தலைகளை வாங்கினார்கள். அதன்பிறகு ஸ்டாம்ப் சேகரிப்பைப் பொழுதுபோக்காகக் கொண்ட ஆர்வலர்கள் தானாகத் தேடி வந்து பல

மடங்கு விலை கொடுத்து அவற்றை இவர்களிடம் வாங்கிச் சென்றது வரலாறு.

அதேபோல, நேஷனல் அமெரிக்கன் ஃபயர் இன்ஷூரன்ஸ் (National American Fire Insurance) கம்பெனியும் குறிப்பிட்டுச் சொல்ல வேண்டிய ஒன்று. 1920-களின் பிற்பகுதியில் அந்த நிறுவனத்தின் பங்குகள் நெப்ராஸ்கா மாகாணத்தின் நாட்டுப்புற விவசாயிகளுக்கு விற்கப் பட்டன. அதை அவர்களே மறந்து போயிருந்தனர். பஃபட் பார்ட்னர் ஷிப்பின் ஆரம்ப வருடங்களில் அந்த இன்ஷூரன்ஸ் கம்பெனியை நடத்தி வந்த சகோதரர்கள், பிற பங்குதாரர்களிடமிருந்து பங்குகளைத் திரும்ப வாங்கும் திட்டத்தை அறிவித்தனர். ஒவ்வொரு பங்குக்கும் 50 டாலர் என்று அறிவிக்கப்பட்டது.

கம்பெனியின் வருமானத்தைக் கணக்கிட்டுப் பார்த்த வாரன், 50 டாலர் என்பது அடிமாட்டு விலை என்பதைப் புரிந்துகொண்டார். பங்குச் சந்தையில் பட்டியலிடப்படாத பங்கு இது என்பதால், என்ன விலைக்கு விற்பது என்று ஏழைக் குடியானவர்களுக்குத் தெரியவில்லை. கிடைத்த பணத்துக்கு நிறுவனத்திடமே திரும்ப ஒப்படைத்தனர்.

மக்களிடமிருந்து இந்தப் பங்கை வாங்க நினைத்தார் வாரன். ஆனால், இந்தப் பங்கை எப்படி வாங்குவது? யாரிடம் சென்று கேட்பது என்ற குழப்பம் அவரைக் கவ்வியது. குறைந்தபட்சம் பங்குதாரர்கள் யாரென்ற விவரம் கிடைத்தாலாவது நேரில் போய் பேரம் பேசிப் பார்க்கலாம் என்ற எண்ணத்தில் கம்பெனி நிர்வாகத்தை அணுகி, பங்குதாரர் பட்டியலைத் தருமாறு மனு போட்டார். பங்கைத் திரும்ப வாங்கும் கம்பெனிக்காரர்கள் விவரம் இல்லாதவர்களா என்ன? வாரனின் மனுவைப் படித்துப் பார்த்து ஆத்திரமடைந்து அடித்துத் துரத்தி விட்டனர்.

அடுத்த கட்டமாக களத்தில் இறங்குவது என்ற முடிவுக்கு வந்தார் வாரன். நெப்ராஸ்கா மாநிலம் முழுவதும் காரில் சுற்றி வாங்கலா மென்று தன் வழக்கறிஞரைத் துணைக்கு அழைத்தார். பைத்தியக்காரத் தனமாகத் தோன்றினாலும், ஏதோ ஓர் ஆர்வத்தில் அவரும் சம்மதித்தார். அவர்களின் கார் நெப்ராஸ்காவின் மூலை முடுக்கெல்லாம் பறந்தது.

வாரன் கையில் 100 டாலர் தாள் பறந்தது. 'ஒரு பங்குக்கு நூறு டாலர்', 'ஒரு பங்குக்கு நூறு டாலர்' என்று கூவிக்கூவி அழைத்தார். காடு, மேடு, நாடு, நகரம், வீதி, தெரு, சந்து, பொந்து எல்லாம் அலைந்து திரிந்து அந்த இன்ஷூரன்ஸ் கம்பெனியில் பத்து சதவிகிதம் பங்குகளை வசப்படுத்தினார். அப்படி ஒன்றுசேர்த்தவற்றை மறுபடியும் விற்ற போது, ஒரு லட்சம் டாலருக்கு மேல் லாபம் கிடைத்தது வாரனுக்கு.

ஆறு இலக்கத்தை ருசி பார்க்க வைத்த முதல் வியாபாரம் என்ற வகையில் வாரன் முதலீட்டு ஏணியில் மிக முக்கியமான படி இது.

★

ஓமாஹாவில் வாரனின் புகழ் காட்டுத் தீ போலப் பரவியது. அதே வேகத்தில் சூசனுக்கு மூன்றாவது குழந்தையும் பிறந்தது. 1957-ம் ஆண்டு பிறந்த அந்தக் குழந்தைக்கு பீட்டர் என்று பெயரிட்டனர். குடும்பத்தில் எண்ணிக்கை ஒன்று கூடியது. அதே வருடம் வாரன் நிர்வகித்த பார்ட்னர்ஷிப்களின் எண்ணிக்கை இரண்டு கூடியது. வாரன், மொத்தம் ஐந்து கூட்டமைப்புகளைக் கவனிக்க ஆரம்பித்தார். கரணம் தப்பினால் மரணம். முதலீடு லாபம் கொடுக்கவில்லை என்றால் கைக்காசைக் கொடுத்தல்லவா சமாளிக்க வேண்டும். ஆகவே, கூடுதல் கவனம் செலுத்த ஆரம்பித்தார்.

குடும்பம் பெரிதான காரணத்தினால் இனிமேல் வாடகை வீட்டில் தங்குவது சரியல்ல என்பதை உணர்ந்த பஃபட் தம்பதியினர் ஐந்து படுக்கையறை கொண்ட ஒரு வீட்டை 31,500 டாலர் தொகைக்கு வாங்கினர். கடைந்தெடுத்த கருமியான வாரன், தன் வாழ்நாளிலேயே செய்த ஒரேயொரு மிகப் பெரிய செலவு இதுதான். வீட்டுக்கு 'பஃபட்டின் மூடத்தனம்' எனப் பெயர் வைத்தார்.

அவர் எட்டிய வளர்ச்சி, பிரமிப்பு ஏற்படுத்துவதாக அமைந்தது. எனினும், கண் மூடித்தனமான சூதாட்டத்தில் அவர் ஈடுபடவில்லை. 1958-ம் வருடத்தில் மட்டும் பணம் 41 சதவிகிதம் உயர்ந்தது. மூன்று வருடம் முடிவதற்குள்ளாக ஆரம்ப முதலீடு இரண்டு மடங்காகப் பெருகியது.

1959-ம் வருடம் வாரன் நிர்வகித்த பார்ட்னர்ஷிப்களின் எண்ணிக்கை ஆறாக உயர்ந்தது. மேலும், அவர் வாழ்வில் மற்றொரு முக்கியமான நிகழ்ச்சி நடந்தது. சார்லஸ் டி மங்கர் (செல்லப்பெயர் சார்லி) என்ற வழக்கறிஞரை ஒரு பொது நண்பர் மூலமாக அறிய நேர்ந்தது அந்தச் சமயத்திலேதான். மங்கர் ஓமாஹாவில் பிறந்து கலிஃபோர்னியாவில் வக்கீல் வேலை செய்து வந்தார். அவரது தாத்தா நீதிபதி; தந்தை வழக்கறிஞர். மகன் சார்லஸ் மங்கர் ஹார்வர்ட் சட்டக் கல்லூரியில் பயின்றவர். சிறு வயதில் வாரனின் தாத்தாவுடைய மளிகைக் கடையில் வேலை பார்த்தவர். விவரம் தெரியாத அந்த வயதில் ஒன்றிரண்டு முறை வாரனும் மங்கரும் சந்தித்திருக்கிறார்கள், அவ்வளவுதான்.

பார்வைக்குக் கோமாளித்தனமான முகபாவம் கொண்டவர்போலத் தோன்றினாலும் சார்லி மிகுந்த புத்திக்கூர்மை உடையவர். எல்லா விஷயத்தையும் பகுத்தறிந்து சீர்தூக்கிப் பார்க்கும் ஆற்றல் படைத்தவர்.

தாங்கள் இருவரும் ஒரே அலைவரிசையில் இருப்பதாக அவர்கள் நினைத்தனர். தவிர, இருவருக்கும் நகைச்சுவை உணர்வு அதிகம். பார்த்த உடனே இனம் புரியாத ஒரு பிணைப்பு வாரனுக்கும் சார்லிக்கும் நடுவே பற்றிக் கொண்டது.

சார்லியின் புத்திக்கூர்மையைப் புரிந்துகொண்ட வாரன், வக்கீல் வேலையில் திறமையை வீணடிக்காமல் நிதி நிர்வாகத்தில் இறங்குமாறு ஆலோசனை சொன்னார். சந்தித்த முதல் நாளே இருவரும் மணிக் கணக்கில் பேசினார்கள். பேச்சு சுவாரஸ்யத்தில் சார்லியின் கையில் இருந்த மதுபானக் கோப்பை ஒருமுறைகூடக் காலியாகவில்லை. அவ்வளவு மும்முரமான அரட்டை.

பெரும்பாலான நேரங்களில் ஆலோசனை தேவையற்றவராக வாரன் இருந்தார். பிற்காலத்தில் வாரனை அறிவுபூர்வமாக வழி நடத்திச் செல்லக்கூடிய ஒரே ஆள் சார்லி மட்டுமே. மலிவான பங்குகளை வாங்க வேண்டும் என, கிரஹாமிடம் கற்ற பாடத்தை வாரன் தளர்த்துவதற்கு மிக முக்கியமான உந்துசக்தியாக இருந்தது சார்லிதான். மரணப்பிடியில் தவிக்கும் நிறுவனங்களை சொற்ப விலைக்கு வாங்குவதைக் காட்டிலும், அருமையான நிறுவனங்களை மிதமான விலைக்கு வாங்குவது சிறந்தது என்ற மாற்றுச் சிந்தனையை வாரனுக்குள் துளிர்விடச் செய்தவர் சார்லி.

சார்லி மறுபடியும் கலிஃபோர்னியாவுக்குச் சென்றபிறகும்கூட இருவரும் நாள் தவறாமல் போனில் உரையாடுவார்கள். சாப்பாட்டு நேரத்தில்கூட விடுவதில்லை. உணவுக்கு அழைக்க வந்து பார்க்கும் குட்டி சூசி, 'ஆரம்பிச்சிட்டாங்கய்யா ஆரம்பிச்சுட்டாங்க' என்று அலுத்துக்கொண்டே போவது தினசரி நடக்கும் நிகழ்ச்சியானது.

1960-களின் தொடக்கத்தில் ஏழு முதலீட்டு பார்ட்னர்ஷிப்களை ஒற்றை ஆளாகக் கவனித்தார் வாரன். Buffett Associates, Buffett Fund, Dacee, Emdee, Glenoff, Mo&Buff, Underwood என்பவையே அந்த ஏழு பார்ட்னர்ஷிப்கள்.

லட்சங்களில் இருந்து மில்லியன்களுக்கு உயர்ந்தார் வாரன். 1961-ல் ஒரு காற்றாலை நிறுவனத்தில் மட்டும் ஒரு மில்லியன் டாலருக்கு மேல் முதலீடு செய்தார். அந்தக் காலத்தில் பரபரப்பான செய்தியாக அது அமைந்தது.

என்ன பங்குகளில் முதலீடு செய்தார் என்ற விவரத்தை எவ்வளவு அழுத்திக் கேட்டாலும் வெளிப்படுத்தாத வாரன், 1961-ல் மொத்த முதலீட்டில் 35 சதவிகிதம் ஒரே ஒரு கம்பெனியில் மட்டும் உள்ளது என்ற செய்தியைக் கூட்டாளிகளுக்குத் தெரிவித்தார். அது சான்பார்ன் மேப் (Sanborn Map) கம்பெனி. மூன்று வருடத்துக்கு முன்பாகவே ஓசையில்லாமல் அந்த நிறுவனப் பங்குகளை வாங்கிக் குவித்து வைத்திருந்தார்.

சான்பார்ன் மிகவும் பிரபலமாக விளங்கிய மேப் தயாரிக்கும் நிறுவனம். ஒரு காலத்தில் செழிப்பாகத் திகழ்ந்த மேப் பிசினஸ், சோர்ந்து போனது. எனினும், அந்த நிறுவனம் சிறப்பாகச் செயல்பட்ட சமயத்தில் பிற நிறுவனங்களில் அமோகமாக முதலீடு செய்து வைத்திருந்தது. அத்தகைய முதலீட்டின் மதிப்பு மட்டும் ஒரு பங்குக்கு 65 டாலராக ஏறியிருந்ததை வாரன் கவனித்தார்.

ஆனால், நலிந்துகொண்டிருக்கும் தொழிலில் ஈடுபடும் காரணத்தினால் அந்த நிறுவனத்தின் பங்குகள் வெறும் 45 டாலர் மட்டத்தில் மலிவாக விற்றன. கிரஹாம் சொல்லிக் கொடுத்த வாய்ப்பாட்டில் அப்படியே பொருந்துகிற முதலீடாக அது தோன்றியது.

குருநாதரின் அடியொற்றி 1958, 1959 நெடுகிலும் சான்பார்ன் பங்குகளை வாங்கிச் சேகரித்த வண்ணமே இருந்தார். என்றாவது ஒருநாள் பங்கு விலையானது, அதன் மதிப்பை நோக்கி மேலே வரும் என்ற கிரஹாமின் மந்திரத்தை உறுதியாக நம்பியபடி காத்திருந்தார். ஆனால், விலை உயர்வதற்கான அறிகுறியே தென்படவில்லை. அதன் இயக்குனர்கள் வெறும் நானூறு பங்குகளை மட்டுமே வைத்திருந்தனர். மொத்தமாக ஒரு லட்சத்துக்கும் மேற்பட்ட பங்குகள் புழக்கத்தில் உலவின. சமீப காலமாகப் பங்குதாரர்களுக்கு அளிக்கும் டிவிடென்ட் தொகையை ரத்து செய்வதை வாரன் கண்டார். அதே நேரம் இயக்குனர்களின் ஊதியம் மட்டும் கூடியது. கம்பெனியின் பிற முதலீடுகள் அபாரமாக இருந்தன. இருப்பினும், முதலீட்டாளர்களிடம் பகிர்ந்தளிக்க நிர்வாகம் விரும்பவில்லை.

இதெல்லாம் வாரனுக்குக் கலக்கத்தையும் கோபத்தையும் ஏற்படுத்தியது. அந்த நிறுவனம் முதலீடு செய்த தொழிலை விற்று லாபத்தைப் பங்குதாரர்களிடம் கொடுக்க வேண்டுமென்று நிர்வாகத்திடம் வலியுறுத்தினார். நிர்வாகம் அதை ஏற்றுக்கொள்ள மறுத்துவிட்டது.

வாரனது பார்ட்னர்ஷிப் ஏற்கெனவே அந்த நிறுவனத்தில் 35 சதவிகிதம் பங்குகளை வாங்கியிருந்தது. விரக்தி அடைந்த பிற பங்குதாரர்களும் வாரனுடன் சேர்ந்துகொண்டு கோஷம் போட ஆரம்பித்தனர். தொழிலாளர்களின் செல்வாக்கோடு ரஜினிகாந்த் யூனியன் தலைவர் ஆகிற மாதிரி, பிற பங்குதாரர்களின் ஆதரவோடு அந்த நிர்வாகத்தின் இயக்குனர் பதவியை அடைந்தார் வாரன். முதலீடுகளை எல்லாம் விற்று பிரித்தளித்தார். அவர் செய்த முதலீடு ஐம்பது சதவிகிதம் லாபம் பெற்றுத் தந்தது.

முதல் ஐந்து வருடத்தில் வாரன் செய்த முதலீடு 251 சதவிகிதம் வளர்ச்சி அடைந்தது. அந்தச் சமயத்தில் டவ் ஜோன்ஸ் குறியீடு 74.3 சதவிகிதம் மட்டுமே உயர்ந்தது. 1962-ம் ஆண்டு வாக்கில் அவர் ஆளுகையின்கீழ்

7,200,000 டாலர் சொத்து சேர்ந்திருந்தது. அவரது தனிப்பட்ட செல்வம் ஒரு மில்லியன் டாலரைக் கடந்திருந்தது.

முப்பது வயதில் மில்லியனர் ஆகாவிட்டால் உயரமான கட்டடத்தின் உச்சியில் இருந்து குதித்துச் சாவதாக சவால் விட்டாரே வாரன், ஞாபகம் இருக்கிறதா? முப்பத்தொரு வயதும் சில மாதங்களும் ஆனபோது, அந்தச் சாதனையை நிகழ்த்திக் காட்டினார்.

முப்பது வயதில் மில்லியனர் ஆவேன் என்று சொன்னார். ஆனால் 31 வயதில்தானே ஆனார் என்று குறுக்குக்கேள்வி கேட்கக்கூடாது. அவர் வீடு வாங்கியதற்கு ஆன செலவு மற்றும் பார்ட்னர்ஷிப் தொடங்கும் போது இருந்த பணத்தில் நூறு டாலர் போக மிச்சம் என எல்லா வற்றையும் சேர்த்துக் கணக்கிட்டால், முப்பது வயதில் சொல்லி வைத்தாற்போல இலக்கை எட்டிப் பிடித்திருப்பார். அவர் வாரன் பஃபட் அல்ல, பலே பஃபட்!

★

வாரன், முதலீட்டு வட்டாரத்தில் மிகவும் பிரபலமான மனிதராக ஏற்கெனவே ஆகிவிட்டிருந்தார். அமெரிக்காவின் பல பகுதிகளையும் சேர்ந்த தொண்ணூறு கூட்டாளிகள் அவரிடம் பணம் கொடுத்து வைத்திருந்தனர். மொத்தம் ஏழு பார்ட்னர்ஷிப்களைக் கவனித்து வந்தவர், அவை அனைத்தையும் ஒன்று திரட்டி பஃபட் பார்ட்னர்ஷிப்ஸ் லிமிடெட் என்ற பெயரில் ஒன்றாக மாற்றினார். அதில் இணைவதற் கான குறைந்தபட்சத் தொகையை இருபத்தைந்தாயிரத்தில் இருந்து ஒரு லட்சம் டாலராக உயர்த்தினார்.

கூடவே இன்னொரு காரியமும் செய்தார். பொறுப்புகள் அளவுக்கு மீறி வளர்ந்ததால், தனது அலுவலகத்தை கீவிட் பிளாசாவுக்கு (Kiewit Plaza) மாற்றினார். அதன் பிறகு வாழ்க்கை முழுவதும் அந்தக் கட்டடத்திலே கழித்தார். இதற்குமுன் அவரது அலுவலகம் எங்கே இருந்தது என்கிற தகவலைச் சொல்லவே இல்லையே என்று நினைக்காதீர்கள். அதைச் சொன்னால் நம்ப மாட்டீர்கள். வாரனின் படுக்கை அறைதான் அவர் அலுவலகமாக இருந்தது. அங்கிருந்துதான் பல கம்பெனிகளின் ஆண் டறிக்கைகளையும் பேலன்ஸ் ஷீட்டையும் வரிவரியாகப் படித்தார். நடு நடுவே நேரம் கிடைக்கும்போது சாப்பிட்டார், தூங்கினார்.

★

நியூ பெட்போர்ட் நகரில் பெர்க்ஷயர் ஹாத்வே (Berkshire Hathway) என்ற ஒரு டெக்ஸ்டைல் நிறுவனம் தடுமாறிக் கொண்டிருந்தது. அதன் பங்குகள் எட்டு டாலருக்கும் கீழே விற்பனை ஆகிக் கொண்டிருந்தன.

அது பாதி உறிஞ்சாமல் கீழே போட்ட சிகரெட் துண்டு என்பது, வாரனுக்குத் தெரிந்தது. வெறும் 7.50 டாலரு-க்கு 2,000 பங்குகளை 1962-ம் வருடம் முதன் முதலாக வாங்கினார். (இன்றையத் தேதியில் அதன் விலை என்ன தெரியுமா? மயக்கம் போட்டு விழாமல் இருப்பீர்கள் என்றால் விலையைத் தெரிந்து கொள்ளுங்கள். ஒரு பங்கின் விலை ஒரு லட்சம் டாலர்.)

அவரது முதலீடுகள் 1963-ம் ஆண்டு 39 சதவிகிதமும் 1964-ம் ஆண்டு 28 சதவிகிதமும் உயர்ந்தன. நிர்வாகத்தின்கீழ் உள்ள தொகை 22 மில்லியனாகப் பெருகியது. வாரனின் தனிப்பட்ட செல்வம் 4 மில்லியனைக் கடந்தது. அந்தக் காலத்தில் அது மாபெரும் பணம்.

அறுபதுகளின் மத்தியில் அமெரிக்காவை ஓர் எண்ணெய் ஊழல் உலுக்கியது. Allied Crude Vegetable Oil Company என்ற நிறுவனம் அதைச் செய்த பெருமையைத் தட்டிச் சென்றது. அந்தக் காலகட்டத்தில் சாலட் ஆயிலைக் கப்பலில் எடுத்துச் செல்வது வழக்கம். அந்த எண்ணெயை அடமானம் வைத்து வங்கிகளில் கடன் பெறலாம். துறைமுகத்தில் கப்பல் வந்ததும் வங்கி ஆய்வாளர்கள் கப்பலைச் சோதனையிட்டு, எண்ணெய்த் தொட்டி நிரம்பியுள்ளதா எனப் பரிசோதித்த பின்னர் கடன் கொடுக்கச் சம்மதிப்பார்கள்.

நல்ல ஏற்பாடுதான். ஆனால், அந்த கம்பெனி தொட்டி நிறைய எண்ணெய் ஊற்றாமல், அடியில் தண்ணீரை நிரப்பி வைத்து மேற் பரப்பில் மட்டும் எண்ணெய் ஊற்றி மிதக்கவிட்டது. தொட்டி நிறைய எண்ணெய் உள்ளதென நம்பி வங்கி அலுவலர்கள் ஏமாந்தனர். இதில் வேடிக்கை என்னவென்று பார்த்தால், வங்கி ஆய்வாளர் ஒரு தொட்டியைப் பார்வையிட்டதும் அதிலிருந்து எண்ணெயை உறிஞ்சி அடுத்த தொட்டிக்கு மாற்றிவிடுவார்கள். சூதுவாது அறியாத அப்பாவி ஆபீஸர் அதற்கும் ஒப்புதல் அளிப்பார்.

இப்படியாகக் கிட்டத்தட்ட 175 மில்லியன் டாலருக்கு மேல் அந்த நிறுவனம் ஏமாற்றியது தெரிய வந்தது. இதற்கு சாலட் ஆயில் ஊழல் என்று பெயரும் சூட்டினார்கள். நிறைய வங்கிகள் பரிதாபமாக ஏமாந்து போயின. அதில் அமெரிக்கன் எக்ஸ்பிரஸ் பேங்க் மாத்திரம் 58 மில்லியன் டாலரை இழந்தது. அதன் பங்கு விலை ஏறத்தாழ பாதி சரிந்தது. 65 டாலரில் இருந்து குட்டிக்கரணம் அடித்து 1964-ல் வெறும் 35 டாலரில் வந்து நின்றதை வாரன் உன்னிப்பாகக் கவனித்தார்.

பங்குச்சந்தை அறிஞர்கள் என்று தம்மைச் சொல்லிக்கொள்ளும் ஆள்கள் எல்லாம், அமெரிக்கன் எக்ஸ்பிரஸ் பங்குகளை விற்குமாறு ஆலோசனை கூறினார்கள். 94 ஆண்டு காலம் தொடர்ச்சியாக டிவிடெண்ட் வழங்கிய

அந்த நிறுவனத்துக்கு, நிச்சயமான அழிவு காத்திருப்பதாக அவர்கள் நம்பினார்கள்.

ஆனால், வாரன் அதுபோல நினைக்கவில்லை. அவர் தனக்கே உரிய பாணியில் அலசத் தொடங்கினார். முதலாவதாக ஒமாஹாவில் தனக்குப் பிடித்தமான உணவகத்துக்குச் சென்றார். முதலாளியின் கல்லாப் பெட்டிக்குப் பக்கத்தில் நின்று அவரோடு அரட்டை அடித்தபடியே பணம் செலுத்தும் வாடிக்கையாளர்களை உன்னிப்பாகக் கவனித்தார். அவரது நோக்கம், அவர்கள் ஹோட்டலில் எவ்வளவு சாப்பிடுகிறார்கள் என்பதைக் கவனிப்பதல்ல; ஆனால், சாப்பிட்ட பில்லுக்கான பணத்தை எப்படிச் செலுத்துகிறார்கள் என்பதைத் தெரிந்துகொள்வது.

முன்பு போலவே அவர்கள் அத்தனை பேரும் அமெரிக்கன் எக்ஸ்பிரஸ் கார்டை எடுத்து நீட்டினார்களே ஒழிய, பணத்தையோ அல்லது வேறு வங்கியின் அட்டைகளையோ கொடுக்கவில்லை. சாலட் ஆயில் ஊழலில் வங்கிக்கு இழப்பு ஏற்பட்டிருந்தாலும் அதன் வாடிக்கை யாளர்களின் பழக்கத்தில் மாற்றம் இல்லை. அமெரிக்காவின் மற்ற ஊர்களிலும் பற்பல உணவகங்களில் இதே நிலைமைதான் இருக்கிறது என்பதையும் வாரன் உறுதிபடுத்திக்கொண்டார்.

அடுத்தபடியாக டிராவல் ஏஜென்சிகளைச் சென்று பார்வையிட்டார். அவர்கள் எப்போதும் போல அமெரிக்கன் எக்ஸ்பிரஸ் டிராவலர்ஸ் செக் ஓலைகளையே பயன்படுத்தி வந்தனர். சூப்பர் மார்க்கெட் மற்றும் மருந்துக் கடைகளில் அமெரிக்கன் எக்ஸ்பிரஸ் மணியார்டர்கள் விற்பதில் மாற்றம் ஏதுமில்லை.

ஆக, அமெரிக்கன் எக்ஸ்பிரஸ் வங்கியின் செயல்பாடுகள் வழக்கம் போலத்தான் நடந்து கொண்டிருந்தது. பிற போட்டி நிறுவனங்களுக்குக் கூடச் சென்று பேச்சுக் கொடுத்து அந்த உண்மையை வாரன் ஊர்ஜிதப் படுத்திக்கொண்டார்.

ஆனால், பங்குச்சந்தை ஒருமித்த குரலில் ஒப்பாரி வைத்தபடியே இருந்தது. மற்றவர்கள் விற்கும்போது வாங்கவேண்டும்; வாங்கும் போது விற்கவேண்டும் என்ற எளிய மந்திரத்தை மறுபடியும் மனத்துக்குள் நினைத்துப் பார்த்த பிறகு, வாரன் துணிச்சலாக உள்ளே இறங்கினார். ஒரே வீச்சில் பார்ட்னர்ஷிப்பின் மொத்தப் பணத்தில் 40 சதவிகிதம் தொகையை, அதாவது 13 மில்லியன் டாலரை, அமெரிக்கன் எக்ஸ்பிரஸ் பங்குகளில் பாய்ச்சினார். அதன் 5 சதவிகித உரிமையை வாரன் வளைத்துப் போட்டார்.

அந்தச் சமயத்தில் எண்ணெய்க் கிடங்குகளை நடத்தப் பணம் கொடுத்தவர்களுக்குத் திருப்பித்தர 60 மில்லியன் டாலர் தொகையை

வங்கி ஒதுக்கி வைத்திருந்தது. அமெரிக்கன் எக்ஸ்பிரஸ் தலைமை நிர்வாகி கிளார்க் மேற்கொண்ட இந்த நடவடிக்கையை, அதன் பங்குதாரர்கள் கடுமையாக எதிர்த்தனர். நீதிமன்றத்தில் வழக்குத் தொடர்ந்தார்கள். தங்கள் பணத்தை நிர்வாகம் வாரி இறைப்பதாகக் குற்றம் சாட்டினார்கள்.

நிலைமை எல்லை மீறிச் செல்வது போன்ற தோற்றம் உருவானது. இந்தச் சூழ்நிலையில் வாரன் உள்ளே இறங்கியாக வேண்டிய கட்டாயத்துக்கு ஆளானர். ஒருநாள் அவராகவே கிளார்க் அலுவலகத்தைச் சென்று அடைந்தார். தன்னை நட்பான பங்குதாரர் என அறிமுகப்படுத்தினார். சராசரி பங்குதாரர்களின் வெறுப்புக்கு ஆளாகியிருந்த கிளார்க், அதைக் கேட்டவுடன் மிகவும் சந்தோஷமானார். கையில் இருப்பதை எல்லாம் விற்கவே அனைவரும் விரும்பியபோது, ஒருவர் மட்டும் வாங்குகிறார் என்றால் அவர் நல்ல நண்பராக மட்டுமே இருக்க முடியும். கஷ்ட காலத்தில் காப்பாற்ற வந்த தேவதூதனைப் போல வாரனைப் பார்த்தார் கிளார்க்.

தன் முழு ஆதரவை நிர்வாகத்துக்கு வழங்கிய வாரன், மற்ற பங்கு தாரர்கள் வழக்கு, தொடுப்பது சரியல்ல என்று வாதிட்டார். எண்ணெய் ஊழலில் கம்பெனிக்கு ஏற்பட்ட இழப்பு 60 மில்லியன் டாலர். ஆண்டுதோறும் பங்குதாரர்களுக்கு அமெரிக்கன் எக்ஸ்பிரஸ் வழங்கும் டிவிடென்ட் தொகையே 60 மில்லியன் டாலராக இருந்த காலம் அது. எனவே, ஒருமுறை ஏற்பட்ட இந்த இழப்பை ஒரு கெட்ட கனவாக மறந்துவிட்டு, நிர்வாகத்துக்குத் துணை நிற்கவேண்டும் என்று வலியுறுத்தினார். மற்றவர்கள் பிரசங்கம் செய்வதுபோல, இந்த ஊழல் கம்பெனியை நரகத்தில் தள்ளிவிடும் என்பதை வாரன் திட்டவட்டமாக மறுத்தார். தனது நிலைப்பாட்டை நீதிமன்றத்திலும் தெளிவாக எடுத்துச் சொன்னார் வாரன்.

வழக்கு நிலுவையில் இருந்தபோதே அமெரிக்கன் எக்ஸ்பிரஸ் பங்குகள் மெதுவாக ஏறத் தொடங்கின. வாரன் அவசரப்பட்டு விற்கவில்லை. கிளார்க் கம்பெனியை நடத்திய விதம் அவருக்குப் பிடித்திருந்தது. அதனால், மேலும் பங்குகளை வாங்கி அடுக்கினார். பிறகு பொறு மையாகக் காத்திருந்தார். இரண்டே வருடங்களில் விலை அபாரமாக, பல மடங்காக உயர்ந்தது. கடைசியாக அவர் விற்ற போது, ஒரு பங்கின் விலை 180 டாலர். வாரனுக்குக் கொழுத்த வேட்டை!

ஆண்டுகள் போகப் போக பங்குச்சந்தை ஏறிக் கொண்டே சென்றது. ஒரு பக்கம் வியட்நாம் போர் முழு வீச்சில் நடந்தது. மறுபக்கம் சந்தை, போரைவிடத் துரிதமாகச் சூடுபிடித்தது. Great depression உண்டாக்கிய கோரத்தைப் பற்றி அறிந்திராத புதிய தலைமுறை உள்ளே புகுந்து கும்மியடித்தது. அவர்களில் அநேகம் பேர் 1929-க்குப் பின்னர்

பிறந்தவர்கள். சந்தைக்கு மேல்நோக்கிய திசை மட்டுமே உள்ளது என்ற நினைப்பில் செயல்பட்டனர். எலெக்ட்ரானிக் நிறுவனத்தின் பங்குகள் புதிய மோக அலையை உருவாக்கின.

மற்ற பங்குகள் எல்லாம் உயரிய விலைக்கு விற்பதை உணர்ந்த வாரன், பெர்க்ஷயர் பங்குகளைத் தொடர்ச்சியாக சிறுகச் சிறுகச் சேகரித்தார். 1965-ம் ஆண்டு அந்த டெக்ஸ்டைல் கம்பெனியின் பங்குகளை பஃபட் பார்ட்னர்ஷிப் வாங்கிச் சேகரித்தபோது, சுமார் 14 டாலருக்கு விற்பனையானது. ஆனால், அசையும் சொத்து மட்டும் ஒரு பங்குக்கு 19 டாலர் இருந்தது. அது தவிர, அசையாத சொத்துக்கள் தனி.

1965-ல் வாரனின் தந்தை ஹோவர்ட் பஃபட் மரணமடைந்தார்.

1966 தொடக்கத்தில் பஃபட் பார்ட்னர்ஷிப்பின் சொத்து மதிப்பு 44 மில்லியனாக விளங்கியது. 35 வயது மட்டுமே நிரம்பிய வாரனின் தனிப்பட்ட செல்வம் ஏழு மில்லியனை எட்டிப் பிடிக்கும் தூரத்தில் நின்றது. ஒரு சராசரி அமெரிக்கனால் கற்பனையிலும் நினைக்க இயலாத அளவு பணம் வைத்திருக்கும் சில பணக்காரர்களில் ஒருவராக வாரன் திகழ்ந்தார்.

பரஸ்பர நிதிகள் அனைத்தும் பங்குச்சந்தை சிகரத்தில் இருக்கும் போது, புதிய நிதித் திட்டங்கள் (NFO) மூலம் பணம் திரட்டுகிற வேலையைச் செய்யும். பங்குச்சந்தை ஏற்கெனவே நிறைய ஏறிவிட்டதே என்கிற விவரம் இல்லாமல் பணம் போடும் அப்பாவி மக்களின் அறியாமையை பயன்படுத்திக்கொள்வதுதான் அவர்களது நோக்கம்.

வாரன் இது மாதிரி யோசிக்கிறவர்களுக்கு நேர் எதிரானவர். வால் ஸ்ட்ரீட் மொத்தமும் ஆனந்தக் கூத்தாடியது. ஆனால், வாரன் மட்டும் எச்சரிக்கையானார். இனி மேல் யாரிடமும் புதிதாகப் பணம் வாங்கிக்கொண்டு, தனது கூட்டமைப்பில் சேர்த்துக் கொள்வதில்லை என்று 1966-ல் அறிவித்தார். அந்த நேரத்தில் வேறு யாருமே செய்திராத அறிவிப்பு அது.

தன்னைவிடச் சில புதிய பரஸ்பர நிதிகள் சிறப்பாகச் செயல்படுவதாக 1967-ம் ஆண்டு கூட்டாளிகளுக்கு நேர்மையான நெஞ்சத்தோடு தெரிவித்தார். புதிய வாய்ப்புகளைக் கண்டறிவதற்கான வாய்ப்புகள் அருகி வருவதாகவும் எச்சரித்தார். 'எனது சிந்தனை ஓட்டம் முற்றிலும் வறண்டு போகும் சூழல் உருவெடுத்தால், மாற்று வழிகளைத் தேர்ந் தெடுக்கப் போதுமான அவகாசம் அளிக்கும் வகையில் நேர்மையான முறையில் உங்களுக்கு முன் கூட்டியே தெரிவிக்கப்படும்' என்று அவர் களுக்கு எழுதினார்.

வாரன் எந்த அளவுக்குக் கலவரத்தோடு உட்கார்ந்திருந்தாரோ, அதைவிட அதிகமாகப் பேராசை கலந்த மயக்கம் வால் ஸ்ட்ரீட்டில் நிலவியது. எலெக்ட்ரானிக் நிறுவனங்களுக்கு ஏற்பட்ட ஏகோபித்த கிராக்கி, நாளுக்கு நாள் கூடியதே தவிர குறையவில்லை. புதிய, புதிய நிறுவனங்கள் பங்குகளை வெளியிட்டன. அவை ஒவ்வொன்றும் அடுத்த ஜெராக்ஸ் கம்பெனியாக, ஐ.பி.எம். ஆக மாறும் என்று ஆருடம் சொன்னார்கள்.

பரஸ்பர நிதிகள், நூதனமான பெயரோடு எலெக்ட்ரானிக் என்ற பதத்தையும் சேர்த்து புதிய திட்டங்களை அறிவித்தன. எழுபது முதலீட்டாளர்களுக்கு ஒரு பரஸ்பர நிதி விற்பனைப் பிரதிநிதி என்ற அளவுக்குப் புற்றீசலாகப் பெருகி பணம் வைத்திருக்கிறவர்களை வலை வீசித் தேடினர். விற்பனை கமிஷன் மாத்திரம் 8.5 சதவிகிதம் வரை நிலவியது. ஒரு நபர் 100 ரூபாயைப் பரஸ்பர நிதியில் போட்டால், அதில் 91.5 ரூபாய் மட்டுமே நிகர முதலீடாக அமையும். மக்களிடம் இருந்த மயக்கத்தில் இந்த கமிஷன் தொகையை பலரும் கண்டுகொள்ளவே இல்லை. கொள்ளைக்காரர்கள் தங்கள் வீட்டில் கொள்ளை அடிக்க மக்களே கூப்பிட்டு அனுமதி கொடுத்தனர்.

பங்கு விலைகள் ஏறுவது மட்டுமல்லாமல் சந்தையில் விற்பனையாகும் பங்குகளின் எண்ணிக்கையும் பல மடங்கு பெருகியது. வாங்கி நீண்ட நாள் வைத்திருக்கும் நோக்கத்தோடு மிகச் சிலர் மட்டுமே செயல் பட்டனர். மற்றவர்கள் வாங்கிய உடனேயே விற்றுப் பணம் பார்க்க ஆசைப்பட்டனர். 1950-களில் வாரன் முதலிட ஆரம்பித்தபோது, நியூ யார்க் பங்குச்சந்தையில் தினசரி இரண்டு மில்லியன் பங்குகள் கைமாறுவது வழக்கம். 1967-ல் இது பத்து மில்லியனாக (ஒரு கோடி) உயர்ந்தது. அந்த ஆண்டு டவ் குறியீடு 17 சதவிகிதம் உயர்ந்தது. பஃபட் பார்ட்னர்ஷிப் 36 சதவிகிதம் முன்னேறியது.

மற்றவர்கள் குதூகலத்தில் திளைத்தாலும் வாரன் நிதானமாகச் செயல் பட்டார். 1929-ல் ஏற்பட்ட கடும் சரிவு உண்டாக்கிய கோரங்களைத் தாங்கிய பழைய செய்தித்தாளின் பக்கங்களைக் கத்தரித்து தன் அலுவலகச் சுவற்றில் ஒட்டிவைத்து அடிக்கடி நினைவுபடுத்திக் கொள்வார். உயரும் பங்குச்சந்தையின் பாதகத்தைக் குறித்து தன் கூட்டாளிகளுக்கு அவர் எச்சரித்தபடியே இருந்தார். எனினும் 1968-ம் ஆண்டு முதலீட்டை 59 சதவிகிதம் வளரச் செய்தார் வாரன். அவர் கண்காணிப்பின் கீழ் இருந்த தொகை, 104 மில்லியன் டாலரை எட்டியது. நிகர லாபம் 40 மில்லியன். அதில் பெரும்பகுதி அமெரிக்கன் எக்ஸ்பிரஸ் பங்குகளை விற்றதில் சம்பாதித்தது. அவர் வைத்திருந்த வால்ட் டிஸ்னி நிறுவனப் பங்குகள், 50 சதவிகிதம் உயர்ந்தன.

1968-ம் வருடம் நியூ யார்க் சந்தையில் தினசரி விற்பனையான பங்குகளின் எண்ணிக்கை, சராசரியாக 13 மில்லியனைக் கடந்தது. ஜூன் மாதத்தில் ஒருநாள் இருபத்தொரு மில்லியன் பங்குகள் பரிவர்த்தனை ஆயின. பொருளாதாரத் தலைநகர் நியூ யார்க் நகரத்தில் வசிக்காமல் ஒமாஹாவில் ஓரமாக ஒதுங்கியிருப்பது வாரனுக்கு மிகப் பெரிய அனுகூலம் என்றே சொல்ல வேண்டும். பெருநகரில் நடக்கும் களேபரங்களில் மூழ்கித் தன்னைத் தொலைக்காமல் இருக்க முடிந்தது.

'இங்கே உங்களால் காட்டைப் பார்க்க முடியும். நியூ யார்க்கில் சில மரங்களைக் கண்டாலே பெரிய விஷயம்' என்பார் வாரன். பரபரப்பில் சிக்கும்போது, பல விஷயங்களை நாம் கவனிக்கத் தவறிவிடுவோம் என்பதைத்தான் வாரன் இப்படிப் பூடகமாகச் சொன்னார்.

நியூ யார்க் நகரத்து நிதித்துறை வல்லுனர்களுக்கு நிறுவனங்களின் செயல்பாடுகள் குறித்த உள்தகவல் கிடைக்கிறது. எனவே, அவர்கள் நிறையச் சம்பாதிக்கிறார்கள். நீங்கள் ஒமாஹாவில் இருந்தால் அது மாதிரியான தகவல் உங்களுக்குக் கிடைக்காதே என்று கவலையோடு கேட்டார் ஒரு நிருபர். 'உங்களிடம் ஒரு மில்லியன் டாலர் இருந்தாலும் போதுமான அளவு உள்ளாள் தகவலும் இருந்தால் போதும். நீங்கள் போண்டியாவது உறுதி' என்று வாரன் சொன்ன பஞ்ச் டயலாக் பங்குச்சந்தை வட்டாரத்தில் பிரபலம்.

★

1969-ம் ஆண்டு பங்குச்சந்தை உச்சத்தை எட்டியது. முதலீட்டு விளையாட்டின் விதிமுறைகள் மாற்றி எழுதப்படுவதுபோலத் தோன்றியது. தனக்குத் தெரியாத விளையாட்டை ஆடுவதில் வாரனுக்கு எப்போதும் சம்மதமில்லை. இதற்கு மேல் மலிவான பங்குகளைக் கண்டறிவது சாத்தியமில்லை என்பதை உணர்ந்த வாரன், தேர்ந்தெடுப் பதற்கு ஏற்ற நிறுவனங்களின் எண்ணிக்கை சுருங்குவதைத் தனது கூட்டாளிகளுக்குத் தெளிவாக விளக்கிச் சொன்னார். தன் கவனிப்பில் இருக்கும் நிதி நிர்வாக பார்ட்னர்ஷிப்கள் அத்தனையும் கலைக்கும் முடிவுக்கு வந்தார்.

இளம் வயதில் சிறப்பாக ஆடிய காரணத்துக்காக வயதானபிறகும்கூட வலுக்கட்டாயமாக அணியில் ஒட்டிக் கொண்டு ஓய்வு பெறாமல் கழுத்தறுத்து, கடைசியில் மரியாதை இழந்து வெளியேறும் சில கிரிக்கெட் வீரர்களைப்போல வாரன் செயல்பட விரும்பவில்லை. கடந்த சில ஆண்டுகளின் தான் நிகழ்த்திய பெரும் சாதனையை மட்டும் காரணம்காட்டி, மக்களின் பணத்தைத் தக்கவைத்துக்கொள்ள அவர் ஆசைப்படவில்லை. தனக்கு ஏற்பட்ட நியாயமான தயக்கத்தை,

பயத்தை, சந்தேகத்தை வெளிப்படையாகச் சொல்லி நல்ல முடிவு எடுத்தார்.

கிரஹாம்-நியூமேன் இழுத்து மூடப்பட்டதற்குப் பிறகு ஒமாஹா திரும்பி முதலீட்டு பார்ட்னர்ஷிப் தொடங்கியபோது, வாரன் தனக் கென்று ஓர் இலக்கை வைத்திருந்தார். இந்த இலக்கு கூட்டாளிகளைத் திருப்திப்படுத்துவதற்காக அல்ல; தன்னுடைய திறமையைச் சரியாகப் பயன்படுத்த முடியும் என்பதைப் பரிசோதித்துப் பார்ப்பதற்காக, அவரே உருவாக்கிக் கொண்டது.

அந்த இலக்கு என்ன என்று கேட்கிறீர்களா?

DJIA குறியீட்டைவிட, ஆண்டுக்குப் பத்து சதவிகிதம் அதிகமாகச் சம்பாதிக்க வேண்டும். அப்படி இயலாது என்று தெரியவரும்போது, விலகிவிட வேண்டும். இதுதான் வாரன் தனக்குத் தானே நிர்ணயித் திருந்த இலக்கு.

வாரன் செய்த முதலீடுகள், பார்ட்னர்ஷிப் காலம் தொடங்கி 1969 வரை - அவரது கட்டணத்தையும் கழித்த பிறகு, - 29.5 சதவிகிதம் என்ற வேகத்தில் வருடாந்திர வளர்ச்சி கண்டது. அந்தக் கால இடை வெளியில் குறியீடு அடைந்த வளர்ச்சி ஆண்டுக்கு வெறும் 7.4 சதவிகிதம் மட்டுமே. அதாவது, 1957-ம் வருடம் பத்து ரூபாயை ஈஓஜஅ குறியீட்டில் போட்டிருந்தால், 1969-ல் அது 15.26 ரூபாயாக வளர்ந் திருக்கும். ஆனால், அதே 10 ரூபாயை வாரனிடம் கொடுத்திருந்தால், அது 150.27 ரூபாயாகப் பெருகியிருக்கும். சுமார் பத்து மடங்கு அதிகம்.

பஃபட் பார்ட்னர்ஷிப் ஒரு வருடம்கூட நஷ்டத்தை அடையவில்லை என்பது, அதை விட முக்கியமான சாதனை. 1957 முதல் 1969 வரையிலான காலத்தில் டவ் ஜோன்ஸ் குறியீடு ஐந்து வருடங்கள் கீழ்த்திசையில் பயணித்து, மக்களின் பணத்துக்குப் பெரும் நஷ்டத்தை ஏற்படுத்தியது. எல்லா வருடமும் நஷ்டத்தைத் தவிர்த்து லாபம் மட்டுமே ஈட்டுவது பங்குச்சந்தையில் சாத்தியமில்லாத காரியம் எனப் பல கல்வியாளர்கள் வாதிடுவதை வாரன் பொய்யாக்கினார். குறியீட்டைவிட, ஆண்டுக்குப் பத்து சதவிகிதம் கூடுதலாகச் சம்பாதிக்கும் இலக்கு வைத்த வாரன், முடிவாக 22 சதவிகிதம் கூடுதலாகப் பெருக்கிக் காட்டினார்.

பார்ட்னர்ஷிப்பைக் கலைக்கும்போது, தனது முதலீட்டாளர்களுக்கு இரண்டு வாய்ப்புகளை வாரன் அளித்தார். ஒன்று, கிடைத்த லாபத்தைப் பணமாகப் பிரித்து எடுத்துக் கொள்வது. அதைக் கேள்விப்பட்ட சில முதலீட்டு நிறுவனங்கள் பஃபட் முதலீட்டாளர் பட்டியலில் யார் யார் உள்ளனர் என்ற விவரத்தை அறியப்

பெரும்பணம் கொட்டித் தரத் தயாராக நின்றன. ஆனால், கண்ணியம் காப்பதற்காக வாரன் அவற்றை நிராகரித்து விட்டார்.

எனினும், மேற்கொண்டு செய்வதறியாத தன் முதலீட்டாளர்களுக்கு ஒரு திறமையான மனிதனை நோக்கிக் கை காட்டினார். அவர் பெயர் பில் ருவேன் (Bill Ruane). அது Sequoia Fund என்ற பரஸ்பர நிதி பிறப்பதற்கு வித்திட்டது. பில் ருவேன், கொலம்பியா பல்கலைக்கழகத்தில் கிரஹாம் வகுப்பில் வாரன் பஃபட்டோடு சேர்ந்து பயின்றவர்களில் ஒருவர். வாரனைப் போலச் சிறப்பாகப் படித்து நிறைய மதிப்பெண் வாங்கியவர்.

இரண்டாவது சாய்ஸ் என்ன தெரியுமா? பணத்துக்குப் பதிலாக பார்ட்னர்ஷிப். ஏற்கெனவே வாங்கிச் சேகரித்து வைத்திருந்த பெர்க்ஷயர் ஹாத்வே நிறுவனத்தின் பங்குகளைப் பெற்றுக் கொள்வது. யாருக்குமே வேண்டாம் என்றாலும்கூட, அத்தனை பங்குகளையும் தானே வாங்குவதாக வாரன் உறுதியளித்தார். அதைக் கண்டு நம்பிக்கை அடைந்த சிலர் பணத்துக்குப் பதிலாக பெர்க்ஷயர் பங்குகளையே ஏற்றனர்.

1956-ல் வாரனின் சொந்த முதலீடு வெறும் நூறு டாலர். ஆனால், இறுதியில் சேர்ந்ததோ 25 மில்லியன். பெர்க்ஷயர் நிறுவனத்தைக் கைப்பற்ற அது போதுமானதாக இருந்தது. பார்ட்னர்ஷிப்பில் மீதமிருந்த பங்குகளைக் வாங்கியதோடு, சந்தையில் விற்பனையான அந்த டெக்ஸ்டைல் கம்பெனியின் பல பங்குகளையும் வாரன் முடுக்கி முடுக்கி வாங்கிக் குவித்தார். மற்றவர் பணத்தை நிர்வகித்தது போதும்; இனி தன் சொந்தப் பணத்தைக் கவனிக்கலாம் என்ற வெறி அவருக்கு ஏற்பட்டிருந்தது.

7 பஃபெட் பாலிஸி

*வா*ரன் பஃபட் பிறப்பதற்கு 42 வருடம் முன்னர் ஹாத்வே மேனுஃபேக்சரிங் என்ற பெயரில் மாபெரும் ஜவுளி நிறுவனம் ஆரம்பிக்கப்பட்டது. பஞ்சாலைத் தொழில் செழித்து விளங்கிய போது, அதன் செல்வமும் பெருகியது. முதலாம் உலகப்போரின் போது, கம்பெனிக்கு வசந்த காலம். நியூ பெட்போர்ட் நகரில் வேலை செய்யக்கூடிய மக்களில் பாதிப் பேருக்கு, அதாவது முப்பதாயிரம் பணியாளர்களுக்கு அந்த நிறுவனம் வேலை அளித்தது.

ஐரோப்பியர்கள், குறிப்பாக ஆங்கிலேயர்கள், அமெரிக்கக் கண்டத்துக்கு வந்து குடியேறி தங்களை முதன் முதலாக நிறுவிக் கொண்டது, அமெரிக்காவின் வட கிழக்குப் பகுதியில். இங்கிலாந்து நாட்டினர் புதிதாக ஒரு பூகோளப் பகுதியில் வந்து பரவியதன் காரணமாக, நியூ இங்கிலாந்து எனவும் இந்த வட்டாரத்தை அழைத்தார்கள். நவீன அமெரிக்காவின் தொட்டில் என்று இந்தப் பகுதியைக் கூறலாம். நாம் குறிப்பிடும் நியூ பெட்போர்ட் நகரம், நியூ இங்கிலாந்து பகுதியில் பாஸ்டன் நகருக்கு ஐம்பது கிலோ மீட்டர் தொலைவில் உள்ளது.

மக்கள் அமெரிக்காவின் பிற பகுதிகளிலும் பரவ ஆரம்பித்த பிறகு, தென் மாகாணங்களில் மலிவான ஊதியத்துக்கு வேலை செய்யும் தொழிலாளர்கள் கிடைப்பது சாத்தியமானது. முதலாளிகள் தெற்கு நோக்கித் தங்களது ஆலைகளை நகர்த்தினார்கள். நியூ பெட்போர்ட் நகரத் தொழிலாளர்களுக்குச் சம்பளம் குறைந்தது. எதிர்ப்பை வெளிப்படுத்துவதற்காக அவர்கள் வேலைநிறுத்தம் செய்தனர். அதனால் பல ஆலை களை மூடவேண்டிய நிலை உருவானது. 1929 பொருளாதாரச் சீரழிவின்போது, மிச்சமிருந்த வேறு சில ஆலைகள்

மூடப்பட்டன. 1940-ம் ஆண்டு வாக்கில் அந்த நகரில் ஜவுளி ஆலைத் தொழிலாளர் எண்ணிக்கை ஒன்பதாயிரமாகக் குறைந்தது. பல நிறுவனங்கள் காணாமல் போயின. இருந்தாலும், ஹாத்வே தாக்குப் பிடித்து நின்றது.

இந்த ஹாத்வே கம்பெனிக்கு ஒரு நூற்றாண்டு முன்பாகவே வேறொரு நிறுவனம் தொடங்கப்பட்டிருந்தது. 1790-ம் வருடம் அமெரிக்காவில் முதல் பஞ்சாலையை அமைத்த அந்த கம்பெனிக்கு பெர்க்ஷயர் என்று பெயர். ஹாத்வே நிறுவனத்தைப்போல பெர்க்ஷயரும் உலகப்போர் சமயத்தில் கொடிகட்டிப் பறந்தது. அதற்குப்பின் வந்த காலம் சிரமம் நிறைந்ததாக இருந்தது. ஹாத்வே கோட்டு, சூட்டு வகையறாக் களையும், திரைச் சீலை போன்றவற்றையும் மற்ற புது மாதிரியான துணி வகைகளையும் தயாரித்து தன்னை நிலை நிறுத்தியபோது, பெர்க்ஷயர் புராதன இயந்திரங்களை வைத்து மாற்றமின்றி இயங்கியது.

இந்த இரு நிறுவனங்களும் ஒன்றாக இணைந்து 1955-ம் வருடம் பெர்க்ஷயர் ஹாத்வே என்ற ராட்சத கம்பெனியாக மாறியது. பதினான்கு தொழிற்சாலைகள், பன்னிரண்டாயிரம் தொழிலாளர்கள், 112 மில்லியன் டாலர் வருட விற்பனை என்று பல பரிமாணங்களிலும் பலம் கூடியது. ஹாத்வேயின் நவீன உற்பத்திப் பிரிவுகளும் பெர்க்ஷயரின் பண பலமும் ஒன்று சேர்ந்து மற்ற எல்லா கம்பெனிகளையும் ஏகத்துக்கு மிரட்ட ஆரம்பித்தன.

அந்தச் சமயத்தில் வாரன், கிரஹாம்-நியூமேனில் பணியாற்றினார். பெர்க்ஷயர் (பெர்க்ஷயர்-ஹாத்வேயை இனி பெர்க்ஷயர் என்று சுருக்கமாக அழைப்போம்) நிறுவனத்தில் ஆர்வம் கொண்ட நியூமேன் அதை நேரில் சென்று பார்வையிட்டு முதலீடு செய்யும் நிலைக்குப் போனபிறகு ஏதோ காரணத்துக்காக நிறுத்திக்கொண்டார். அப்போது வாரன் வெறும் பார்வையாளராக மட்டுமே இருந்தார்.

ஜவுளி என்பது பத்தொன்பதாம் நூற்றாண்டின் தொழில் என்று நிரூபிக்கப்பட்டது. துணி எடுப்பவர்கள் ஒரு குறிப்பிட்ட கம்பெனியின் தயாரிப்பு மட்டுமே வேண்டுமென்று எதிர்பார்த்து நிற்பதில்லை. பிராண்ட் விசுவாசம் என்பதை அதில் காண்பது அரிது. மலிவான விலைக்கு யார் தருகிறார்களோ அவர்களிடம் சென்றுவிடுவார்கள். தென் மாகாணங்களில் மலிவான விலைக்குத் துணிகள் தயாராயின. அது தவிர, கைக்குட்டை உபயோகிப்பதற்குப் பதிலாக, பேப்பர் நாப்கினைப் பயன்படுத்த ஆரம்பித்திருந்தனர் மக்கள்.

பெர்க்ஷயர் கம்பெனியின் ஆலைகள் 1961-ம் வருடம் ஏழாகக் குறைந்தன. அதற்கு முந்தைய மூன்று ஆண்டுகளில் மட்டும் சுமார் 11

மில்லியன் டாலர் தொகை புதிதாக முதலிடப்பட்டது. இயந்திரங்கள் நவீனமயமாக்கப்பட்டு மேம்படுத்தப்பட்டன. ஆனால், தொழில் மேம் படவில்லை. பிற பூகோளப் பகுதிகளில் இருந்து போட்டி நிறுவனங்கள் துணியைக் கொண்டுவந்து சந்தையில் குவித்தன. பெர்க்ஷயர் செய்வதறியாது திகைத்தது. 1962-ல் 2.2 மில்லியன் டாலர் இழப்பு ஏற்பட்டது. அத்தனை நாள் பார்வையாளராக இருந்த வாரன் இப்போதுதான் முதன் முறையாக இரண்டாயிரம் பங்குகளை வாங்கினார்.

கம்பெனியின் அசையும் சொத்துக்களான சரக்குக் கையிருப்பு மற்றும் பணம் மட்டுமே ஒரு பங்குக்கு 16 டாலர் இருந்தது. பங்கு விலை அதில் பாதியாக இருந்த காரணத்தினால், பிற முதலீடுகளைப்போல நினைத்து தன்னுடைய முதலீட்டு பார்ட்னர்ஷிப் சார்பில் பணம் போட்டார். ஓரிரு வருடம் வைத்திருந்து நல்ல விலை கிடைத்தால் விற்கலாம் என்று நினைத்தார். அதற்கு மேல் வேறு எந்த நோக்கமும் அவருக்கு இல்லை.

பங்குச்சந்தை ஒட்டுமொத்தமாகப் பித்துப்பிடித்து அலைந்து கொண்டிருக்க, வாரன் இந்த ஜவுளி நிறுவனத்தின் மீது கண் வைத்தார். 1963-ல் பெர்க்ஷயர் கம்பெனியின் மிகப் பெரிய பங்குதாரராக பஃபட் பார்ட்னர்ஷிப் உருவெடுத்தது. வாரன் சார்பாக அவரது நண்பரும் நியூ யார்க் பங்குத் தரகருமான டேனியல் கோவின் (Daniel Cowin) பெர்க்ஷயர் போர்டில் டைரக்டராக உள்ளே நுழைந்தார். அவர் பின்னால் இருந்து இயக்குவது யார் என்பதில் பல வதந்திகள் உலவின. சில பேர் வாரன் என்பதை ஊகித்தனர்.

அதற்கெல்லாம் முற்றுப்புள்ளி வைக்கும் விதமாகத் தானாகவே ஒருநாள் பெர்க்ஷயர் அலுவலகத்தைப் பார்வையிட்டார் வாரன். நிறுவனத்தின் தலைமைப் பொறுப்பில் இருந்த ஜாக் ஸ்டான்டன் (Jack Stanton) தான் வேலையில் மும்முரமாக உள்ள காரணத்தினால் தொழிற் சாலையைச் சுற்றிக் காட்டுமாறு கென் சேஸ் (Ken Chace) என்பவரை வாரனோடு துணைக்கு அனுப்பி வைத்தார். தான் மிகப் பெரிய தவறு ஒன்றைச் செய்கிறோம் என்று தெரியாமலே செய்தார் ஜாக் ஸ்டான்டன். கென் பழைய பெர்க்ஷயர் பரம்பரையைச் சேர்ந்தவர். ஜேக் ஹாத்வே குடும்பத்தைச் சேர்ந்தவர்.

தொழிற்சாலையைச் சுற்றிப் பார்க்கும்போது, சேஸிடம் எடக்கு மடக்காகக் கேள்வி கேட்டுத் துளைத்துவிட்டார் வாரன். இயந்திரங்கள் பற்றி, தயாராகும் ஆடைகள் பற்றி, மார்க்கெட்டிங் பற்றி என நிறுவனத்தின் அத்தனை அங்கங்களையும் ஆர்வத்துடன் விசாரித்தார். கம்பெனியின் பிரச்னைகள் பற்றி சேஸ் வெளிப்படையாக அவரிடம் பேசினார். அது வாரனுக்குப் பிடித்திருந்தது. பொறுமையாகக் கேட்டுக் கொண்டார்.

'உங்களோடு தொடர்பில் இருப்பேன், கென்' என்று பொடி வைத்துப் பேசிவிட்டுக் கிளம்பினார்.

வாரன் பங்குகளை வாங்கிக் குவித்து நிர்வாகத்தைத் தட்டிப் பறித்து விடுவார் என நினைத்து ஸ்டான்டன் சிறிது கலக்கமடைந்தார். அதனால் கம்பெனி மூலமாக பங்குகளைத் திரும்ப வாங்கும் வேலையைச் செய்தார். அதன் மூலம் தன் கையிருப்பை உயர்த்த நினைத்தார். வாரன்கூட தன் பார்ட்னர்ஷிப் பங்குகளை விற்க யோசித்தார். இது 1964-ம் வருடம் நடந்தது. ஆனால், ஸ்டான்டன் தருவதாகச் சொன்ன விலை தனக்குத் தோதாக இல்லை என்பதால் வாரனால் விற்க முடியாமல் போனது. நல்லவேளையாக இப்படி எதுவும் நடக்கவில்லை. அப்படி நடந்திருந்தால் ஒரு வரலாறு முளையிலேயே கருகியிருக்கும்.

இளவேனில் காலத்தின் ஒரு நாளில் ஒரு பூங்காவுக்கு வாரன் கென் சேஸை அழைத்துச் சென்று குச்சி ஐஸ் வாங்கிக் கொடுத்து இயல்பாக ஒரு கேள்வி கேட்டார்.

'பெர்க்ஷயர் ஹாத்வே கம்பெனிக்கு நீங்கள் தலைவராக வர வேண்டுமென்று நான் விரும்புகிறேன். நீங்கள் என்ன நினைக்கிறீர்கள்?'

வேலை கொடுப்பதாகச் சொல்லும் வாரனுக்கு முப்பத்து நான்கு வயது. எதிர்ப்பக்கம் உள்ள மனிதருக்கு நாற்பத்தெட்டு வயது.

அடுத்த போர்ட் மீட்டிங்கில் அந்தத் திட்டத்தை நிறைவேற்றும் முன்பாக அதற்குத் தேவையான அளவு பங்குகளை தொடர்ச்சியாக 15 டாலர் என்ற சராசரி விலைக்கு வாங்கிக் குவித்தார் வாரன். கென் சேஸ் தலைவராகத் தேர்ந்தெடுக்கப்பட்டார். மேல் மட்ட நிர்வாகம் மாற்றி அமைக்கப்பட்டது.

நெசவு, தறிகள், தினசரி நிர்வாகம் எல்லாவற்றையும் கென் கவனித்துக் கொள்வார். அதிலிருந்து பணம் ஈட்டித் தரும் பொறுப்பு அவருக்கு. அந்தப் பணத்தை வைத்து மேற்கொண்டு என்ன செய்வது எனத் தீர்மானிப்பது வாரன் கையில்.

காலம் காலமாக நெசவுத் தொழில் செய்யும் குடும்பத்தில் வந்த கென், அதன் மீது அளவில்லாத காதல் கொண்டிருந்தார். அப்படிப்பட்ட ஒருவருக்குத் தொழிலை மேலும் விரிவடையச் செய்ய வேண்டும் என்ற ஆவல் ஏற்படுவது இயற்கை. புதிதாக முதலீடு செய்து ஆலைகளை நிறுவும் யோசனையை வாரன் ஏற்க மாட்டார். அவருக்கு அந்தத் தொழிலைவிட வேறு வழிகளில் கூடுதல் லாபம் கிடைக்குமாறு பணத்தைச் செலுத்த முடியும்.

அந்தக் காலத்தில் (இந்தக் காலத்திலும்) கம்பெனியின் மேல் மட்ட நிர்வாகத்தில் உள்ளவர்கள் தங்களுக்குச் சலுகைகள் ஏற்படுத்திக்

கொள்ள ஸ்டாக் ஆப்ஷன் ஒதுக்கிக் கொள்வது வழக்கம். வருடத்துக்கு இத்தனை பங்குகள் என்ற கணக்கில் வருடந்தோறும் பங்குகளை சிருஷ்டி செய்து தங்கள் பெயரில் எடுத்துக் கொள்வர். உதாரணத்துக்கு முதல் வருடம் ஆயிரம் பங்குகள் பொதுமக்கள் மத்தியில் உள்ளன எனக் எடுத்துக்கொள்வோம். வருடக் கடைசியில் நிர்வாகி புதிதாக நூறு பங்குகளை உருவாக்கி, அவற்றைத் தன் பெயருக்கு எழுதுகிறார். இப்படியே ஐந்து வருடம் சென்ற பிறகு மற்றவர் மத்தியில் அதே ஆயிரம் பங்குகளே நிலவினாலும், நிர்வாகியிடம் ஐநூறு பங்குகள் முளைத்திருக்கும்.

ஆரம்பத்தில் மூன்றாயிரம் ரூபாய் லாபம் ஏற்படுகிறது என்றால் ஒவ்வொரு பங்குதாரருக்கும் மூன்று ரூபாய் போய்ச் சேரும். ஆனால், தற்போது அதே மூன்றாயிரம் ரூபாய் லாபத்தைப் பிரித்துக் கொடுத்தால் ஆளுக்கு இரண்டு ரூபாய் மட்டுமே மிஞ்சும்.

பெரும்பாலான கம்பெனிகளின் மேல் மட்ட நிர்வாகிகளுக்கு இந்த வகையில் ஸ்டாக் ஆப்ஷன் அளிப்பதால், பங்குதாரர்களின் உரிமை நீர்த்துப் போகும். லாபம் படிப்படியாக உயர்ந்தாலும் அதன் உண்மையான பலன், பங்குதாரர்களைச் சென்றடையாமல் போகலாம். ஆகையால், இந்த மாதிரியான சலுகைகளை வாரன் காலம் முழுவதும் எதிர்த்தார். முதலாளித்துவத்தைத் தூக்கிப் பிடித்த வேறு எவருமே வெகுஜன முதலீட்டாளர்களுக்காக இந்த அளவுக்கு வாதாடியதில்லை. பெர்க்ஷயரிலும் அதே நடந்தது.

அப்போது சேஸ் வருடத்துக்கு 30,000 டாலர் சம்பளம் வாங்கிக் கொண்டிருந்தார். கென் சேஸ் என்றில்லை, வேறு எந்த ஊழியருக்கும் ஸ்டாக் ஆப்ஷன் கிடையாது என்பதை வாரன் திட்டவட்டமாகத் தெரிவித்தார். இருந்தாலும் கம்பெனியின் சார்பில் அவருக்கு 18,000 டாலர் கடன் கொடுத்தார். அதை வைத்து பங்குகளைச் சந்தையில் வாங்கிக் கொள்ளலாம். ஒன்றுக்கு 18 டாலர் என்ற கணக்கில் ஆயிரம் பங்குகளை அந்த சமயத்தில் சேஸ் வாங்க அப்பணம் உதவியாக இருந்தது.

வாரன் சுதந்தரத்தை மதித்துப் போற்றும் மனிதர். தினசரி நிர்வாகத்தில் தலையிடுவது கிடையாது. ஆனால், எவ்வளவு சதவிகிதம் லாபம் வருகிறது என்பதற்குமட்டும் விளக்கம் கூற வேண்டும். பிசினஸ் உள்ளே புழங்கும் பணம் எந்த விகிதத்தில், வேகத்தில் திரும்பி வருகிறது என்ற அளவுகோலின் அடிப்படையில் ஒருவருடைய நிர்வாகத் திறமை அளவிடப்படும்.

‘நூறு மில்லியன் டாலருக்கு வியாபாரம் செய்து அதில் ஐந்து சதவிகிதம் லாபம் ஈட்டும் தொழிலைவிட பத்து மில்லியன் டாலருக்கு வியாபாரம்

செய்து, பதினைந்து சதவிகிதம் லாபம் ஈட்டும் தொழில்தான் எனக்கு விருப்பம்' என்று கூறிவிட்டு, ஓமாஹாவுக்குத் திரும்பிச் சென்று விட்டார் வாரன். ஜவுளித் தொழில் கடந்த காலத்தில் பெரும் மூலதனத்தை உள்ளே இழுத்துக்கொண்டிருந்தது. ஆனால், அது சரியான அளவு திரும்பி வரவில்லை. அதனால் மேற்கொண்டு முதலீடு செய்யலாம் என்ற எண்ணத்தை ஒதுக்கிவிட்டு, ஏற்கெனவே உள்ள தொழிலைச் சிறப்பாக நிர்வகித்தால் போதும் என்பது வாரன் அளித்த சுதந்தர வட்டத்தின் எல்லைக்கோடு. அந்த வட்டத்தின் சுற்றளவுக்குள் அவர் நுழைந்து குறுக்கிட மாட்டார்.

'சுதந்தரம்' என்று, தான் சொன்ன சொல்லை சொன்னதோடு நிறுத்திக் கொள்ளாமல் செயலிலும் செய்து காட்டினார் வாரன். ஒருமுறை சியர்ஸ் (இது தண்ணி அடிக்கும்போது சொல்லப்படும் சியர்ஸ் அல்ல. Sears என்ற டிபார்ட்மென்டல் செயின் ஸ்டோர்) கடையின் ஜவுளிப் பிரிவில் ஆலைகளிடம் துணி வாங்குவதற்கென்று உள்ள பர்ச்சேஸ் பிரிவில் முக்கியப் பொறுப்பு வகிக்கும் நபர் வாரனைத் தொடர்பு கொண்டார். கல்லூரி நாளில் தங்கள் இருவருக்கும் இடையே ஒரு பொது நண்பர் இருந்ததாக அவர் அறிமுகப்படுத்திக் கொண்டார். சியர்ஸ் கடைக்கு விற்பனை செய்யும் பெர்க்ஷயர் சேல்ஸ்மேனை மாற்றுமாறு வாரனிடன் அவர் வேண்டுகோள் விடுத்தார். இது மாதிரியான வேலைகளை எல்லாம் சேஸ் கவனித்துக் கொள்வது வழக்கம். எனவே, அவரைத் தொடர்பு கொள்ளுங்கள் என்று முகத்தில் அடித்தாற்போல அவருக்குப் பதில் வந்தது. இதைக் கேள்விப்பட்ட சேஸ் உச்சி குளிர்ந்து போனார். வாரனிடம் அவர் கொண்டிருந்த நன்மதிப்பும் விசுவாசமும் மேலும் பெருகியது.

தேவையற்ற சதைகளையும் தொந்தியையும் குறைத்து உடம்பை ட்ரிம் ஆக்குவதைப்போல, கம்பெனியில் தேவையில்லாமல் தேங்கிக் கிடக்கும் சரக்குகள், ஓடாமல் கிடக்கும் தறிகள் எல்லாவற்றையும் சுருக்கி நிறுவனத்தை ட்ரிம் ஆக்குமாறு வாரன் ஊக்குவித்தார். அதே மாதிரி நடந்தது. பழைய பெர்க்ஷயர் நிர்வாகத்தின் உச்சியில் வீற்றிருந்த ஜாக் அடிமட்டத்தில் என்ன நடக்கிறது என்ற விவரம் தெரியாமல் மேட்டுக்குடி லெவலில் ஆட்சி செலுத்தினார். ஆனால், சேஸ் நடைமுறை மனிதர். வாரன்-சேஸ் கூட்டணியின் தொடக்க ஆண்டுகளில் ஜவுளித் தொழில் செழித்தது. குறிப்பிடத்தக்க லாபம் வந்து சேர்ந்தது. பண இருப்பு கூடியது. எனினும் ஜவுளித் தொழிலில் அதை மீண்டும் உள்ளே கொட்டுவதற்கு வாரன் சம்மதிக்கவில்லை.

ஒரே ஒருமுறை 1967-ம் வருடம் மட்டும் லாபத்தைப் பங்குதாரர் களுக்குப் பகிர்ந்து பத்து சதவிகித டிவிடெண்ட் தந்தார் வாரன். முதலும், கடைசியுமாக நடந்த ஒரே நிகழ்சி. அதன் பிறகு டிவிடெண்ட் என்ற

பேச்சுக்கே இடமில்லை. இதற்கு முன்னர் பஃபட் பார்ட்னர்ஷிப் மூலமாக முதலீடு செய்துவந்த வாரன் இனிமேல் பெர்க்ஷயர் மூலமாகப் பணத்தை முதலீடு செய்வார்.

ஜவுளித் தொழில் சம்பாதித்துக் கொடுத்த லாபத்தை மற்ற லாபகரமான தொழில்களில் செலுத்துவதற்காக வாரன் தேடியபோது, ஒமாஹாவைச் சேர்ந்த நேஷனல் இன்டெம்னிட்டி (National Indemnity) என்ற இன்ஷூரன்ஸ் நிறுவனம் கண்ணில் பட்டது. அந்த கம்பெனி கிட்டத்தட்ட வாரன் பிறந்த அதே சமயத்தில் பிறந்தது. Great depression சமயத்தில் எல்லாத் தொழில் களும் முடங்கிப் போய்க் கிடந்தன. அப்பொழுது, கல்லூரிப் படிப்பைப் பாதியிலேயே உதறிய ஜாக் ரிங்வால்ட் (Jack Ringwalt) என்பவர் இன்ஷூரன்ஸ் தொழிலில் இறங்கினார். முதலில் அவர் வாடகை டாக்ஸி கார்களுக்கு இன்ஷூரன்ஸ் கவரேஜ் வழங்கினார். மற்ற இன்ஷூரன்ஸ் நிறுவனங்கள் எல்லாம் அதுபோன்ற ரிஸ்க் மிகுந்த பிரிவுகளில் செயல்படவில்லை. துணிச்சலாக இறங்கிய ரிங்வால்ட், தனது நேஷனல் இன்டெம்னிட்டி கம்பெனிக்கு நல்ல பிரீமியம் தொகையையும் அதன் மூலம் அருமையான லாபத்தையும் ஈட்டினார்.

ஒருநாள் வாரன் ரிங்வால்டைச் ச் சந்தித்துப் பேசி, இன்ஷூரன்ஸ் கம்பெனியை விற்க விரும்புகிறீர்களா என்று கேட்டதற்கு, ரிங்வால்ட் கூறிய பதில் அவருக்குப் பிடித்தது. இதற்கு முன்னர் வாங்க வந்தவர்கள் எல்லாம் கிறுக்கர்கள் என்றும் அதையும் தாண்டி விற்றாலும் தனது நடப்பு பங்குதாரர்களும் ஊழியர்களும் பாதிக்கப்படக்கூடாது என்றும் ரிங்வால்ட் தெரிவித்தார். அந்தச் சமயத்தில் நேஷனல் இன்டெம்னிட்டி பங்குகள், 33 டாலருக்கு விற்றன. ஆனால், உண்மையான மதிப்பு 50 டாலர் என்பது வாரனின் கணிப்பு. அதன்படி மொத்த மதிப்பு 8.6 மில்லியன் டாலர். வாரன் இரண்டாவது சிந்தனைக்கு இடம் தராமல் உடனே ஒப்புக்கொண்டார்.

அந்தச்சமயத்தில் பெர்க்ஷயர் தலைமையகம் நியூ பெட்போர்டிலேயே இருந்தது. ஆண்டறிக்கைகளில் கென் சேஸ் கையெழுத்து இடுவார். விரைவில் வாரன் பெர்க்ஷயரின் தலைமையகத்தை ஒமாஹாவுக்கு இடம் மாற்றினார். வெறும் ஜவுளி நிறுவனம் என்கிற அடையாளத்தை அழித்து, பல தொழில்களை நடத்தும் நிறுவனமாக, பல நிறுவனங்களைக் கட்டுப்படுத்தும் ஹோல்டிங் கம்பெனியாக வளர்ச்சி அடைய வைக்க வேண்டும் என்பது வாரனின் நீண்டகாலத் திட்டம்.

★

பஃபட் பார்ட்னர்ஷிப்பைக் கலைத்தபிறகு, பெர்க்ஷயர் கம்பெனியின் 29 சதவிகிதம் பங்குகள் வாரன் வசம் வந்து சேர்ந்தது. 1970-ம் வருடம்

தன்னை சேர்மனாக நிறுவினார். அதன் பின்னர் ஆண்டறிக்கைகளில் வாரன் கையெழுத்திட்டு பங்குதாரர்களுக்கு அனுப்புவது தவறாமல் நடந்தது. வெறும் கையெழுத்தோடு நிறுத்திக் கொள்ளாமல், பங்குதாரர்களுக்குக் கடிதம் எழுதும் பழக்கத்தையும் வாரன் ஏற்படுத்திக் கொண்டார். ஜவுளித் தொழிலை எப்போதும்போல முழுநேரப் பணியாக கென் கவனித்துக் கொண்டார்.

எதற்காக ஒரு ஜவுளி நிறுவனத்தை வாங்கி அதை வேறு தொழில் களிலும் ஈடுபடுமாறு மாற்ற வேண்டும் என்ற கேள்வி நமக்கு வரலாம். இதே கேள்வியைப் பலரும் அப்போது கேட்டார்கள். வாரனுக்குத் தனது நிறுவனத்தை வெறும் நெசவாலை கம்பெனியாக மட்டும் வைப்பதில் ஏற்பில்லை. அது பணம் காய்க்கு மரம். ஏற்கெனவே தொழிற்சாலையும் இயந்திரங்களும் நிறுவப்பட்டுவிட்டன. அதைத் திறமையாகத் தொடர்ந்து இயக்கினால், நிலையான பணம் வந்து கொண்டிருக்கும். அந்தப் பணத்தை மற்ற இடங்களில் முதலீடு செய்யலாம்.

ஒரு பக்கம் ஜவுளித் தொழில், இன்னொரு பக்கம் இன்ஷுரன்ஸ் கம்பெனி. எந்தச் சம்பந்தமுமே இல்லாத இரண்டு தொழில்களில் வாரன் ஏன் இறங்கினார் என்பது முக்கியமான கேள்வி. ஜவுளித் தொழிலில் பெரும் செல்வத்தை மூலதனமாகப் போட்டு, ஆலைகளை நிறுவி, அதன் பிறகு மூலப்பொருள் வாங்கி, ஆடை உற்பத்தி செய்து, சந்தையில் கொண்டு சென்று விற்றபிறகுதான் பணம் திரும்ப வரும். ஆனால், இன்ஷுரன்ஸ் அதற்கு நேர் எதிர். ஒரு நபர் பாலிசி எடுக்கும் போதே பிரீமியம் செலுத்தி விடுவார். அதாவது வருமானம் முதலிலேயே கிடைத்துவிடும். அதன் பிறகு பாலிசிதாரருக்கு அல்லது காப்பீடு செய்யப்பட்ட பொருளுக்கு ஏதாவது பிரச்னை ஏற்படும்போது, (பிரச்னை ஏற்பட்டால் மட்டுமே) கிளைம் தொகையை கொடுத்தால் போதும். இவ்வாறாக வருமானம் தொடக்கத்திலும் செலவு இறுதியிலும் ஏற்படும் சிறப்பம்சம் பொருந்திய தொழில் என்ற அற்புதமான காரணம், வாரனை மிகவும் ஈர்த்தது.

வாரனைப் பொறுத்தவரை அவருடைய அடிப்படை பலம் முதலீடு செய்வது. அதற்குத் தேவையானது மூலதனம். வாரனுக்கு இடை விடாமல் எங்கிருந்தாவது பணம் வந்துகொண்டே இருக்கவேண்டும். பெர்க்ஷயரை வாங்கிச் சேகரித்த ஆரம்ப வருடங்களில் வேண்டு மானால் ஜவுளித் தொழில்மூலம் பணத்தைக் கறக்கலாம். ஆனால், அது நீண்ட நாள் நிலைக்காது என்பது வாரனின் கணிப்பு. எந்த நேரத்திலும் புதிது புதிதாக இயந்திரங்கள் உருவாகும். அவற்றை வாங்கி, நிறுவி, தொழிலில் ஈடுபடும் வேறு கம்பெனிகள் நம்மைவிட மலிவாகத் துணி தயாரிக்கலாம். அப்போது அவர்கள் விற்கும் அதே விலைக்கு நாமும்

விற்றால் நஷ்டம் ஏற்படலாம். ஆகவே, பெர்க்ஷயர் கம்பெனி என்ற ஆலமரத்தின் அடி மரமாக ஜவுளித் தொழில் இருக்கும். என்றாலும் அதற்கும் ஒரு மாற்று வேண்டும். தன் நிறுவனத்தைத் தாங்கிப் பிடிக்கும் வலுவான பல விழுதுகள் வேண்டும் என்று வாரன் நினைத்தார். அடிமரம் அழுகிப் போனாலும்கூட விழுதுகள் தாங்கும் என்ற நம்பிக்கை அவருக்கு இருந்தது.

நேஷனல் இன்டெம்னிட்டி கம்பெனியை வாங்கியவுடன் ஏற்கெனவே ஜவுளித் தொழில் மூலம் கிடைத்த பணவரவோடு, இன்ஷூரன்ஸ் பிரீமியம் தொகையும் சேர்ந்துகொண்டது. அதனால், நினைத்தபடி சுலபமாகப் பங்குச்சந்தையில் விளையாடும் சுதந்தரம் அகலமானது. வெறும் பங்குகளை வாங்குவதோடு நிறுத்திக்கொள்ளாமல், சில நிறுவனங்களை முழுமையாக அப்படியே வாங்கி பெர்க்ஷயர் கம்பெனிக்குக் கீழே கொண்டுவந்து இணைத்துவிட்டார் வாரன்.

நிறுவனங்களை டேக்-ஓவர் செய்வது பிசினஸ் உலகில் புதிய விஷயம் இல்லை. ஆனால், வழக்கம்போல வாரன் அதிலும் தன் வித்தியாசமான அணுகுமுறையை நிலைநாட்டினார்.

பண்டைக் காலத்தில் வீரம் மிகுந்த பல மன்னர்கள் பல நாடுகளுக்கும் படையெடுத்துச் செல்வார்கள். அந்த நாடுகளைக் கைப்பற்றியபிறகு, அவற்றைத் தம்முடைய பேரரசின்கீழ் சேர்த்துவிடுவார்கள். முடிவில் அந்த நாட்டை ஆண்டுவந்த பழைய அரசரிடமே திருப்பிக் கொடுத்து, முன் போலவே நாட்டை நிர்வகித்து ஆட்சி செய்யச் சொல்லி விடுவார்கள். அதன் பிறகு ஆண்டுதோறும் தவறாமல் கப்பம் வருகிறதா என்பதை மட்டும் பார்ப்பதே பேரரசரின் வேலை.

ஒரு மாபெரும் பேரரசின் தலையாயப் பதவியில் உட்கார்ந்துகொண்டு, தன் ஆளுகைக்கு உட்பட்ட சிற்றரசுகளின் தினசரி அலுவல்களையும் மண்டைக் குடைச்சல்களையும் பற்றிக் கவலைப்படாமல் தேவையான நேரத்தில் மட்டும் அதிகாரம் செய்தாலே போதும் என்று நினைத்தார்கள் பேரரசர்கள். வாரனும் அப்படியே.

கம்பெனிகளில் முதலீடு செய்யும்போது அல்லது முழுவதுமாக வாங்கித் தனது ஆளுகையின்கீழ் வாரன் கொண்டு வந்தபோது, அவற்றின் அன்றாட வேலைகளை அவர் கவனிக்க விரும்பவில்லை. ஏற்கெனவே நிர்வகித்து வந்த நிர்வாகிகளிடம் ஒப்படைத்து எப்போதும்போல, அதை நடத்துமாறு சொல்லிவிடுவார். இதற்குக் காரணம், வாரனுக்குத் தான் வாங்கிய புதிய நிறுவனங்களை நடத்தத் தெரியாது என்பதல்ல. எந்த நிறுவனத்தையும் நிர்வாகம் செய்வதற்கு அவர் ஒருநாளும் பயந்ததில்லை. ஆனால், அவரது ஆர்வம் அல்லது நோக்கம் அதுவல்ல.

சாதாரணக் குறு நிலப்பரப்பை ஆளும் சிற்றரசராக இல்லாமல் மாபெரும் சாம்ராஜ்ஜியத்தை அதன் உச்சியில் உட்கார்ந்தபடி கண்காணித்து அதன் எல்லையை விரிவாக்க நினைக்கும் ஒரு சக்ரவர்த்திபோல செயல்பட வேண்டும் என்றுதான் வாரன் நினைத்தார்.

தம்மை ஜெயித்த பேரரசருக்குப் பயந்து காலம் தவறாமல் கப்பம் கட்டுவதுபோல, வாரன் வாங்கிய நிறுவனங்களின் பழைய உரிமை யாளர்கள் பொறுப்பாக நடந்துகொண்டனர். வாரன் அது மாதிரி பல சிற்றரசர்களைத் தன் ஆளுகையின்கீழ் வெற்றிகரமாகக் கொண்டு வந்தார். எல்லா சிற்றரசர்களும் வாரன் சொன்ன நெறிமுறையை அப்படி ஏற்றுக்கொண்டனர். அவர்களுக்கு வேண்டியது வாரன் வாயிலிருந்து வரும் உற்சாகமான நாலு வார்த்தைகள். அதைச் சொல்வதில் வாரனுக்குக் கஞ்சத்தனமே கிடையாது.

வாரன் தன்வசப்படுத்திய நிறுவனங்களின் நிர்வாகிகளும் அந்த எதிர்பார்ப்பை ஈடுகட்டும் வகையில் அமைந்தனர். தாங்கள் சிரமப்பட்டு உருவாக்கிய அல்லது பரம்பரையாக வழி வந்த தொழிலை வாரனுக்கு விற்றாலும் பழைய அர்ப்பணிப்போடு தொடர்ச்சியாக நிர்வகித்து நடத்தினார்கள். அவர்கள் ஏற்கெனவே நிறையப் பணம் சேர்த்து வைத்திருந்தனர். வேலை செய்து பணம் சம்பாதிக்க வேண்டும் என்ற தலைவிதி அவர்களுக்கு இல்லை. என்றாலும், தமது தொழிலின் மீதுள்ள ஈடுபாட்டின் காரணமாக, அதன் மீதுள்ள காதலின் வெளிப் பாடாக மட்டுமே பொறுப்பை ஏற்று நடத்தினர்.

தவிர, அவர்களை வாரன் நடத்திய விதமும் அவர்களுக்கு மிகவும் பிடித்திருந்தது. 'கம்பெனியை நான் வாங்கிவிட்டேன். இனி நான் சொல்கிற மாதிரி செய்ய வேண்டியது உன் வேலை' என்கிற மாதிரி, பழைய நிர்வாகிகளை வாரன் ஒருநாளும் நடத்தியதில்லை.

முக்கியமாக, அன்றாட வேலைகளில் நாள்தோறும் குறுக்கே புகுந்து தலையிடவில்லை. பழைய முதலாளிகளுக்கு இருந்த சுதந்தரத்தைக் கொஞ்சமும் குறைக்காமல் கொடுத்தார். அந்தந்தத் தொழில்களில் தன்னைவிடப் பழைய முதலாளிகளுக்கு நிறைய விவரம் தெரிந்திருக்கும் என்ற உண்மையை மறைக்காமல் சொன்னார். 'நான் உங்களைச் சார்ந்துதான் இருக்கிறேன். இப்போதும் இது உங்கள் நிறுவனம்தான்' என்று வாரன் சொன்னதைக் கேட்டு பழைய நிர்வாகிகள் ஏகத்துக்கு குஷியாகிப் போனார்கள்.

இப்படிச் சொல்வதால் புதிதாக வாங்கிய நிறுவனத்தை வாரன் கண்டு கொள்ளவே மாட்டார் என்பதல்ல அர்த்தம். பழைய நிர்வாகிகளின் திறமை மீதுள்ள நம்பிக்கை காரணமாகத்தான் பல சமயங்களில் கண்டுகொள்ளாத மாதிரி அவர் செயல்பட்டார்.

'பழைய நிர்வாகிகளுக்கு பரிபூர்ண சுதந்தரத்தை அளிப்பதில் எனக்கு ஒரு பிரச்னையும் இருந்ததில்லை. ஆனால், ஒரு நிறுவனத்தை நான் வாங்கியபிறகு, அதன் நிர்வாகி அதை எப்படி நடத்துவது என்று என்னிடம் சந்தேகம் கேட்கிறார் என்றால், நாங்கள் இருவருமே பிரச்னையில் மாட்டிக் கொண்டதாக அர்த்தம்' என்று வேடிக்கையாகச் சொல்வார்.

இப்படியாக வாரனின் சாம்ராஜ்ஜியம் இன்ஷூரன்ஸ், வங்கிகள், அச்சுத் தொழில், சில்லறை வணிகம் என்று பல திசைகளில் விரிந்தது. அதற்கு வேண்டிய மூலதனம் தொடர்ச்சியாக ஜவுளித் தொழிலில் இருந்து வந்து கொண்டிருந்தது. கென் சேஸ் ஒரு விஷயத்தை மட்டும் மறக்காமல் வைத்திருந்தார். 'நீண்ட காலமாக கம்பெனிக்காக உழைத்த பல தொழிலாளர்களின் வேலை பறிபோகக்கூடாது. அவர்கள் நடுத்தெருவில் நிற்கும் வகையில் ஆலைகளை இழுத்துமூடும் எண்ணம் தனக்கு இல்லை' என்று வாரன் அவரிடம் சொல்லியிருந்தார்.

'ஜவுளி ஆலை, பிற புதிய தொழில்கள் அளவுக்கு லாபம் தராமல் போனாலும் பரவாயில்லை. ஆனால், ஓரளவாவது நஷ்டமில்லாமல் இயங்கவேண்டும். சுருங்கச் சொன்னால், உபயோகமாக இல்லா விட்டாலும் பரவாயில்லை, ஆனால் உபத்திரவம் கொடுக்கக் கூடாது' என்றும் வாரன் கூறியிருந்தார்.

தொழிலில் பணத்தைத் தவிர வேறு யாரையும் நம்ப வேண்டாம் என்பது வாரனது கண்டிப்பான உத்தரவு. நெய்த துணியை எடுத்துச் சென்று நீண்ட நாள் பணம் திருப்பித் தராமல் இருக்கும் வாடிக்கையாளர்களுக்கு மேற்கொண்டு துணியை சப்ளை செய்வதில்லை என்ற தீர்மானமான முடிவை வாரன் எடுத்தார்.

மேலும், சிறப்பு வாடிக்கையாளர்களுக்கு என்று தனிச்சலுகை ஏதுமில்லை என்றும் சொன்னார். ஒருமுறை வாரனின் மனைவி சூசன், நியூ யார்க் பெர்க்ஷயர் கடையில் துணி எடுத்தார். அங்கு பணியாற்றிய ஊழியர்கள் மற்றவர்களிடம் என்ன விலைக்கு விற்பார்களோ, அதே தொகையை வசூலித்தனர். அப்படிச் செய்யாமல் விட்டிருந்தால் அவர்களைக் கடித்து குதறியிருப்பார் வாரன். ஏனென்றால், சூசனிடம் என்ன விலைக்கு விற்றார்கள் என்ற விவரத்தை பிரத்தியேகமாக வாரன் விசாரித்துத் தெரிந்து கொண்டிருப்பார்.

எதிர்பார்த்தபடியே, ஜவுளிப் பிரிவு தந்த லாபம் மற்ற பிரிவுகளை விட மிகவும் குறைவுதான். உதாரணத்துக்கு 1970-ம் வருடம் வெறும் 45,000 டாலர் லாபம் மட்டுமே அது சம்பாதித்துக் கொடுத்தது. ஆனால், இன்ஷூரன்ஸ் கிளைகள் 2.1 மில்லியனும் வங்கி முதலீடுகள் 2.6 மில்லியனும் அள்ளிக் கொடுத்தன. இந்த மூன்று தொழில்களிலும்

ஏறத்தாழ சம அளவு மூதலீடு செய்திருந்தார் வாரன். இப்படிப்பட்ட சூழலிலும் ஜவுளி ஆலையை அவர் உடனடியாக இழுத்து மூடவில்லை. கம்பெனிக்காக நெடுநாள் உழைத்த பல வயதான தொழிலாளர்களையும் அவர்களின் குடும்பத்தினரையும் மனத்தில் கொண்டு அந்த முடிவை எடுக்காமல் இருந்தார்.

வாரனிடம் இருந்த இந்த அக்கறை, அவரிடம் முதலீடு செய்திருந்த பங்குதாரர்களுக்கும் இருக்கவேண்டும் என்று சொல்வதற்கில்லை. அவர்கள் வாயைத் திறந்து வாரனிடம் அந்தக் கேள்வியைக் கேட்டே விட்டார்கள். 'இன்னும் எதற்காக டெக்ஸ்டைல் தொழிலைத் தொடர்ந்து நடத்துகிறீர்கள்? இழுத்து மூடிவிட வேண்டியதுதானே?'

வாரன் சொன்னார்: 'அந்தப் பகுதியில் நிறையப் பேருக்கு வேலை அளிக்கும் ஒரே பெரிய நிறுவனம் பெர்க்ஷயர் ஜவுளி ஆலைதான். ஆலையைத் திறம்பட நடத்துவதற்கு தொழிற்சங்கங்கள் மிகுந்த ஒத்துழைப்பு நல்கின. அது தவிர, கென் சேஸுக்கு நான் மிகவும் நன்றிக்கடன் பட்டிருக்கிறேன். பெர்க்ஷயர் நிறுவனம் மிகப் பெரிய சாம்ராஜ்ஜியமாக விரிவடையக் காரணமே ஆரம்பக் காலத்தில் இந்த ஜவுளி ஆலை சம்பாதித்துக் கொடுத்த லாபம்தான் என்பதை பங்குதாரர்கள் மறந்தாலும் நான் மறக்க மாட்டேன்.'

வாரனின் வாதத்தைக் கேட்ட பங்குதாரர்கள், அதில் உள்ள நியாயத்தைப் புரிந்துகொண்டனர். என்றாலும், ஜவுளி ஆலை வாரனை கொஞ்சம் வருத்தப்படவே செய்தது. மற்றத் துறைகளில் வரும் லாபத்தை எல்லாம் இந்த ஜவுளிப் பிரிவு குடிக்கும் போலத் தெரிகிறதே என்று கென்னிடம் எச்சரித்துக் கொண்டே இருப்பார்.

வாரன் எதிர்பார்த்ததைவிட அதிக காலம் ஜவுளி ஆலைகள் ஓடின. கென் சேஸ் அருமையாக நிர்வகித்தார். ஆனாலும், 1981-ம் ஆண்டு 2.7 மில்லியன் டாலர் நஷ்டத்தைச் சந்தித்தது. மாலுமி எவ்வளவுதான் திறமையானவராக இருந்தாலும் கப்பல் ஓட்டையாக இருந்தால் என்ன செய்ய முடியும்? கென் கிட்டத்தட்ட அந்த நிலையில் இருந்தார். அப்படி இருந்தும் கடுமையாகப் போராடி அடுத்த வருடம் லாபம் சம்பாதித்துக் காட்டினார். இதற்கு மேல் தன்னால் முடியாது என்று நினைத்தாரோ என்னவோ, ஆலையை வாரனிடமே கொடுத்துவிட்டு விருப்ப ஓய்வு பெற்றார்.

அவரைத் தொடர்ந்து ஜவுளிப் பிரிவுக்குப் பொறுப்பேற்ற நிர்வாகிகள், ஜவுளி ஆலையை நிர்வகிக்க நிறைய மூலதனம் வேண்டும் என்று மனு போட்டார்கள். வாய் விட்டுக் கேட்டார்கள். வாதிட்டுப் பார்த்தார்கள். வாரன் மசியவில்லை. யானைபோல பழைய ஆலைகள் தொடர்ச்சியாகப் போட்ட பணத்தை எல்லாம் விழுங்கி ஏப்பம் விட்டுக் கொண்டிருந்தன.

இறுதியாக 1985-ம் வருடம் பெர்க்ஷயர் நிறுவனம் தனது டெக்ஸ்டைல் ஆலைகளை இழுத்து மூடியது. அமெரிக்காவின் முதல் டெக்ஸ்டைல் ஆலையை நிறுவிய நிறுவனம் தனது அடையாளத்தில் அந்தத் தொழிலை அழித்தது. அதன் இயந்திரங்களையும் தளவாடங்களையும் பேரிச்சம் பழத்துக்கு பழைய இரும்பு போடுவது போலத் தூக்கிக் கொடுத்தனர். 1981-ம் ஆண்டு 5,000 டாலருக்கு வாங்கிய தறிகளை 1985-ம் ஆண்டு வெறும் 26 டாலருக்கு தள்ளிவிட்டனர்.

ஜவுளி ஆலையை முன்பு மூட மறுத்த அதே வாரன், இப்போது ஆலையை முடிவிட்டார். அதற்கான நியாயத்தைத் தன் பங்கு தாரர்களுக்கு எழுதினார்.

'நான் நிர்வகித்த பஃபட் பார்ட்னர்ஷிப் 21 வருடங்களுக்கு முன்னர் பெர்க்ஷயர் ஹாத்வே நிறுவனத்தின் கட்டுப்பாட்டைக் கைப்பற்றிய போது, அதன் நிகர மதிப்பு 22 மில்லியன் டாலர். பெர்க்ஷயர் மற்றும் ஹாத்வே நிறுவனங்கள் ஒன்றாக இணைந்து செயல்பட ஆரம்பித்த நாள் முதல் அன்று வரையான ஒன்பது ஆண்டுகளில், மொத்தம் 530 மில்லியன் டாலருக்கு விற்பனை நடந்தது. அதன் மூலம் கிடைத்தது நிகர நஷ்டம் 10 மில்லியன் டாலர். அவ்வப்போது லாபம் வந்தது. ஆனால், ஒட்டு மொத்தமாகப் பார்த்தால் ஜாண் ஏற, முழம் சறுக்கிய மாதிரிதான்.

தென் மாகாணங்களில் தொழிற்சங்கங்கள் இல்லாத ஆலை நிர்வாகிகள் குறைந்த செலவில் துணியை உற்பத்தி செய்து, வடக்குப் பகுதி ஆலை களுக்குப் பெரும் நெருக்கடி கொடுத்தனர். அதனால் பல கம்பெனிகளை இழுத்து மூட வேண்டியிருந்தது. நம்மாலும் தொடர்ச்சியாகத் தொழிலை நடத்த முடியாது என்பதை மற்றவர்கள் தெரிந்து கொண்டார்கள். ஆலையை மூடி, இயந்திரங்களைப் பிரித்து விற்றுவிடு வோம் என்று நிறையப் பேர் நினைத்தார்கள்.

ஆனால், நீண்ட காலம் விசுவாசமாக உழைத்த ஊழியர்களை வைத்து நடத்தினால் சிறப்பான விளைவுகளை ஏற்படுத்த முடியும் என்று நானும் சேஸூம் நம்பினோம். அந்த வகையில் 100 சதவிகிதம் சரியான முடிவை நாங்கள் மேற்கொண்டோம். அதற்காக கென் சேஸூக்கு ஒரு ஸ்பெஷல் சல்யூட்.

ஆனால், சமீப காலமாக ஜவுளித் தொழில், நஷ்டத்தில் இயங்குகிறது. இந்த நிலைமை நிச்சயமாகத் தொடரும் என்பதற்கான பல அறிகுறிகள் 1985-ம் வருடம் தென்பட்டன. நம் ஆலையை வேறு யாராவது வாங்கி அதை மேற்கொண்டு நடத்த வந்திருந்தால் குறைவான பணம் கிடைத்தாலும் பரவாயில்லை என்று சந்தோஷமாக நான் விற்றிருப்பேன். நிச்சயம் இழுத்து மூடியிருக்க மாட்டேன். ஆனால், நம்மால் லாபகரமாக

நடத்த முடியவில்லை என்கிறபோது, மற்றவர்களும் அதேபோல யோசிப்பார்கள். ஆகவே, யாரும் விருப்பம் தெரிவிக்கவில்லை.

ஒரு கார்ப்பரேட் கம்பெனியில் ஒட்டுமொத்த லாப விகிதத்தில் சிறு சதவிகிதம் உயர வேண்டும் என்பதற்காக, சற்று மந்தமாக ஓடும் ஒரு தொழில் பிரிவை நான் மூட மாட்டேன். அதே சமயம், ஒரு தொழில் தொடர்ச்சியாகப் பணத்தை உறிஞ்சுமே ஒழிய திருப்பிக் கொடுப் பதற்கான வாய்ப்புகள் மிகக் குறைவாக இருக்கும் பட்சத்தில், அதை இடைவிடாமல் செய்வது முறையாக இருக்காது. முதலில் சொன்ன கருத்தை ஆடம் ஸ்மித் ஏற்றுக் கொள்ள மாட்டார். இரண்டாவது கருத்தை கார்ல் மார்க்ஸ் ஏற்க மாட்டார். அவர்கள் இருவருக்கும் மத்தியில் நின்று ஒரு முடிவு எடுக்க வேண்டிய நிலைக்கு நான் தள்ளப்பட்டேன்.'

கார்ல்மார்க்ஸுக்கும் ஆடம்ஸ்மித்துக்கும் நடந்த போராட்டத்தில் கடைசியாக ஆடம்ஸ்மித் பக்கம் சாய வேண்டியதைத்தவிர, தனக்கு வேறு வழி தெரியவில்லை என்று தன் பங்குதாரர்களுக்கு வாரன் எழுதினார்.

அதே கடிதத்தில் இன்னொரு சுவாரஸ்யமான தகவலையும் வாரன் எழுதினார்.

'1985-ம் ஆண்டு கடிதம் எழுதிய சமயத்திலும் அதற்கு 21 ஆண்டுகள் முன் வாரன் பெர்க்ஷயர் நிறுவனத்தைக் கையில் எடுத்த சமயத்திலும் அமெரிக்காவில் மிகப் பெரிய டெக்ஸ்டைல் கம்பெனியாக பர்லிங்டன் இன்டஸ்ட்ரீஸ் (Burlington Industries) விளங்கியது. 1964-ல் பெர்க்ஷயர் விற்பனை 50 மில்லியன் டாலர்; பர்லிங்டன் விற்பனையோ 1.2 பில்லியன் டாலர். உற்பத்தி மற்றும் விநியோகம் ஆகிய இரண்டிலுமே பர்லிங்டன் வலுவாக இருந்தது. 1964-ல் அதன் பங்கு விலை 60 டாலர். பெர்க்ஷயர் 13 டாலருக்கு விற்றது.

ஜவுளி தவிர வேறு தொழில்களில் ஈடுபடுவதில்லை என்ற கொள்கையை பர்லிங்டன் உறுதியாகக் கடைப்பிடித்தது. 1985-ல் அதன் விற்பனை 2.1 பில்லியன் டாலர். மேலும் 1964-1985 கால இடைவெளியில் அந்த கம்பெனி தனது விரிவாக்கப் பணிகளுக்காக சுமார் 3 பில்லியன் டாலரை உள்ளே பாய்ச்சியது. அப்போது 60 டாலருக்கு விற்ற ஒவ்வொரு பங்கின் மீதும் புதிதாக 200 டாலர் உள்ளே செலுத்தப்பட்டது. அதில் பெரும்பகுதி செலவுக் கட்டுப்பாட்டுக்கும் விரிவாக்கத்துக்கும் சென்று சேர்ந்தது.

ஒரு பங்குக்கு இரண்டு என்ற விகிதத்தில் ஸ்பிளிட் ஆன பிறகு, பர்லிங்டன் கம்பெனியின் பங்குகள் 1985-ல் 34 டாலருக்கு விற்றன. பழைய பங்கு ஒன்றுக்கு 68 டாலர். 21 வருடத்தில் வெறும் எட்டு டாலர்

மட்டுமே ஏறியது. இத்தனைக்கும் ஜவுளித் துறையில் மிகப் பெரியதும் வெகு சிறப்பாக இயங்கக் கூடியதுமான நிறுவனம் அது. ஆனால், ஜவுளித் துறையில் இருந்து வெளியே வந்து மற்றத் துறைகளிலும் கால் வைத்ததால் 13 டாலருக்குக் கிடைத்த பெர்க்ஷயர் பங்கு விலை 1985 சமயத்தில் ஆயிரங்களில் விற்றது!'

இதன் மூலம் தனது பங்குதாரர்களுக்கு வாரன் உணர்த்திய நீதிகள் இரண்டு.

1. என்னதான் நல்ல நிறுவனமாக, நிர்வாகமாக இருந்தாலும் தவறான துறையில் தொடர்ச்சியாக நீடித்தால் உயர்வு கிடைக்காது. மக்கள் மத்தியில் செல்வாக்கு அற்ற கட்சியில் ஒரு நல்ல வேட்பாளர் நின்றாலும் வேலைக்கு ஆகாது. ஜவுளித் தொழில் அப்படிப்பட்ட ஒரு கட்சி. அந்தத் துறையில் ஈடுபடுவது அலைகளுக்கு எதிர்த்திசையில் நீச்சல் அடிப்பதைப்போல. ஜவுளித் தொழிலுக்கு ஏற்பட்ட இந்த கதி நாளை வேறு ஒரு தொழிலுக்கும் வரலாம்.

2. இத்தனை சிரமங்கள் நிரம்பியிருந்தாலும், பழசை நினைத்து நன்றி செலுத்துவதற்காக, முடிந்தவரை பொறுத்துப் பார்க்கலாம். தொழிலாளர்களை நினைத்த மாத்திரத்தில் தூக்கி வீசக்கூடாது.

ஜவுளி ஆலைகளை சுத்தமாக மூட்டைக் கட்டி வைத்த அதே 1985-ம் வருடம், அமெரிக்க இன்ஷூரன்ஸ் துறை பெரும் மாற்றங்களைச் சந்தித்தது. பெருத்த சேதங்களும், பின்னடவுகளும் ஏற்பட்டன. பாலிசிதாரர்கள் சமர்ப்பிக்கும் கிளைம்களுக்குப் பணம் செட்டில் செய்ய முடியாத அவலம் நேர்ந்தது. சில நிறுவனங்களை மூட வேண்டிய நிலைகூட ஏற்பட்டது. பல கம்பெனிகள் தாங்கள் ஏற்கெனவே அளித்து வந்த கவரேஜ் அனைத்தையும் விலக்கிக்கொண்டன. இதெல்லாம் வாரனுக்கு இரண்டு வகைகளில் உதவின. வலுவான பணபலம் இல்லாத இன்ஷூரன்ஸ் நிறுவனங்களை ஒதுக்கிவிட்டு, பணம் பிதுங்கி வழியும் பெர்க்ஷயரின் இன்ஷூரன்ஸை வாடிக்கையாளர்கள் நாடினார்கள். மற்ற எந்த இன்ஷூரன்ஸ் கம்பெனியைக் காட்டிலும் வாரனின் நிறுவனங்கள் தடிமனான பேலன்ஸ் ஷீட்டைக் கொண்டிருந்தன.

இன்னொன்று, பல இன்ஷூரன்ஸ் நிறுவனங்கள் பல பேருக்குப் புதிய இன்ஷூரன்ஸ் பாலிசிகளைக் கொடுக்க மறுத்தன. மிகவும் ரிஸ்க்கான வியாபாரம் என்று சொல்லி அவர்களைப் பிற கம்பெனிகள் நிராகரித்தன. அந்த வாய்ப்பை வாரனின் கம்பெனி இறுகப் பற்றியது. அதற்காக ஒரு புதுமையான விளம்பரத்தை வெளியிட்டார்கள். மற்ற இன்ஷூரன்ஸ் கம்பெனிகளில் கவரேஜ் கிடைக்காத யார் வேண்டுமானாலும், எந்த வகையான ரிஸ்க்குக்கு எதிராக வேண்டுமானாலும் விண்ணப்பிக்கலாம்.

ஆனால், குறைந்தபட்ச இன்ஷுரன்ஸ் தொகை 10 லட்சம் டாலருக்கு (ஒரு மில்லியன் டாலருக்கு) மேல் இருக்க வேண்டும். சின்ன மீனை எல்லாம் விட்டு விட்டு பெரிய மீனுக்கு வலை வீசும் டெக்னிக் இது.

அந்த விளம்பரத்தில் ஒரு முடிச்சு போட்டிருந்தார் வாரன். நீங்கள் எடுக்கப்போகும் இன்ஷுரன்ஸ் தொகையை வாரன் சொல்லமாட்டார். புதிதாக பாலிசி ஆரம்பிக்க விண்ணப்பிப்பவர்களே அதைச் சொல்ல வேண்டும். அப்படிச் சொல்லும் தொகை வாரனுக்கு ஏதுவாக இருந்தால் இன்ஷுரன்ஸ் பாலிசி கொடுப்பார். இல்லையென்றால் இல்லை. இதில் மறுபரிசீலனைக்கோ, பேரம் பேசுவதற்கோ இடமில்லை என்பது கண்டிஷன். வேறு யாருமே இன்ஷுரன்ஸ் தர மறுத்த பிறகு இந்த வாய்ப்பும் நழுவிவிடக் கூடாது என்ற பயத்தில் அத்தனை பேரும் அளவுக்கு அதிகமான தொகையை இன்ஷுரன்ஸ் செய்து கொண்டனர்.

பாலிசிதாரர்கள் எந்த அளவுக்குப் பயந்து போயிருந்தனரோ, அதை விட மேலாக இன்ஷுரன்ஸ் கம்பெனிகளும் பயந்திருந்தன. ஏதாவது ஒரு சீரழிவு ஏற்பட்டு, இன்ஷுரன்ஸ் பாலிசி எடுத்தவர்கள் திடீரென்று பணத்தைக் கேட்டால் எங்கிருந்து எடுத்துத் தருவது என்கிற கேள்வி அவர்களை மிகவும் பயமுறுத்தி இருந்தது. எனவே, அது மாதிரி அசாதாரண நிகழ்வுகளுக்காக இன்ஷுரன்ஸ் கம்பெனிகளே தங்களை இன்ஷுரன்ஸ் செய்துகொள்ள விரும்பின. வாரன் அந்த வாய்ப்பை நன்கு பயன்படுத்தினார். ரீ-இன்ஷுரன்ஸ் என்ற பெயரில் அவர்களுக்கு கவரேஜ் கொடுத்தார். அதாவது, சில்லரை வியாபாரிகள் மொத்த வியாபாரியிடம் கணக்கு வைத்திருக்கிற மாதிரி.

வாரன், பெர்க்ஷயர் தலைமைப் பொறுப்புக்கு வந்த இருபத்தொரு ஆண்டுகளில் டவ் ஜோன்ஸ் குறியீட்டு எண் இரு மடங்காக உயர்ந்தது. அதே காலத்தில் பெர்க்ஷயர் பங்குகள் 167 மடங்கு பல்கிப் பெருகின. அதோடு நின்றுவிடவில்லை. அதற்கு அப்பாலும் வாரனின் சாதனை தொடர்ந்தது.

8 என்ன விலை அழகே!

பங்குச்சந்தையில் ஏராளமானவர்கள் தினந்தோறும் புழங்கு கின்றனர். அவர்கள் யாராலும் செய்ய முடியாத சாதனையை வாரன் ஒருவரால் மட்டும் எப்படிச் செய்ய முடிந்தது? வாரனின் வாழ்க்கையை (அதாவது, அவரது முதலீட்டுக் கொள்கையை) புரிந்துகொள்ளவேண்டும் என்றால் இந்தக் கேள்விக்கு பதில் கண்டாகவேண்டும்.

இந்தக் கேள்விக்கான பதிலைக் கண்டுபிடிக்க அதிகம் கஷ்டப்படத் தேவையில்லை. காரணம், நஷ்டத்தைத் தவிர்த்து லாபம் மட்டுமே சம்பாதிக்கும் ஒரு முதலீட்டுக் கொள்கைக்காக வாரன் வகுத்த அளவுகோல்கள் மிக, மிக எளிமையானவை.

'டாக்டர், என்ன சாப்பிட்டா உடம்பு குறையும்?' என்று கேட்கிறார் ஒருவர்.

'எதுவும் சாப்பிடாதிங்க. கட்டாயம் இளைச்சுடுவீங்க' என்று சொல்லும் டாக்டரின் பதில் எவ்வளவு எளிமையானதோ, அதே அளவு எளிமையானது வாரனின் பங்கு முதலீட்டுத் தத்துவம்.

பெஞ்சமின் கிரஹாமையும் பிலிப் ஃபிஷரையும் படித்தால் போதும். ஆல்ஃபா, பீட்டா என்ற புரியாத கிரேக்க எழுத்துகளை உள்ளடக்கிய சமன்பாடுகளை வைத்துக் குழப்பும் டெக்னிகல் ஆய்வுகள் தேவையே இல்லை.

பலபேர் பங்கு முதலீட்டுக்கும் பங்கு வியாபாரத்துக்கும் உள்ள வேறுபாட்டை உணர்வதே இல்லை. சந்தையில் பங்குகளை வாங்கியபிறகு, அதைவிட அதிகமான விலைக்கு வேறு எவரிட மாவது அதே பங்குகளை விற்பது பங்கு வணிகம். இதில் பங்குகள் என்பது காய்கறிகளைப்போல வெறும் விற்பனைப் பொருள்.

ஆனால், முதலீடு என்பது வேறு. பங்குகள் ஒரு நிறுவனத்தின் உரிமையைக் கோரும் சாசனம் ஆகும். நிலத்துக்குப் பட்டா இருப்பது போல, கம்பெனிகளின் உரிமையின் அத்தாட்சியாகப் பங்குகள் அமைகின்றன. பங்குதாரர்கள் அனைவருமே அந்த கம்பெனியின் முதலாளிகள். அது மாபெரும் பார்ட்னர்ஷிப். நிறையப் பங்குகளை வைத்திருப்பவர் பெரிய பார்ட்னர் என்றால் கொஞ்சம் பங்கு வைத்திருப்பவர் சிறிய பார்ட்னர். ஆகவே, அத்தனை பேரும் பங்காளிகள்.

அப்படிப்பட்ட அணுகுமுறையோடு ஒரு கம்பெனியின் பங்குகளில் முதலிடும் போது, நாமும் ஒரு முதலாளியைப்போல நம்மை நினைத்துக்கொள்ளவேண்டும். ஓர் உணவகத்தை விலைக்கு வாங்கித் தொழிலை மேற்கொண்டு நடத்தும்போது என்ன கண்ணோட்டம் இருக்குமோ, அதேபோன்ற நிலையை பங்கு முதலீட்டின்போது எடுக்க வேண்டும். பங்கு வாங்கும்போது, குறிப்பிட்ட அந்த கம்பெனியின் பார்ட்னராக நாம் மாறுகிறோம் என்ற நினைப்பு நமக்கு வரவேண்டும். வாரன் அதைத்தான் திரும்பத் திரும்பச் சொன்னார்.

'நான் நல்ல பிசினஸ்மேனாக இருப்பதால், நல்ல முதலீட்டாளனாக இருக்கிறேன். நல்ல முதலீட்டாளனாக இருப்பதால், நல்ல பிசினஸ் மேனாக இருக்கிறேன்' உங்களைக் குழப்ப வாரன் இப்படிச் சொல்ல வில்லை. முதலீடும் வியாபாரமும் பிரித்துப் பார்க்க முடியாத அம்சங்கள் என்பதை உணர்த்தவே இப்படிச் சொன்னார்.

ஒரு கம்பெனியின் பங்குகளை வாங்கும்போது, அந்த கம்பெனி செய்யும் தொழில் சிறப்பாக நடக்கிறதா, நீண்ட காலத்துக்கு அந்த கம்பெனியின் செயல்பாடு இருக்குமா, இன்னும் விருத்தி அடையுமா என்கிற அடிப் படையில் பார்க்க வேண்டும். அதை விட்டுவிட்டு தினசரி விலையின் ஏற்ற இறக்கங்களை நினைத்துத் தூக்கம் இல்லாமல் அலையக்கூடாது.

'நான் ஒரு கம்பெனியின் பங்குகளை வாங்கிய பிறகு பங்குச்சந்தை தொடர்ச்சியாகப் பத்து வருடம் மூடினால்கூட கவலைப்பட மாட்டேன். அந்த கம்பெனியின் தொழில் சிறப்பாக நடந்தாலே போதும் எனக்கு' என்று சொன்னார் வாரன்.

சூதாட்டத்தில் ஈடுபடுகிற மாதிரி பங்குச்சந்தையில் ஈடுபடக்கூடாது. இரண்டுக்கும் இடையே உள்ள வேறுபாட்டைப் புரிந்துகொள்ள வேண்டும் என்பது வாரனின் முதலீட்டுக் கொள்கையின் அடிப்படைக் கருத்து.

அதேபோல, முதலீடுகளை போதைக்குத் தொட்டுக்கொள்ளும் ஊறுகாய் போல இல்லாமல் தீர ஆராய்ந்து செய்யவேண்டும். செல்போனை

வாங்குவதுபோல பங்குகளை வாங்கக்கூடாது. வாழ்க்கைத் துணையைத் தேர்ந்தெடுப்பதுபோல, நிறைகுறைகளைச் சீர்தூக்கிப் பார்த்தபிறகு வாங்குவது அவசியம். நன்றாக யோசித்து நமக்கு ஏற்ற முதலீட்டை ஒருமுறை தேர்ந்தெடுத்தால் போதும். அடிக்கடி மாற்ற வேண்டிய அவசியம் கட்டாயம் இருக்காது என்பார் வாரன்.

எல்லாம் சரி, எந்த கம்பெனியை முதலீட்டுக்குத் தேர்ந்தெடுப்பது என்கிற கேள்விக்கு என்னதான் பதில்?

ஆரம்பத்தில் பெஞ்சமின் கிரஹாம் வகுத்த வாய்ப்பாட்டின்படிதான் பங்குகளைத் தேர்ந்தெடுத்து வந்தார். புத்தக மதிப்பைவிடக் குறைவான விலைக்குக் கிடைக்கும் நிறுவனங்களை வாங்குவதே அதன் நோக்கம். ஆனால், காலப்போக்கில் இறுக்கமான அந்த எண்ணத்தைத் தளர்த்திக் கொண்டார்.

தான் முதலிடும் நிறுவனத்தின் எதிர்காலம் ஓரளவாவது பிழையின்றிக் கணிக்கக் கூடியதாக இருக்கவேண்டும் என்பதில் உறுதியாக நின்றார். நீங்கள் வாங்கும் பங்குகளை அடுத்த பத்து ஆண்டுகளுக்கு வைத்திருக்க பயமாக இருக்குமானால், பத்து நிமிடம்கூட வைத்திருக்கக் கூடாது. ஒரு துறையில் இயங்கும் ஏனைய நிறுவனங்களைக் காட்டிலும் கூடுதல் அனுகூலம் கொண்ட நிறுவனமாக அது இருக்க வேண்டும்.

'நான் வாங்க விரும்பும் கம்பெனியின் ஆண்டறிக்கையைப் படிப்பேன். பிறகு அதன் போட்டி நிறுவனங்களின் ஆண்டறிக்கையைப் படிப்பேன். கட்டாயம் அறிய வேண்டிய தகவல்கள் அதில் கிடைக்கும்' என்று கூறுவார்.

மற்ற கம்பெனிகளுக்கு இல்லாத தனித்துவம் ஒரு நிறுவனத்துக்கு இருக்கவேண்டும். சுலபமாக மற்றவர்களால் காப்பியடிக்க முடியாத நுணுக்கத்தை அந்த கம்பெனி பெற்றிருக்க வேண்டும். பண்டைய அரண்மனைகளைச் சுற்றி அமைந்திருக்கும் அகழியோடு இதை வாரன் ஒப்பிடுவார்.

வேறு விதமாகவும் வாரன் இதனைக் குறிப்பிடுவார். ஒரு கிராமத்தை எடுத்துக் கொள்ளுங்கள். அதற்குள் நுழைவதற்கு ஒரே ஒரு பாலம் மட்டும் இருக்கிறது. இந்தப் பாலத்தைக் கடக்கக் கட்டணம் தரவேண்டும். கிராமத்தில் இருந்து யார் வெளியே செல்ல வேண்டுமானாலும், வெளியூர் வாசிகள் யார் ஊருக்குள் வர வேண்டுமென்றாலும் அந்தப் பாலத்தைக் கடக்காமல் முடியாது. இதில் நிலையான வருமானம் வரும். பெரிய பராமரிப்புச் செலவுகள் இல்லை. மூலப்பொருள் வாங்க வேண்டும், மார்க்கெட்டிங் செய்ய வேண்டும் என்ற கவலைகள் கிடையாது. வேறு

யாரும் போட்டிக்கு இல்லை. அது மாதிரியான நிறுவனங்களை வாங்க வேண்டும் என்று வாரன் சொல்வார்.

அகழி படைத்த கம்பெனிகள் வாரனின் கவனத்தைப் பெரிதும் ஈர்த்தன. அப்படி வலுவான கம்பெனிகளில் சில தவறுகள் நேர்ந்தாலும்கூட, கம்பெனி தன்னுடைய ஆளுமையை இழக்காமல் தக்கவைத்துக் கொள்ளும். நல்ல மட்டையாளர் ஒரு பந்தைத் தவறவிட்டாலும் சதம் அடிப்பார். 'எந்த முட்டாள்கூட நிர்வகிக்கக்கூடிய நிறுவனத்தைத் தேர்ந்தெடுக்க வேண்டும், ஏனென்றால் கூடிய விரைவில் ஏதேனும் ஒரு முட்டாள் கையில் அது மாட்டிக் கொள்ளும்' என்று வழக்கம்போல வேடிக்கையாக சொல்வார் வாரன்.

சில தொழில்களுக்கு மிகத் திறமையான நிர்வாகம் அமைந்தாலும்கூட, அதன் கெட்ட காலம் விடியாது. பெர்க்ஷயர் ஜவுளி ஆலை அதற்கு நல்ல எடுத்துக்காட்டு.

பொருட்களை உற்பத்தி செய்யும் நிறுவனங்களுக்கு அகழி என்பது அறவே கிடையாது. யார் குறைவான விலைக்குத் தருகிறார்களோ அதன் உற்பத்திப் பொருட்களையே வாடிக்கையாளர்கள் விரும்பு வார்கள். ஜவுளித் தொழில் அந்த வகையைச் சேர்ந்ததுதான். அப்படி இல்லாமல், வலுவான பிராண்ட் படைத்த கம்பெனிகளுக்கு மற்ற நிறுவனங்களை விட, ஆழமான அகழி இருப்பதாகப் பொருள். இன்ன பிராண்ட் எனக்கு வேண்டும் என மக்கள் சொல்லும்போது மற்ற நிறுவனங்கள் போட்டி இல்லாமல் தோற்றுவிடுகின்றன. மூலப் பொருட்களின் விலை ஏறினாலும்கூட இப்படிப்பட்ட சூப்பர்-பிராண்ட் கம்பெனிகள் சுலபமாக விலையை உயர்த்தி விற்க இயலும். ஆனால், பிற கம்பெனிகளுக்கு அந்த வாய்ப்பு கிடைப்பதில்லை.

இப்படியாக எந்த நிறுவனத்தின் பங்குகளை வாங்குவது எனக் கண்டறிவது சுலபம். யாராலும் அதைச் செய்ய முடியும். ஆனால், அதற்கு என்ன விலை கொடுப்பது எனத் தீர்மானிப்பதில் புதைந்திருக்கிறது வெற்றிக்கான சூத்திரம். உதாரணத்துக்கு, கோக-கோலா கம்பெனி ஒரு நூற்றாண்டுக்கு மேல் வரலாறு கொண்டது. ஆறு வயதுப் பையனாக இருந்தபோதே அந்த பானத்தை சில்லறையில் விற்பனை செய்தவர் வாரன். ஆனாலும், 55 வயதாகும் வரை காத்திருந்து அந்த நிறுவனத்தின் பங்குகளை வாங்கினார். அவர் வாங்கும்போது விலை படுபாதாளத்தில் இருந்தது. மிக அருமையான அகழி படைத்த கம்பெனிக்கு ஒரு தாற்காலிகப் பின்னடைவு ஏற்படும்போது பங்குச்சந்தையில் மற்ற அனைவரும் விற்பார்கள். அந்தத் தருணத்தில் வாங்கிக் குவிக்க வேண்டும். இதையேதான் சாலட் ஆயில் ஊழலின்போது அமெரிக்கன் எக்ஸ்பிரஸ் பங்குகளில் செய்தார்.

கையில் பணம் இருக்கிறதே என்பதற்காகப் பங்குகளில் கொட்டுவது மூடத்தனம். தோதான கம்பெனிகளை ஏதுவான விலைக்குக் கிடைக்கும் வரை காத்திருக்கும் மனவலிமை பக்குவமான முதலீட்டாளருக்கு மிக முக்கியம். உதாரணத்துக்கு, 1973-ம் ஆண்டு எல்லா கம்பெனிகளின் பங்கு விலையும் ஏறி நின்றன. வாரனிடம் நிறையப் பணம் சேர்ந்திருந்தது. அதற்காக மட்டுமே அவர் கண்ட கருமத்தையும் வாங்கவில்லை.

'எவ்வளவோ கவனித்துப் பார்த்தும் நான் வாங்குவதற்கு ஏற்ற பங்குகள் ஒன்றுமே இல்லை' என்றார்.

அதற்கு முந்தைய வருடம் பெர்க்ஷயருக்குச் சொந்தமான இன்ஷூரன்ஸ் கம்பெனிகளின் முதலீட்டு போர்ட்ஃபோலியோவின் மதிப்பு 101 மில்லியன் டாலர். அதில் வெறும் 17 மில்லியன் டாலர் மட்டுமே பங்குகளில் இருந்தது. அடுத்த ஆண்டு பங்கு விலைகள் வெகுவாகக் குறைந்தன. அப்போது, 'முதலீடு செய்வதற்கு சரியான தருணம் இது' என்றார் வாரன். ஏகத்துக்குப் பங்குகளை வாங்கிக் குவித்தார்.

1982-ம் ஆண்டு நிறுவனங்கள் ஒன்றையொன்று வாங்கி (டேக்-ஓவர்) சேர்த்துப் பெருக்கும் நோய் முற்றியது. வாரன் நிதானத்துடன் அவற்றைக் கவனித்தார். பங்குதாரர்களுக்குக் கீழ்க்கண்டவாறு எழுதினார்.

'இந்த வருடம் நடந்த acquisitions-ஐப் பார்க்கும் போது, பொறாமை ஏற்படவில்லை. மாறாக, நாம் அவற்றில் பங்கெடுக்கவில்லை என்பதால் நிம்மதி ஏற்படுகிறது. மனிதனுக்கு ஏற்படும் கேடுகள் யாவும் ஓர் அறைக்குள் அமைதியாக உட்கார முடியாத குணத்தில் இருந்து ஊற்றெடுக்கின்றன என்ற பாஸ்கலின் கூற்று இந்த இடத்தில் மிகப் பொருத்தமாக இருக்கும் என்று நினைக்கிறேன்.'

சில சந்தர்ப்பங்களில் ஒரு சில துறைகள் மிகவும் பிரபலமாக இருக்கும். அவற்றுக்குச் சந்தையில் ஏகோபித்த கிராக்கி நிலவும். அவற்றைக் கண்டு எச்சரிக்கையாக இருக்கவேண்டும். சில தொழில்கள் செழிப்பாக இருக்கும்போது, அவை தொடர்பான பல கம்பெனிகள் பங்குகளை வெளியிட்டு மக்கள் பணத்தை அபகரிக்கும். அதை விளக்குவதற்கும் வாரன் ஒரு கதை சொன்னார்.

'வியாதி வந்த நொண்டிக் குதிரையை ஒருவன் வைத்திருந்தானாம். அதைக் கால்நடை மருத்துவரிடம் அழைத்துச் சென்று, 'சில நேரம் என் குதிரை நன்றாக நடக்கிறது. மற்ற சமயங்களில் நொண்டுகிறது. உங்களால் உதவ முடியுமா?' என்று கேட்டானாம். அதற்கு டாக்டர், 'பிரச்னையே இல்லை. அது நன்றாக நடக்கும்போது யாருக்காவது விற்று விடுங்கள் என்று பதில் சொன்னாராம்.''

கதையின் நீதி புரிகிறதா? விவரம் தெரியாமல் யார் யாரோ ஆலோசனைகள் கூறுவார்கள். அவற்றை எல்லாம் ஒதுக்கிவிட்டு சொந்தமாகச் சிந்தித்துச் செயலாற்ற வேண்டும்.

சூப்பர் ஃபாஸ்ட் குதிரை என நினைத்து கிழட்டுக் குதிரையை வாங்கித் தீனி போடக்கூடாது. 'மழை வந்தாலும் வரலாம். வராமல் போனாலும் போகலாம். வெயில் அடிக்கலாம். அல்லது மேக மூட்டம் இருக்கும்' என்ற ரீதியில், குருட்டாம்போக்காகப் பிறருக்குப் பரிந்துரை செய்பவர் களை ஒரு பொருட்டாகவே மதிக்கலாகாது. அதற்கும் ஒரு கதை சொல்லுவார் வாரன்.

'பூமிக்கடியில் எண்ணெயை கண்டறிவதில் பெரிய ஆள் என்று வாழ்க்கை முழுவதும் பீலா விட்ட ஒரு நபர், செத்த பிறகு நரகத்துக்குச் செல்கிறார். அந்நியன் படத்தில் வருவதுபோல அந்த ஆள் செய்த பாவங்களுக்காகக் கொடூரமான தண்டனை எதையாவது கொடுக்கலாம் என்று சித்திரகுப்தனின் சகாக்கள் விவாதித்துக் கொண்டிருக்கின்றனர். அப்போது அந்த நபர் நரகத்தில் எண்ணெய் இருப்பதாக ஒரு கதையை அவிழ்த்து விடுகிறார். அதைக் கேட்டு தண்டனை நிறைவேற்றும் சேவகர்கள், தத்தம் வேலைகளை அப்படியே போட்டுவிட்டு எண்ணெயைக் காண ஓடுகின்றனர். கொஞ்ச நேரம் கழித்து புருடா விட்ட ஆளும் அவர்கள் பின்னால் ஓடுகிறார். அவரை நிறுத்தி, 'நீ எதற்காக ஓடுகிறாய்?' என்று எமன் கேட்க, 'இத்தனை பேர் நம்பிக்கையில் ஓடுகிறார்கள் என்றால் உண்மை இல்லாமலா இருக்கும்?' என்று சொல்லிவிட்டுப் பறக்கிறார்.'

பங்கு வாங்குமாறு பரிந்துரை செய்கிறவர்கள் நிலைமை, பெரும் பாலும் இப்படித்தான் உள்ளது. அவர்களை நம்பிச் செயல்பட்டால் அழிவு நிச்சயம். பங்கு முதலீட்டில் அபார லாபம் அடைந்தவர்கள் யாரை வேண்டுமானாலும் எடுத்துப் பாருங்கள். அவர்கள் சுயமாக ஆராய்ந்து முதலீடு செய்திருப்பார்களே ஒழிய, பிறர் பரிந்துரையை அப்படியே ஏற்று நடந்தவர்களாக இருக்க வாய்ப்பில்லை.

பெஞ்சமின் கிரஹாம் முதலீடுகளைப் பரவலாக்கம் செய்யுமாறு அறிவுறுத்தினார். ஒரே ஒரு கம்பெனியின் பங்கில் மட்டும் மொத்தப் பணத்தையும் போட்டபிறகு எதிர்பாராமல் ஏதாவது நடந்தால் ஏற்படும் மோசமான விளைவுகளில் இருந்து காத்துக் கொள்ள பல நிறுவனங்களில் பணத்தைப் பிரித்துப் போடுமாறு அவர் கூறினார்.

ஆனால், இந்த விஷயத்தில் வாரன் உடன்படவில்லை. எத்தனை பங்குகளில் பிய்த்துப் போட்டாலும் சந்தை ஒட்டுமொத்தமாகச் சரியும் போது, நம் முதலீடும் இறங்கியே தீரும். அதனால் மிகச் சில நிறுவனங் களில் மட்டும் பணத்தைச் செறிவாக வைப்பது முக்கியம் என்றார்.

பல நிறுவனங்களில் பரவலாகப் போடும்போது, நல்ல நிறுவனத்தில் மிகுதியாகக் கிடைத்திருக்கும் வாய்ப்பை நாம் இழந்து விடுவோம் என்பது வாரனின் வாதம். நம் முடிவுகள் மீது நம்பிக்கை இல்லாமல் இருப்பதன் வெளிப்பாடுதான், பரவலாக்கம் என்றும் கருதினார்.

அமெரிக்காவில் பெரும் செல்வம் ஈட்டிய மனிதர்களை எல்லாம் கூர்ந்து நோக்கினால், ஓர் உண்மை புலப்படும். ஐம்பது, அறுபது கம்பெனிகளில் முதலிட்டதால் அவர்கள் பெரிய ஆளாகவில்லை. மாறாக, ஒரே ஒரு அருமையான நிறுவனத்தைக் கண்டறிந்து காலம் முழுவதும் அதோடு சேர்ந்து இருந்தனர்.

இந்தத் தகுதிகளைவிட முக்கியமாக வாரன் கருதியது, கம்பெனிகளின் மேல்மட்ட நிர்வாகம். அவர்கள் நேர்மையானவர்களாக இருக்க வேண்டும் என்பதில் வாரன் சமரசம் செய்துகொள்ளவே இல்லை. பெரும்பாலான கம்பெனிகளின் தலைமைப் பொறுப்பில் இருப்ப வர்கள், தங்களுக்குச் சலுகைகளை ஒதுக்கிக்கொண்டு பங்குதாரர் நலனில் அக்கறை காட்டாமல் இருந்தனர். அதுபோன்ற கம்பெனிகளை வாரன் பார்த்த மாத்திரத்திலேயே ஒதுக்கிவிடுவார்.

மற்ற கம்பெனியை வாங்கித் தனது ராஜ்ஜியத்தை விரிவாக்குவதைவிட, பங்கு விலை மலிவாக நிலவும் சமயத்தில் தனது பங்குகளையே திரும்ப வாங்கலாம் என்பது அவர் வாதம். இந்த முறையில் நிலுவையில் உள்ள பங்குகளை நிறுவனமே திரும்ப வாங்கினால் பங்குதாரர்களின் உரிமை பெருகும். உதாரணத்துக்கு, பத்துப் பேர் சேர்ந்து ஒரு மளிகைக் கடை வைத்திருக்கிறோம். வியாபாரத்தில் நல்ல வருமானம் வந்து கடையில் நிறையப் பணம் சேர்ந்திருக்கிறது. அதைக் கொண்டு பிற கடைகளை வாங்குவதற்குப் பதிலாக, இரண்டு கூட்டாளிகளுக்கு அவர்கள் கேட்ட பணத்தைத் திருப்பிக் கொடுத்துவிட்டு, கடைக்கும் அவர்களுக்கும் இனிமேல் எந்தச் சம்பந்தமும் இல்லை என்று துண்டித்துவிடலாம். இனிமேல் வருங்காலத்தில் கிடைக்கப் போகும் லாபம் எட்டுப் பேருக்கு மட்டுமே.

நிர்வாகிகளுக்கு கம்பெனியை விரிவாக்கவேண்டும் என்ற ஆசை இருக்கும். பணத்தைப் பங்குதாரர்களுக்கே திருப்பிச் செலுத்துவதைவிட அல்லது பங்குகளைத் திரும்ப வாங்கி நன்மை ஏற்படுத்துவதைவிட மேற்கொண்டு தொழிலை விரிவுபடுத்துவதில் குறியாக இருப்பார்கள். அப்போதுதான் பெரிய பிசினஸை நிர்வகிப்பதாக மரியாதையும், பெயரும் கிடைக்கும் என்று நினைப்பார்கள். தவிர, நிறைய பிசினஸைக் கவனிப்பதால் அதிக சம்பளத்தையும் அவர்கள் பெற்றுக்கொள்வார்கள். வாரன் இவற்றையெல்லாம் கடுமையாக எதிர்த்தார். ஒரு கம்பெனி மற்றொரு கம்பெனியை வாங்குவதில் அவருக்கு எதிர்ப்பு கிடையாது.

ஆனால், எந்த மாதிரியான சூழ்நிலையில் என்ன விலைக்கு வாங்கி ஒன்று சேர்க்கிறார்கள் என்பதில் மாறுபட்டார்.

பெரும்பாலான கம்பெனிகளின் நிர்வாகிகள், முதலாளிகளின் (பங்குதாரர்கள்) நலனைக் குழிதோண்டிப் புதைத்துவிட்டு, தம் நலனில் மட்டுமே குறியாக இருந்தாலும் ஒரு சில நிறுவனங்கள் பங்குகளைத் திரும்ப வாங்கும் வேலையைச் செய்தன. அந்த நிறுவனங்கள் வாரனை மிகவும் ஈர்த்தன. அவர் பெருமளவு முதலிட்ட நிறுவனங்களில் பெருவாரியானவை இந்த அணுகுமுறைக்குள் அடங்கியவை. பங்குதாரர் நலனில் அக்கறை கொண்ட இந்த நிறுவனங்கள் மிகுந்த நேர்மையோடும் கண்ணியத்தோடும் தொழிலில் ஈடுபட்டன. எனவே, அவரால் நல்ல லாபத்தையும் பார்க்க முடிந்தது.

அதன் காரணமாக. பெர்க்ஷயர் நிறுவனம், விற்பவர்களின் இலக்காக மாறியது. பணம் வைத்துக்கொண்டு எதை வாங்குவது என்று பலரும் திண்டாடும்போது, நிறுவனத்தை விற்க விரும்பும் தொழிலதிபர்கள், வாரனை நாடி வந்தனர். அவற்றில் தனக்கு வேண்டியதைத் தேர்ந் தெடுப்பது மட்டுமே அவரது வேலையாக இருந்தது.

பத்திரிகைகளில் வரும் 'மணமகன் தேவை' விளம்பரங்களைப் போல, 'பிசினஸ் தேவை' என்ற விளம்பரங்களை வாரன் தனது பங்குதாரர் களுக்கு அனுப்பும் ஆண்டறிக்கையில் சில வருடங்கள் தொடர்ந்து அனுப்பினார். அதில் வாரன் சொன்ன விஷயங்கள்:

'நாங்கள் எதிர்பார்ப்பது:

1. பெரிய அளவில் வருமானம் தரும் கம்பெனிகள் (வரிகள் கட்டியது போக குறைந்தபட்சம் 5 மில்லியன் டாலர் லாபம்!)

2. நிலையான வருமானம் ஈட்டுவதை நிரூபித்த கம்பெனிகள் (வருங் காலக் கணிப்புகளை நாங்கள் நம்புவதில்லை. எனவே, பட்டையைக் கிளப்பிவிடுவோம், தலைகீழாகப் புரட்டிப்போடுவோம் என்று நீங்கள் சொல்லத் தேவையில்லை!)

3. கடன் அதிகம் வாங்காமல் மூலதனத்தை அடிப்படையாகக் கொண்டு இயங்கி, அந்த மூலதனத்தை நல்ல முறையில் திருப்பித் தரும் பிசினஸ்கள்

4. நல்ல நிர்வாகம் ஏற்கெனவே இருக்கவேண்டும் (அதை எங்களால் சப்ளை செய்ய இயலாது!)

5. எளிமையான தொழில்கள் (தொழில்நுட்பம் கூடுதலான தொழில்களை எங்களால் புரிந்துகொள்ள முடியாது!)

6. விற்க விரும்பும் விலை (விலை என்னவென்று தெரியாமல் எங்கள் நேரத்தையும் விற்க விரும்பும் உங்கள் நேரத்தையும் வீணாக்க வேண்டாம்!)

கம்பெனிகளை அவற்றின் நடப்பு முதலாளிகளின் விருப்பத்துக்கு எதிராக வலுக்கட்டாயமாக நாங்கள் வளைத்துப் போடுவதில்லை. நீங்கள் சமர்ப்பிக்கும் தகவல்களில் ரகசியம் காப்போம். எங்கள் ஆர்வத்தை அல்லது ஆர்வமின்மையைத் துரிதமாக - வழக்கமாக ஐந்து நிமிடம் - தெரிவித்துவிடுவோம். முழுக்க முழுக்கப் பணம் கொடுத்து வாங்கவே ஆசைப்படுகிறோம். பெரும்பாலும் புதிய பெர்க்ஷயர் பங்குகளை உருவாக்கி, வாங்க விரும்பும் நிறுவனத் துக்காகக் கைமாற்றுவது கிடையாது. இருந்தாலும், தவிர்க்க முடியாத சூழல்களில் அதைப் பற்றியும் யோசிப்போம். ஏற்கெனவே எங்களோடு தொழில் செய்தவர்களிடம் கலந்துப் பேசி விசாரித்து விட்டு அதன் பிறகு தொடர்பு கொண்டால் போதும். சரியான தொழில்களையும் அதைச் செய்யும் சரியான மனிதர்களையும் நாங்கள் என்றும் அரவணைத்துக் கொள்வோம்.'

வாரனின் விளம்பரம் உங்களுக்குப் பிடித்திருக்கிறதோ, இல்லையோ, அதைப் படித்த பங்குதாரர்கள், வாரனிடம் விற்பதற்கு தங்களிடம் ஒரு நிறுவனம் இல்லையே என்று வருத்தப்பட்டார்கள்.

பங்கு அல்லது நிறுவனம் வாங்குவதில் உறுதியான நெறிமுறைகளை வகுத்த பிறகு, அதைச் செய்து முடிப்பது வாரனுக்கு வெகு இயல்பான காரியமாக இருந்தது. ஒருமுறை வீதியில் நடந்து செல்லும்போது கம்பெனி ஒன்றை வாங்கினார் என்றால் நம்புவீர்களா?

நியூ யார்க் நகர வீதிகளில் வாரன் நடந்து கொண்டிருந்தபோது, ஒரு பெண்மணி அவரைப் பெயர் சொல்லி அழைத்தார். பெர்க்ஷயர் வருடாந்திரக் கூட்டங்களுக்கு வருகை புரிந்தவர் என்று கூறினார். அவர்கள் பேசிக்கொண்டிருப்பதைக் கண்ட இன்னோர் ஆள், வாரனை அணுகினார். அவரும்கூட பெர்க்ஷயர் ஆண்டுக் கூட்டத்தில் கலந்து கொள்வதற்காகவே நான்கு பங்குகள் வைத்திருந்தார். பேச்சுவாக்கில், தன்னிடம் ஒரு பிசினஸ் இருப்பதாகவும், அதை வாங்க வாரனுக்கு விருப்பம் இருக்கிறதா என்றும் அவர் கேட்டார்.

பெரும்பாலும் அது மாதிரிப் பேசுகிறவர்கள் வெறும் சர்பத் கடையை நடத்திக் கொண்டிருப்பார்கள். ஆனால், அந்தத் தொழில் அடுத்த மைக்ரோசாஃப்டாக மாறிவிடும் என்று ஏகத்துக்கு அள்ளிவிடுவார்கள். அதனால், வாரன் கொஞ்சம் தயக்கமாகவே யோசித்தார். விவரங் களைத் தனக்கு அனுப்பி வைக்குமாறு கூறிவிட்டு இடத்தைக் காலி செய்துவிட்டார்.

அந்த நிறுவனத்தின் ஃபைனான்ஸ் விவரங்கள் வாரனை வந்தடைந்த போது, அது சர்பத் கடை சமாசாரமல்ல என்பது வாரனுக்குப் புரிந்தது. 23 மாகாணங்களில் 134 கடைகளை உடைய மாபெரும் டைமண்ட் ஷோரூம் தொடர் என்று தெரிந்தது. வாரன் விலையைச் சொன்னார். அந்த நபரும் ஏற்றுக்கொண்டார். ஆனால், பழைய நிர்வாகமே தொடர்ந்து தொழிலை நிர்வகிக்க வேண்டுமென்று வாரன் கேட்டுக் கொண்டார். நல்ல நிர்வாகம் இல்லாமல் ரீட்டெய்ல் செயின் ஸ்டோர் வாங்குவது லிஃப்ட் இல்லாமல் ஈஃபிள் கோபுரத்தை வாங்குவதற்குச் சமம் என்று அந்தச் சம்பவம் குறித்துத் தனது பங்குதாரர்களுக்கு வாரன் எழுதினார்.

★

பெர்க்ஷயர் சாம்ராஜ்ஜியத்தில் லட்சக் கணக்கான ஊழியர்கள் பணியாற்றினாலும், அதன் தலைமையகமான ஒமாஹாவில் உள்ள பணியாளர்கள், வெறும் இரட்டை இலக்க எண்ணிக்கையில்தான் உள்ளனர். பல பில்லியன் மதிப்புள்ள கார்ப்பொரேட் பரிவர்த்தனை களை மிக எளிமையான நடவடிக்கை மூலம் வாரன் செய்தார். மற்ற நிறுவனங்களாக இருந்தால் ஊர்வலத்துக்கு ஆள் சேர்க்கிற மாதிரி அணி அணியாக ஆலோசகர்களைத் திரட்டி காலி பண்ணியிருப்பார்கள்.

9 சவால்கள் வரவேற்கப்படுகின்றன

பரபரப்பான ஒருநாள் கிரிக்கெட் போட்டியைப் பார்க்கத் தவறவிட்டாலும் 'ஹைலைட்ஸ்' நிகழ்ச்சியைத் தவறவிடாமல் பார்த்துவிடுகிறோம். ஏன்? முழுப் போட்டியைப் பார்க்கா விட்டாலும் விளையாட்டின் முக்கியமான அம்சங்களை ஹைலைட்ஸ் சொல்லிவிடுகிறது. அது மாதிரி வாரனின் 66 ஆண்டுகால முதலீட்டு வாழ்க்கையில் சில முக்கியமான முதலீடுகளின் ஹைலைட்ஸை இப்போது பார்க்கப் போகிறோம்.

வாஷிங்டன் போஸ்ட்

பள்ளிக்கூட நாள்களில் வாஷிங்டன் போஸ்ட் நாளிதழை விநியோகம் செய்த வாரன், அந்தப் பத்திரிகை நிறுவனத்தின்மீது ஒரு கண் வைத்தபடியே இருந்தார். போஸ்ட் கம்பெனி, 1971-ம் வருடம் தன் பங்குகளைப் பொதுமக்களிடம் வெளியிட்டு பப்ளிக் லிமிடெட் நிறுவனமாக மாறியது. அதன் அலுவல்களை கேத்ரைன் கிரஹாம் என்ற பெண்மணி நிர்வகித்துவந்தார். (வாரனின் குரு பெஞ்சமின் கிரஹாமுக்கும் இவருக்கும் எந்தச் சம்பந்தமும் கிடையாது.) ஆனால், நிதி சம்பந்தமான விஷயங்களை கம்பெனியின் சேர்மனாகவும் ஆலோசகராகவும் விளங்கிய வழக்கறிஞர் ஒருவரின் பொறுப்பில் விட்டிருந்தார்.

விதி அதை நீடிக்கவிடாமல் ஆக்கியது. இரண்டு ஆண்டுகளில் அந்த நபர் இறந்து போகவே, சேர்மன் நாற்காலியில் கேத்ரைன் அமர வேண்டி வந்தது. ஃபார்ச்சூன் 500 நிறுவனம் ஒன்றின் முதல் பெண் சேர்மன் என்ற பெருமையும் அவருக்குக் கிட்டியது. ஆனால், இந்த முன்னேற்றத்தைப் பங்குச்சந்தை தவறாக எடை போட்டது. பங்குகள் பல்டி அடித்தன.

1973-ம் வருடத் தொடக்கத்தில் வாஷிங்டன் போஸ்ட் விலை 27 டாலராக இருந்தபோது, வாரன் 18,600 பங்குகளை வாங்கினார். விலை மேலும் சரிந்து மே மாத வாக்கில் 23 டாலருக்குச் சென்றது. அப்போதும் வாரன் 40,000 பங்குகளை வாங்கினார். மற்றவர்கள் விற்றுக் கொண்டிருக்க வாரன் மட்டும் வாங்கிக்கொண்டே இருந்தார். செப்டம்பரில் 20 டாலருக்குக் கீழே போனது. பதற்றமே இல்லாமல் வாரன் இன்னும் 87,000 பங்குகளை வாங்கினார். அக்டோபர் மாதம் கேத்ரைன் கிரஹாம் குடும்பத்தினருக்கு வெளியே, வாஷிங்டன் போஸ்ட்டின் மிகப் பெரிய பங்குதாரராக மாறினார் வாரன்.

அவர் போஸ்ட் பங்குகளை வாங்கிய போது, பங்குச்சந்தையின் விலையின் அடிப்படையில் அந்த நிறுவனத்தின் மொத்த மதிப்பு 80 மில்லியன் டாலர். கடன் ஏதுமற்ற கம்பெனியாக அது விளங்கியது. வாஷிங்டன் போஸ்ட் 'ரிஸ்க்கே இல்லாத முதலீடு' என்றார் வாரன்.

'அதன் சொத்து மதிப்பு எவ்வளவு என்று கேட்டால் சுமார் 400 மில்லியன் இருக்குமென்று யார் வேண்டுமானாலும் சொல்லியிருப்பார்கள். அட்லாண்டிக் பெருங்கடலுக்கு மத்தியில் அதிகாலை 2.00 மணிக்கு ஏலம் விட்டால்கூட, நிச்சயம் எவராவது வந்து வாங்குவார்கள். திறமையான, நேர்மையான மனிதர்களால் அந்த நிறுவனம் நடத்தப் படுகிறது. அவர்களின் சொத்து முழுவதும் கம்பெனியைத்தவிர வெளியே எங்கும் கிடையாது. அதை விடப் பாதுகாப்பான முதலீடு கிடைக்காது. என் செல்வம் முழுவதையும்கூட அதில் போட்டிருப்பேன்' என்று தைரியமாகச் சொன்னார் வாரன்.

பங்குச்சந்தையில் ஏறத்தாழ அத்தனை பேரும் வாஷிங்டன் போஸ்ட் பங்குகளை, போன விலைக்கு விற்றனர். அவர்களில் பெரும்பாலான வர்கள் பரஸ்பர நிதி மேலாளர்கள். பங்கு முதலீட்டின் வல்லுநர்களாகச் சுய தம்பட்டம் அடித்துக் கொள்பவர்கள். வாஷிங்டன் போஸ்ட்டின் சொத்து மதிப்பு பற்றி எந்தவிதமான புரிதலும் அவர்களிடம் இல்லை. ஆனாலும் விற்றார்கள் என்றால் அதற்குக் காரணம் 'எல்லோரும் விற்கிறார்கள்' என்பதுதான். அந்தச் சமயத்தில் பத்திரிகை மற்றும் தொலைக்காட்சி தொடர்பான மீடியா பங்குகள் எல்லாம் குப்பைகளை விட மலிவான விலைக்குச் சீண்டுவாரின்றிக் கிடந்தன.

ஆரம்பத்தில் கேத்ரைன் மிரண்டு போனார் என்று சொல்ல வேண்டும். வாரன் பஃபட் என்ற பெயரில் யாரோ ஒருவர் தன்னுடைய கம்பெனியைக் கைப்பற்றும் நோக்கத்தோடு பங்குகளை வாங்கிக் குவிப்பதாகக் கற்பனை செய்து கலக்கமடைந்தார். வாரனைப் பற்றி நல்லவிதமாக சில பேர் அவரிடம் எடுத்துச் சொன்னார்கள். வேறு சிலர் மோசமானவர், ஜாக்கிரதையாக இருங்கள் என்று எச்சரித்தனர்.

ஆனால், அந்த அம்மையாரைத் தொடர்புகொண்டு நிலைமையை விளக்கினார் வாரன். கம்பெனியைக் கைப்பற்றும் நோக்கம் தனக்கு இல்லை என்றும், ஒரு நல்ல முதலீடு என்ற வகையில் மட்டுமே பங்குகளை வாங்கியதாகவும் சொன்னார். கேத்ரைனின் கலக்கத்துக்கு முற்றுப்புள்ளி வைக்கும் விதமாக, 'இனிமேல் நான் உங்கள் நிறுவனத்தின் பங்குகளை மேற்கொண்டு வாங்கமாட்டேன். போதுமா?' என்றார். இப்படிக் கேட்ட வாரனை எப்படிப் புரிந்து கொள்வது என்று தெரியாமல் தவித்தார் கேத்ரைன்.

வாரன் சேர்த்துவைத்திருந்த பங்குகளின் எண்ணிக்கை வாஷிங்டன் போஸ்ட் டைரக்டர்களில் ஒருவராக அவர் ஆவதற்கு உதவியது. கிரஹாம் குடும்பத்தினர், கேத்ரைன் நண்பர்கள் மற்றும் நிறுவனத்தின் நிர்வாகிகள் ஆகியோரே போர்ட் ஆஃப் டைரக்டர்களில் அங்கம் வகித்தனர். வாரன் அப்படிப்பட்ட குழுவில் இணையும்போது, புதிதாக ஒரு பள்ளிக் கூடத்தில் சேரும் மாணவனைப்போல தனது சந்தோஷத்தை வெளிப் படுத்தினார். ஒரு காலத்தில் இதே நிறுவனத்தின் நாளிதழை வீதி வீதியாகச் சென்று விநியோகம் செய்ததை எல்லாம் சொல்லி மற்றவர்களை உணர்ச்சிவசப்பட வைத்துவிட்டார்.

வாஷிங்டன் போஸ்ட் பங்குகள் மலிவான விலைக்குச் சந்தையில் விற்பனையாகும் சந்தர்ப்பத்தில் நிறுவனமே சில பங்குகளைத் திரும்பி வாங்கவேண்டும் என்று வாரன் யோசனை கூறினார். இருக்கிற உபரித் தொகையை இப்படி அழித்தால், கம்பெனியின் விரிவாக்கத்துக்கு என்ன செய்வது என்ற கவலை கேத்ரைனுக்கு. பரம்பரையான பத்திரிகைக் குடும்பத்தில் பிறந்தாலும் கேத்ரைன் நிதித்துறை சம்பந்தப் பட்ட விஷயங்களில் கொஞ்சம் வீக்காகத்தான் இருந்தார். அதனால் வாரன் அவருக்கு விளக்கம் கொடுத்தார். அது சிந்தனையைத் தூண்டுவதாக அமைந்தது.

'ஒரு கூட்டத்தில் பத்துப் பேர் உள்ளோம். ஒரு பெரிய பிட்ஸா ஆர்டர் செய்கிறோம். ஆளுக்கு ஒரு துண்டு கிடைக்கும். ஆனால், ஒவ்வொரு வருக்கும் கிடைக்கும் பாகத்தைவிடப் பெரிய துண்டுகளை விரும்பு கிறோம். அதனால், இன்னொரு பிட்ஸா வாங்க நினைக்கிறோம். அதற்குப் பதிலாக அதே பணத்தை வைத்து கூட்டத்தில் இருந்து கொஞ்சம் பேரை வெளியே அனுப்பிவிட்டால் தானாகவே பெரிய துண்டு கிடைத்துவிடும் அல்லவா?

மேலும், கைவசம் உள்ள பிட்ஸாவின் சுவை, தரம் பற்றி நமக்கு நன்றாகத் தெரியும். அப்படியல்லாமல், புதிய கடையில் இன்னொன்று வாங்கினால் எப்படி இருக்கும் என்று உறுதியாகச் சொல்லமுடியாது. பழசாக இருக்கலாம் அல்லது கெட்டுப் போன மாவில்

செய்திருக்கலாம். இருப்பதை விடுத்து பறப்பதற்கு ஆசைப்படு வானேன்?'

பங்குகளைத் திரும்ப வாங்க வாரன் சொன்ன விளக்கத்தை அப்படியே ஏற்றுக் கொண்டார் கேத்ரைன்.

பத்திரிகை நடத்துவதில் உள்ள அன்றாட வேலைகளில் வாரன் குறுக்கிடவில்லை. ஆனாலும், வாரன் கொடுத்த ஆலோசனைகளை கேத்ரைன் பெரிதும் மதித்தார். சஞ்சலமான நேரங்களில் ஊக்கம் வேண்டுவார். கம்பெனியின் நிதி நிர்வாகம் பற்றி வாரனின் கருத்தைக் கேட்டு அதன்படி நடப்பார். ஆனால், தானாகவே அவற்றில் தேர்ச்சி பெறுமாறு வாரன் ஊக்குவிப்பார்.

வாஷிங்டன் நகரின் முதன்மையான பத்திரிகையாக அது விளங்கியது. ஏறத்தாழ மூன்றில் இரண்டு பங்கு மக்கள் அதனை வாசித்தனர். மற்ற 33 சதவிகிதத்துக்கு ஏனைய நிறுவனங்களுக்கிடையே போட்டி. அப்படிப் பட்ட சமயத்தில் 'ஸ்டார்' என்ற பெயரில் உயிருக்குப் போராடிக் கொண்டிருந்த செய்தித்தாளை டைம்ஸ் நிறுவனம் வாங்கியது. வாங்கி முடித்த கையோடு கூட்டாகச் சேர்ந்து அதை நடத்தலாமென்று வாஷிங்டன் போஸ்ட்டுக்கு அழைப்பு விடுத்தது. போஸ்ட் நிர்வாகம் அதைத் தீவிரமாகப் பரிசீலித்து ஏற்றுக்கொள்ளும் முடிவுக்குப் போயிருந் தது. ஆனால், வாரனது வலியுறுத்தலின் பேரில் அந்த யோசனையை கேத்ரைன் கைவிட்டார். சில காலம் கழித்து பிசினஸ் நலிந்து போவதைக் கண்டு ஸ்டார் தன் செயல்பாட்டைத் தானே நிறுத்திக் கொண்டது.

பெரும்பாலான மீடியா நிறுவனங்கள் தம் இருப்பை அகலமாக்க, மற்ற குட்டி நிறுவனங்களை வாங்கித் தம்மோடு இணைத்துக்கொண்டிருப் பதைக் கண்டு தானும் அது மாதிரி செய்யத் துடித்தார் கேத்ரைன். அப்போதெல்லாம் வாரன் அவரை ஆறுதல்படுத்துவார். 'மற்றவர் களைப் பற்றிக் கவலைப்படாமல் தொழிலைக் கவனித்தால் போதும். பணத்தைக் கண்டபடி செலவு செய்யத் தேவையில்லை' என்பார்.

சுற்றிலும் எதிரிகளும் துரோகிகளும் நிறைந்த கேத்ரைன் அம்மையார், வாரனை பிசினஸ் வழிகாட்டி என்ற ஸ்தானத்துக்கு மேலே வைத்துப் போற்றினார். பெஞ்சமின் கிரஹாம் காலத்து பழைய சகாக்களோடு சந்தித்துப் பேசும் நிகழ்ச்சிகளுக்கு கேத்ரைன் கிரஹாமை, வாரன் கூட்டிச் செல்வார். கேத்ரைன், கணவனை இழந்த பணக்கார விதவைப் பெண். வாரனும் கேத்ரைனும் அடிக்கடி சந்தித்துக்கொள்வார்கள். கேத்ரைன், தன் பண்ணை வீட்டுக்கும் திராட்சைத் தோட்டத்துக்கும் வாரனை அழைத்துச்சென்று தங்கிவிட்டுத் திரும்புவார். அவர்களுக்

கிடையே இருந்த உறவின் பரிமாணங்கள் தொழில் ரீதியான விஷயங்களைக் கடந்தவை.

வாஷிங்டன் போஸ்ட் கம்பெனியின் இயக்குநர்கள் வாரியத்தில் வாரன் பங்குபெற்ற கால இடைவெளியில் பல நிகழ்ச்சிகள் நடந்தன. அந்த கம்பெனி விளையாட்டுத் தொடர்பான ஓர் இதழை ஆரம்பித்து அதன் பிறகு நிறுத்தியது. மற்ற சில இதழ்களை வாங்கியது, வாங்கியவற்றை விற்றது. செல்போன் கம்பெனிகளில்கூட முதலீடு செய்தது. ஆயினும், அவற்றின் மூலம் கிடைத்த லாபம் மிகவும் சொற்பமானது. எப்போதும் போல போஸ்ட் தினசரியும் அதன் நான்கு தொலைக்காட்சி சேனல்களும் பெரும்பகுதி லாபத்தை சம்பாதித்துத் தந்தன.

மொத்த விற்பனை என்று பார்த்தால் வாரன் அங்கம் வகித்த காலத்தில் ஆண்டுக்கு 12 சதவிகிதம் என சீரான வேகத்தில் வளர்ந்தது. இது ஒன்றும் 'ஆஹா... ஓஹோ' வளர்ச்சி அல்ல. ஆனால், விற்பனையில் செலவு போக நிகர லாபம் என்று பார்த்தால் பிரமிப்பு. 1974-ம் வருடம் ஒரு ரூபாய் விற்பனை செய்ததில், 10 காசு லாபம் ஈட்டியது. 1985-ல் விற்பனையில் கிடைக்கும் ஒவ்வொரு ரூபாயிலும் 19 காசு லாபமாகத் தங்கியது. கிட்டத்தட்ட இரு மடங்கு முன்னேற்றம்.

அதை விட முக்கியமாக, வாரனின் நச்சரிப்புத் தாங்காமல் அந்த நிறுவனம், கையிலிருந்த பணத்தைக் கொண்டு சுமார் 75 லட்சம் பங்குகளைத் திரும்ப வாங்கி அழித்தது. இது மொத்தப் பங்குகளின் எண்ணிகையை நாற்பது சதவிகிதம் குறைத்தது. இதனால், பங்குதாரர்களின் லாபம், 'விற்பனையே பெருகாமல்' 66.67 சதவிகிதம் பெருகியது. கண்ணை மூடித் திறப்பதற்குள் பெரிய பிட்ஸா துண்டு.

ஆக மொத்தத்தில் வாஷிங்டன் போஸ்ட்டின் பங்கு விலை ஆண்டுக்கு 35 சதவிகிதம் அபார வளர்ச்சி எய்தியது. டிவிடென்ட் தொகையையும் சேர்த்தால் 37 சதவிகித வளர்ச்சி. மற்ற மீடியா பங்குகளும் வளர்ந்தன. ஆனால், அவற்றின் வளர்ச்சி போஸ்ட் நிறுவனத்துக்கு அருகில்கூட நெருங்க முடியவில்லை. 1985-ம் ஆண்டு போர்டில் இருந்து வாரன் வெளியேறியபோது, அவர் முதலீடு செய்த 10 மில்லியன் டாலர், 205 மில்லியனாக வளர்ந்திருந்தது.

பஃப்பல்லோ நியூஸ்

பஃப்பல்லோ என்றால் எருமை என்று பொருள். எருமையின் பேரில் அமைந்திருந்தது அந்த ஊர். நம்மூரில் எருமைப்பட்டி மாதிரி. நயாகரா நீர்வீழ்ச்சிக்குப் போகிறவர்கள் அமெரிக்காவின் வடக்குப் பகுதியில் உள்ள இந்த நகரத்தின் வழியாகத்தான் செல்ல வேண்டும். திருநெல்வேலி அல்வா மாதிரி, பழநி பஞ்சாமிர்தம் மாதிரி,

பஃபேல்லோ ஊர்ப் பக்குவத்தில் தயாராகும் கோழிக்கறி ருசியாக இருக்கும்.

அந்த ஊரில் 'பஃபேல்லோ ஈவினிங் நியூஸ்' என்ற மாலைப் பத்திரிகை வாரனை என்னவோ செய்தது. அந்த ஊரையே தன் வசம் வைத்திருந்தது அந்தப் பத்திரிகை. அந்த நகரத்தில் பிலபலமான காலைச் செய்தித்தாளின் பெயர் 'பஃபேல்லோ கூரியர் எக்ஸ்பிரஸ்'. அதைக் காட்டிலும் மாலைப் பத்திரிகை இரு மடங்கு விற்றது. விளம்பர வருமானத்தையும் அதிகமாக ஈட்டியது.

போட்டியிட ஆளின்றி மார்தட்டி அலையும் இதுபோன்ற நிறுவனங் களை 'ஊருக்குச் செல்லும் ஒற்றைப் பாலம்' என வாரன் குறிப்பிடுவது வழக்கம். பாலத்துக்குச் சுங்கம் செலுத்தாமல் ஒருவரும் ஊருக்குள் நுழைய முடியாது. அது போல, விளம்பரம் செய்ய நினைக்கும் அத்தனை பேருக்கும் முடிசூடா மன்னனாக விளங்கும் இந்தப் பத்திரிகைதான் கதி. ஈவினிங் நியூஸ் அதுபோன்ற 'பாலம்' என்று, பட்சி ஒன்று அவருக்கு அடித்துச் சொல்லியது.

வாரனும், சார்லி மங்கரும் தீர ஆலோசித்து, 32.5 மில்லியன் டாலர் தருவதாகச் சொன்னவுடன் அந்தப் பத்திரிகையின் முதலாளி மறுக்காமல் ஏற்றுக்கொண்டார். அதுவரை வாரனின் பெர்க்ஷயர் நிறுவனம் செய்த முதலீடுகளிலேயே மிகப் பெரியது இதுதான். ஏற்கெனவே வாஷிங்டன்போஸ்ட்டில் பத்து சதவிகித பங்குகளுக்கு வாரன் உரிமையாளராக இருந்தாலும், ஒரு மீடியா நிறுவனத்தையாவது முழுமையாக வாங்க வேண்டும் என்ற ஆவலின் வெளிப்பாடாக, ஈவினிங் நியூஸ் அமைந்தது.

வேறு எத்தனையோ ஊர்களில் எத்தனையோ பத்திரிகைகள் இருக்கும் போது, இதன் பக்கம் மட்டும் வாரன் பார்வையைச் செலுத்துவதற்குக் காரணம் இருந்தது. அந்தப் பத்திரிகை ஒரு 'ஒத்தைப் பாலம்' என்பது என்னவோ உண்மைதான். ஆனால், அந்தப் பாலம் கட்டணமே வசூலிக்காமல் நிறையப் பேரைச் சும்மா அனுமதிப்பதாக, வாரன் கருதினார். அந்த நிறுவனம் வெறும் மாலைச் செய்தித் தாளோடு நின்றது. காலை தினசரியும் இல்லை. ஞாயிற்றுக்கிழமை எந்தச் செய்தித்தாளையும் வெளியிடுவதில்லை. அந்த இரண்டையும் கூரியர் எக்ஸ்பிரஸ் செய்தது. விற்பனை எண்ணிக்கையைப் பார்த்தால், வாரன் போட்ட கணக்குப் புரியும்.

பஃபேல்லோ ஈவினிங் நியூஸ் விற்பனை - : 268,000

தினசரி (காலை) கூரியர் எக்ஸ்பிரஸ் விற்பனை - : 123,000

கூரியர் எக்ஸ்பிரஸ் ஞாயிறு விற்பனை - : 270,000

வார நாள்களில் கூரியர் கம்பெனியின் லாபம் சொற்பமாக இருந்தது. ஈவினிங் நியூஸுக்கு வரும் விளம்பரங்களில் கால்வாசி மட்டுமே அதற்குக் கிடைக்கும். ஆனால், ஞாயிற்றுக்கிழமைகளில் வேறு மாதிரி. வாரத்துக்கு ஒருமுறை கிடைக்கும் சிறப்பான லாபத்தை நம்பியே கூரியர் தன் ஆயுளை நீட்டித்து வந்தது.

சார்லி, வாரன் இருவருக்கும் இந்தச் சூழல் உறுத்தியது. ஞாயிறு வெளியீடு இல்லாமல் தங்கள் நிறுவனம் காலப்போக்கில் தன் வலுவான நிலையை இழந்துவிடும் என்று நினைத்தனர். மேலும், ஈட்டியிருக்க வேண்டிய வருமானத்தை இலகுவாக விட்டுத் தருவதும் அவர்களுக்குச் சரியாகப் படவில்லை. எனவே, பஃப்பல்லோ நியூஸுக்கு சேர்மனாக ஆனவுடன், ஞாயிறு பதிப்பைக்கொண்டு வருவதற்கு ஒரு திறமையான ஆளை நியமித்து, அவருக்குக் கீழ் துடிப்பான அணியை உருவாக்கி, அவர்களிடம் வேலைகளை ஒப்படைத்து வாரன் முடுக்கிவிட்டார்.

பஃப்பல்லோ ஈவினிங் நியூஸ் ஞாயிறு இதழ் அடுத்த சில மாதங்களில் வெளியானது. அது மக்களைச் சென்றடைவதற்காக, தொடக்கத்தில் குறைந்த விலைக்குத் தர முடிவானது. கூரியர் எக்ஸ்பிரஸ் பேப்பர் ஐம்பது சென்ட் விலை. (சன்டே) நியூஸ் வெறும் முப்பது சென்ட்க்கு விற்றது.

கூரியர் எக்ஸ்பிரஸ் கலங்கியது. எப்படியாவது வாரனது முயற்சிகளைத் தடுக்க நினைத்தது. சன்டே பிரதி வீழ்ந்தால் தன் தொழிலே கெட்டு விடும் என்று தெரிந்து கொண்டது. அதனால், வாரனை நீதிமன்றத்துக்கு இழுத்தது. அவர் சொன்ன 'ஒத்தைப் பாலம்' கதையை வலுக்கட்டாய மாக இழுத்து வந்து மேற்கோள் காட்டியது. 'போட்டி நிறுவனங்கள் எல்லாவற்றையும் அழித்து விட்டு, பஃப்பல்லோ நகர மக்களுக்கு மாற்று வாய்ப்புகளை வழங்காமல், நினைத்த விலைக்கு விற்றுக் கொள்ளையடிக்க விரும்புகிறார் வாரன்' என்று குற்றம் சாட்டியது கூரியர்.

மற்றவர்களைப் போலவே பஃப்பல்லோ நியூஸ் இதழுக்கும் ஞாயிறு பிரதி வெளியிட உரிமை உள்ளதென்பது, வாரனின் வாதம். தன் பக்கம் இருந்த நியாயத்தை ஒன்றுவிடாமல் தெளிவாக எடுத்து வைத்தார் வாரன்.

தீர்ப்பு சொல்லும் நாளும் வந்தது. ஒமாஹா என்ற வெளியூரில் இருந்து வந்து உள்ளூர் மக்களை, குறிப்பாக எக்ஸ்பிரஸ் ஊழியர்களையும் அவர்தம் குடும்பத்தையும் அழித்தொழிக்கும் சர்வாதிகாரி போல பஃப்பல்லோ நகர் முழுக்க வாரனை சித்திரித்திருந்தார்கள். இதுதான்

தங்களுக்குக் கிடைத்த கடைசி வாய்ப்பு என்கிற மாதிரி கூரியர் ஊழியர்கள் நீதிமன்றத்தில் திரண்டனர்.

அமெரிக்காவைப் பொறுத்தவரை தீர்ப்புகள், சட்டத்தின் வரையறைகளுக்கு மட்டும் உட்பட்டு அப்படியே விதிக்கப்படுவதில்லை. மாறாக, மக்கள் பிரதிநிதிகளால் உருவான குழு (Jury) என்ன மாதிரி தீர்ப்பளிக்கலாம் என்பதை நீதிபதிக்குப் பரிந்துரைக்கும். அதன் அடிப்படையில் சட்டத்தின் எல்லைக்கு உட்பட்டு நீதிபதி இறுதி முடிவை அறிவிப்பார்.

உள்ளூர் மக்கள் கூடுதலாக நிறைந்திருந்த ஜூரி, பஃப்பல்லோ நியூஸுக்கு எதிரான தீர்ப்பையே பரிந்துரைத்தது. இருந்தாலும் நீதிபதி, நியூஸின் ஞாயிறு வெளியீட்டுக்கு முற்றிலும் தடை போடவில்லை. ஆனால், அதை மார்க்கெட் செய்து பிரபலமாக்குவதில் தொடங்கி, விளம்பரம் செய்யும் நபர்களைக் கண்டறிவது வரை பல இடையூறுகளைக் அந்தத் தீர்ப்பு கொடுத்தது. இந்தச் செய்தியை கூரியர் எக்ஸ்பிரஸ் முன்பக்கத்தில் வெளியிட்டுக் கொண்டாடியது. மேலும், 'முழுக்க முழுக்க பஃப்பல்லோ வாசிகளால் நடத்தப்படும், பஃப்பல்லோ உரிமையாளர்களுக்குச் சொந்தமான பேப்பர்' என்ற வாசகமும் தவறாமல் இடம்பெற ஆரம்பித்தது.

வாரன் பஃபட் தினசரி வெற்றியடைந்தால் தங்களுக்கு வேலை பறிபோகும் என்ற ஆவேசத்தில் கூரியர் செய்தியாளர்கள் கடுமையான, பொய்யான பிரசாரத்தை மேற்கொண்டனர். அதனால், பஃப்பல்லோ நியூஸ் விற்பனையும் விளம்பர வருகையும் கணிசமாக வற்றியது. அந்தப் பொய்ப் பிரசாரத்துக்கு எதிரான விளக்கம் அளிப்பதில்கூட, நீதிமன்றத்தின் தீர்ப்பு பஃப்பல்லோ நியூஸ் நிறுவனத்தின் கையைக் கட்டி முடக்கியது. இந்த அவகாசத்தைப் பயன்படுத்திய கூரியர், தனது இயந்திரங்களை எல்லாம் நவீனமயமாக்கியது. பெர்க்ஷயர் தனது மொத்த முதலீட்டின் ஐந்தில் ஒரு பாகத்தை பஃப்பல்லோ நியூஸ் கம்பெனியில் வைத்திருந்தது. பெர்க்ஷயர் வேறு, வாரன் வேறு அல்ல.

வாரன் தன் ஊழியர்களை அடிக்கடி சந்தித்து உற்சாகமூட்டினார். டீ-ஷர்ட்டும், அரைக்கால் டிரவுசரும் அணிந்து இயல்பாகப் பழகுவார். விளம்பரம் கிடைக்காவிட்டாலும் பரவாயில்லை, தரமான செய்திகளை வெளியிடுங்கள் என்று தட்டிக் கொடுப்பார். எனினும், ஞாயிற்றுக்கிழமை விற்பனையிலும் விளம்பர வருமானத்திலும் கூரியர் எட்ட முடியாத உயரத்தில் நின்றது. குறைந்தபட்சம் ஒரு லட்சம் பிரதிகளாவது கூடுதலாக விற்றது.

அதனால் 1978-ம் ஆண்டு பஃப்பல்லோ நியூஸ் முதன்முறையாக 2.9 மில்லியன் டாலர் நஷ்டத்தைச் சுவைத்தது. வாரனுக்கும்

பெர்க்ஷயருக்கும் இது மிகப் பெரிய அடி. இதைக் காரணம் காட்டி அடுத்த வருடம் முதலில் அளிக்கப்பட்ட தீர்ப்புக்கு எதிராக மேல் முறையீடு செய்தார் வாரன். அதில் வாரனுக்குச் சாதகமான தீர்ப்பு வந்தது. பழைய நீதிபதியை, அவர் வழங்கிய தீர்ப்பைக் கடுமையாக விமர்சித்துவிட்டு ஞாயிற்றுக்கிழமை பேப்பரை, சுதந்தரமாக நடத்த பஃப்பல்லோ நியூஸுக்கு அத்தனை தகுதியும் உண்டு என்று மேல் கோர்ட் தீர்ப்புச் சொன்னது. ஆனால், அதற்குள்ளாகவே வாரன் வஞ்சிக்கப்பட்டுவிட்டார். அதற்கு அடுத்த வருடம் 4.6 மில்லியன் இழப்பு. ஏற்கெனவே ஏற்பட்ட சேதாரத்தின் எச்சம் தொடர்ந்தது.

இது போதாதென்று, ஊழியர்கள் வேலைநிறுத்தம் வேறு நடந்தது. 'அடுத்த வாரக் கடைசியில் வார மலர் வெளிவரவில்லை என்றால், பத்திரிகையை இழுத்து மூடி விடுவேன். எல்லோரும் வீட்டுக்குப் போகலாம்' என ஒரே வார்த்தை மட்டும் வாரன் சொன்னார். வேலைகள் வழக்கம் போல நடக்க ஆரம்பித்தன. காலப்போக்கில் தொழில் மேம்பட்டது. 200,000 ஞாயிறு பிரதிகளைத் தொட, 1982-ம் வருடம் வரை காத்திருக்க வேண்டியிருந்தது. அப்போதும் கூட கூரியர் எக்ஸ்பிரஸ் விற்பனையைவிடக் குறைவாகவே இருந்தது. ஆனால், கூரியர் கம்பெனியும்கூட நஷ்டம் அடைந்தது என்பது கவனிக்க வேண்டிய செய்தி.

அடுத்த சில மாதங்களில் கூரியர் எக்ஸ்பிரஸ் தன் தொழிலுக்கு முழுக்குப் போட்டது. அச்சகத்தை இழுத்துப் பூட்டியது. அது மரித்த அதே நாளில், பஃப்பல்லோ ஈவினிங் நியூஸ் என்ற பெயர் பஃப்பல்லோ நியூஸ் என மாறியது. காலைப் பேப்பர் இடம் காலியானதால் அதையும் அந்த நிறுவனம் வெளியிட்டது. ஆறு மாதத்தில் ஞாயிறு விற்பனை 360,000 பிரதிகளைத் தொட்டது. அந்த ஆண்டு இறுதியில் 19 மில்லியன் டாலர் லாபம் ஈட்டியது. அந்தப் பங்குகளை வாரன் வாங்கியபோது, லாபம் வெறும் 1.7 மில்லியனாக இருந்தது. பொறுத்தார் பூமி ஆள்வார்.

போட்டிகள் அற்ற சந்தையில் தனிகாட்டு ராஜாவாக பஃப்பல்லோ நியூஸ் மாறியது. பழைய கூரியர் எக்ஸ்பிரஸ் ஊழியர்களும் அவர்களது வாரிசுகளும் வாரன் மீது வெறுப்பைச் சுமந்தபடியே இருந்தாலும், அவர் கம்பெனியின் பேப்பரை வாங்கி வாசிக்க வேண்டிய நிலைக்கு ஆளானார்கள். பெர்க்ஷயர் கம்பெனிக்கு நிலையான வருமானம் தடையின்றி வரத் தொடங்கியது.

செய்தித்தாளை ஒத்தைப் பாலத்தோடு ஒப்பிட்டுப் பேசியதற்கே வாரன் பஃபட் மீது வழக்குத் தொடுத்தவர்களுக்கு, அவர் உண்மையிலேயே ஒத்தைப் பாலத்தின் உரிமையாளராக இருந்தார் என்ற விவரம் தெரிந்திருக்காது. டெட்ராய்ட் நகருக்கும் வின்ஸருக்கும் (Detroit and

Windsor) நடுவே லேக் எரியின் (Lake Erie) குறுக்கே அம்பாசிடர் பிரிட்ஜ் என்ற பாலம் உள்ளது. அதைக் கட்டிப் பராமரிக்கும் டெட்ராய்ட் இன்டெர்நேஷனல் கம்பெனியில் 24 சதவிகிதம் பங்குகளை பஃபட்டுக்குச் சொந்தமான நிறுவனம் வாங்கி வைத்திருந்தது. வழக்கு நடந்த சமயத்தில், பங்குகள் வெளியிட்டு சந்தையில் விற்பனையாகும் நிறுவனங்களில், பாலம் வைத்திருந்த ஒரே கம்பெனி அது மட்டுமே.

கெய்கோ (GEICO)

1951-ம் வருடம் வாரன் கொலம்பியா பல்கலைக்கழகத்தில் படித்துக் கொண்டிருந்தபோது, இந்த கெய்கோ நிறுவனத்துக்குப் போயிருக் கிறார். கெய்கோ ஓர் இன்ஷூரன்ஸ் கம்பெனி. தன் குரு கிரஹாம், அந்த நிறுவனத்தின் தலைவர். இந்த இரண்டு தகவல்களைத் தவிர, வாரனுக்கு அப்போது ஒன்றும் தெரியாது. நியூ யார்க் நகரில் தங்கியிருந்த தன் குடும்பத்தினரைப் போய் பார்க்கும் சாக்கில், கெய்கோ அலுவலகத்துக்குப் போனார்.

அந்த நிறுவனத்தின் நிதித் துறைத் துணைத் தலைவர் லாரிமர் டேவிட்சனை (Lorimer Davidson) சந்தித்தார். பேசி முடித்துவிட்டு வந்துவிட்டார். அந்த வயதில் கெய்கோ நிறுவனத்துக்கு வாரன் ஏன் போனார், எதற்குப் போனார் என்கிற கேள்விக்கான பதில் யாருக்கும் தெரியாது.

கிட்டத்தட்ட 25 ஆண்டுகளுக்குப் பிறகு... அதாவது, 1976-ம் ஆண்டு.

குட்டி அமைப்பாக இருந்த கெய்கோ, படிப்படியாக வளர்ந்து அமெரிக்காவின் மிகப் பெரிய ஆட்டோமொபைல் இன்ஷூரன்ஸ் நிறுவனங்களில் ஒன்றாக உருவெடுத்தது. வாரனுக்கு விளக்கம் சொன்ன அதே லாரிமர் டேவிட்சன், அதன் CEO & வாக ஆகி, அந்த நிறுவனத்தைப் புதிய உயரத்துக்குக் கொண்டு சென்றிருந்தார்.

1970-களின் தொடக்கத்தில் டேவிட்சன் ஓய்வுபெற்றார். உடனே வேறு பிரச்னைகள் முளைத்தன. கடுமையான சட்டங்கள் வந்தன. பணவீக்கம் பெருகியது. எல்லா இன்ஷூரன்ஸ் கம்பெனிகளும் தடுமாறின. சூழ்நிலையைச் சமாளிக்கும் முகமாக, புதிய கெய்கோ நிர்வாகம் தாராளமான கொள்கைக்கு மாறியது. பிரீமியம் தொகையைக் குறைத்தது. நிறையப் பேர் பாலிசி எடுத்தனர். பெரும் பணம் பிரீமியம் வாயிலாக வருவது போலத் தோன்றியது. ஆனால், கிளைம் எண்ணிக்கை அதைவிட வேகமாக உயர்ந்தது. 1975-ம் வருடம் 126 மில்லியன் டாலர் இழப்பு ஏற்பட்டது. இரண்டு ஆண்டுகளுக்கு முன் 42 டாலருக்கு விற்பனையான பங்கு, ஐந்து டாலருக்கும் கீழே தள்ளாடியது.

வாஷிங்டன் போஸ்ட் நிறுவனத்தில் நுழைந்ததுபோல், கெய்கோ விலும் நுழைய வேண்டுமென்று வாரன் நீண்ட காலமாகச் சந்தர்ப் பத்தை எதிர்பார்த்துக் காத்திருந்தார். ஒற்றைக் காலில் காத்திருந்த கொக்கு மீனைக் கண்டதுபோல, கெய்கோ வெகு மலிவாகக் கிடைத்தவுடன் வாரனின் நாக்கில் நீர் சுரக்க ஆரம்பித்தது.

தவிர, இந்த நிறுவனத்தைக் காப்பாற்றியாக வேண்டிய தார்மீகப் பொறுப்பும் தனக்கிருப்பதாக நம்பினார் வாரன். குருநாதர் பெஞ்சமின் கிரஹாம் ஒரு காலத்தில் சேர்மனாகப் பதவி வகித்த நிறுவனம். தனது செல்வத்தின் பெரும் பகுதியை இன்னமும் அந்த நிறுவனத்தில் வைத்திருந்தார். எப்படியாவது அந்த நிறுவனத்தைக் கரைசேர்த்தால், அது குருநாதருக்குச் செலுத்தும் நன்றிக் கடனாக அமையுமென்று வாரன் நினைத்தார்.

கிரஹாம் வழிநடத்திய கம்பெனியாக இருந்தாலும், இந்த நேரத்தில் அவர் வகுத்த 'மார்ஜின் ஆஃப் சேஃப்டி' வட்டத்துக்குள் வருகிற முதலீடாக அது தெரியவில்லை. கிளர்ந்தெழுந்த பங்குதாரர்கள் நடப்பு நிர்வாகத்தைத் தூக்கி வீசி விட்டு, ஜேக் பிர்ன் (Jack Byrne) என்ற புதிய தலைமை நிர்வாகியைத் தேர்ந்தெடுத்தனர். அவர் நிறைய ஊழியர்களை வீட்டுக்கு அனுப்பினார். பாலிசிதாரர்களுக்குப் பணம் செட்டில் செய்ய இயலாமல் கையை விரித்தார். இன்ஷூரன்ஸ் கட்டுப்பாட்டு ஆணையம் கெய்கோவின் பிசினஸ் லைசென்சை ரத்து செய்வதாக மிரட்டியது.

ஆனாலும், மிகக் குறைவான செலவில் இயங்கும் இன்ஷூரன்ஸ் கம்பெனியாக விளங்கிய பின்னணி அதற்கு இருந்தது. மொத்தமாக வசூலாகும் பிரீமியம் தொகையில் 15 சதவிகிதம் மட்டுமே அதன் நிர்வாகச் செலவுக்குத் தேவைப்பட்டது. மற்ற நிறுவனங்கள் சராசரியாக 25 சதவிகிதம் செலவழித்தன. அதனால் கெய்கோவுக்கு, பிற காப்பீட்டு நிறுவனங்களைவிடக் குறைந்த பிரீமியம் சார்ஜ் செய்து, தொழிலை விருத்தி செய்ய முடிந்தது. சமீபகாலமாக வந்துசேர்ந்த பல மோசமான கிளைம்களை மட்டும் செட்டில் செய்துவிட்டால், கம்பெனி பழைய நிலைமைக்குத் திரும்பிவிடும் என்பது வாரனின் கணிப்பு.

இந்தச் சூழலில் கெய்கோவுக்குள் நுழைந்தாக வேண்டிய நிலை வாரனுக்கு. வாஷிங்டன் போஸ்ட்டின் கேத்ரைன் கிரஹாம் மூலமாகத் தூது அனுப்பி பிர்னைச் சந்திக்க விரும்புவதாகச் சொன்னார். பிறகொரு நாள் பார்க்கலாம் என்று சொல்லி பிர்ன் தட்டிக்கழித்துவிட்டார்.

ஆனால், எதையும் அவ்வளவு சீக்கிரம் விட்டுவிடுவாரா வாரன்? சற்று நேரத்தில் பழைய CEO லாரிமர் டேவிட்சன், பிர்னுக்கு போன் செய்தார். இதுபோன்ற நெருக்கடியான சந்தர்ப்பத்தில் வாரனைச் சந்திக்கும் வாய்ப்பை நழுவவிட்டது தவறென்று லாரிமர் சத்தம் போட்டார்.

கேத்ரைன் வீட்டில் வாரனும் பிர்னும் சந்தித்துக் கொண்டனர். கம்பெனியை எப்படியும் மீட்டுவிடலாம் என்று தீர்மானித்தனர். அடுத்த சில மணி நேரத்தில் ஐந்து லட்சம் கெய்கோ பங்குகளை பெர்க்ஷயர் வாங்கியது. விலை சுமார் இரண்டு டாலர்.

கட்டுப்பாட்டு ஆணையத்திடம் மன்றாடி இன்னும் கொஞ்ச நாள் அவகாசம் அளிக்குமாறு வேண்டுகோள் விடுக்கப்பட்டது. இன்ஷூரன்ஸ் கம்பெனிகளுக்கு இழப்பு வந்தால் அதற்கென்று பிரத்தியேகமாக, ரீ-இன்ஷூர் செய்யும் பெரிய கம்பெனிகளிடம் கெய்கோ பாலிசி எடுத்தது. கொஞ்சம் கொஞ்சமாக தம் பிடித்து மேலேறியது. ஆனால், கம்பெனி முழுமையாக மீண்டு வருவதற்கு முன்னரே பெஞ்சமின் கிரஹாம் உயிர் பிரிந்தது. அவர் 1976-ம் ஆண்டு தனது எண்பத்தி இரண்டாம் வயதில் இயற்கை எய்தினார், தன் சீடன் எப்படியும் கெய்கோவைக் காப்பாற்றி விடுவான் என்ற நம்பிக்கையோடு.

(கிட்டத்தட்ட கெய்கோ பிரச்னை பூதாகரமாக உருவெடுத்த சமயத்தில், பெஞ்சமின் கிரஹாம் தான் எழுதிய Intelligent Investor நூலின் திருத்திய பதிப்பை வெளியிட ஆசைப்பட்டார். அந்த முயற்சியில் உதவுமாறு வாரனை வேண்டினார். வாரனும் மகிழ்ச்சியோடு சம்மதித்தார். வாரன் அந்தப் புத்தகத்தில் தன்னுடைய சில கருத்துக்களைச் சேர்க்கும் யோசனையைக் கூறினார். முதல் பதிப்பில் வந்த கட்டுப்பெட்டியான அணுகுமுறையை மாற்றுவதை கிரஹாம் விரும்பவில்லை. மேலும், ஒருவருடைய மொத்தச் செல்வத்தில் 75 சதவிகிதத்துக்கு மேல் பங்குகளில் போடக் கூடாது என்பது கிரஹாம் கட்சி. ஆனால், மலிவான விலைக்கு வரும்போது சொத்து அத்தனையையும் போட்டாலும் தவறில்லை என்பது வாரனின் கருத்து. இது மாதிரியான சிறு கருத்து வேறுபாடு காரணமாக, இருவரும் இணைந்து திருத்தாமல் கிரஹாம் சுயமாகவே செய்து முடித்தார்.)

அடுத்த ஆறு மாதங்களில் கெய்கோ பங்கின் விலை நான்கு மடங்காக (8.12 டாலர்) உயர்ந்தது. காலப்போக்கில் தன் கையிருப்பை பெர்க்ஷயர் உயர்த்தி இரட்டித்தது. 1980-ம் ஆண்டு முடிவில் பெர்க்ஷயர் நிறுவனம் 45.7 மில்லியன் டாலர் தொகையை கெய்கோவின் பங்குகளில் கொட்டியது. அதன் மூலம் 33.3 - அதாவது மூன்றில் ஒரு பங்கு - கம்பெனிக்கு உரிமையாளர் ஆனது. கெய்கோவைக் கட்டுப்படுத்தும் அளவுக்கு வாரனிடம் பங்குகள் வந்து சேர்ந்தன.

பிர்னை, வாரன் நம்பினார். அந்த நம்பிக்கைக்குப் பாத்திரமாக அவரும் நடந்துகொண்டார். பெர்க்ஷயர் ஜவுளி ஆலைப் பிரிவின் கென் சேஸ் போல, வாஷிங்டன் போஸ்ட்டின் கேத்ரைன் கிரஹாம் போல, இந்தத் தொழில் முறை உறவும் வேர் விட்டு வளர்ந்தது. பங்குதாரர்களுக்கு

நன்மை தரும் வகையில் கெய்கோ தன் பங்குகளைத் தானே திருப்பி வாங்கும் வேலையையும் செய்தது. 1980 முதல் 1995 வரையான பதினைந்து வருட கால இடைவெளியில், கூடுதலாக ஒரு கெய்கோ பங்கைக்கூட வாரன் வாங்கவில்லை. எனினும், உரிமை 33.3 சதவிகிதத்தில் இருந்து 50 சதவிகிதமாக உயர்ந்தது. அதற்கு ஒரே காரணம் கெய்கோவே பங்குகளைத் திருப்பி வாங்கியதுதான்.

1995-ம் வருடம் அமெரிக்கா முழுவதும் சுமார் 37 லட்சம் கார்கள் கெய்கோ மூலம் இன்ஷூர் செய்யப்பட்டன. அந்த ஆண்டு மற்ற பங்குதாரர்களின் (மிச்சம் பாதி) உரிமையை பெர்க்ஷயர் வாங்கி, கெய்கோவை தனது 100 சதவிகித நிறுவனமாக ஆக்கியது. அதற்குக் கொடுத்த விலை 2.3 பில்லியன் டாலர். சற்று மிகையான தொகை என்றாலும்கூட அதீத வளர்ச்சி அடையக்கூடிய துறை, அதில் சிறப்பாக இயங்கும் நிறுவனம் என்பதால் பெர்க்ஷயர் அதை அளிக்க முன் வந்தது.

அந்த வருட ஆண்டறிக்கையில் இதைப் பற்றித் தெரிவிக்கும்போது, மலரும் நினைவுகளை அசைபோட்டார் வாரன்.

‘21 வயதில் கமர்ஷியல் - ஃபைனான்சியல் க்ரானிகல் (Commercial and Financial Chronicle) என்ற முன்னணி பொருளாதாரப் பத்திரிகையில் ‘எனக்கு மிகவும் பிடித்த பங்கு’ என்ற தலைப்பில் கெய்கோ குறித்து கட்டுரை எழுதினேன். மற்றவர்களுக்குப் பரிந்துரை செய்வதோடு நிறுத்திக்கொள்ளாமல் நானும் என் சொந்தப் பணத்தைப் போட்டு வாங்கவும் செய்தேன்.

1944-ம் ஆண்டு (14 வயது) முதல் நான் தாக்கல் செய்த வருமான வரி ஆவணங்களின் பிரதியை இன்னும் வைத்திருக்கிறேன். அவற்றை எதேச்சையாக மறுபடியும் பார்த்தபோது, 1951-ம் வருடம் மட்டும் நான்கு தடவை கெய்கோ பங்குகளை நான் வாங்கியதைப் பார்த்தேன். இதையெல்லாம் பார்க்கும்போது, எனக்கு நானே கெடுதல் விளைவிக்கும் பழக்கம் சின்ன வயதிலேயே எனக்கு இருந்ததை உணர்கிறேன். இல்லாவிட்டால், அந்த வயதில் அதை விற்றுத் தொலைத்திருக்க மாட்டேன்.

அந்த வருடம் 350 கெய்கோ பங்குகளை 10,282 டாலருக்கு வாங்கினேன். ஆண்டு இறுதியில் 13,125 ஆக உயர்ந்தது. அதை வாங்குவதற்குத் தேவையான பணம் வாஷிங்டன் போஸ்ட் டெலிவரி செய்து சம்பாதித்தது. அந்த நிறுவனம் (போஸ்ட்) பிற்காலத்தில் பெர்க்ஷயரின் 10 மில்லியன் முதலீடு 500 மில்லியனாக உருவெடுக்க உதவியது.

வெஸ்டர்ன் இன்ஷூரன்ஸ் செக்யூரிட்டீஸ் வாங்குவதற்காக, 1952-ல் எனது கெய்கோ முதலீடு அனைத்தையும் விற்றதுதான் கொடுமை. மற்ற

காரணிகளைப் பார்க்கும்போது, வெஸ்டர்ன் மலிவான விலையில் விற்பதாக உணர்ந்தேன். ஆனால், கெய்கோவை விற்காமல் சும்மா வைத்திருந்தால், 20 வருடத்தில் 1.3 மில்லியனாகப் பெருகியிருக்கும். அற்புதமான கம்பெனியின் பங்குகளை விற்கவே கூடாது என்ற பாடத்தை அது போதித்தது.'

கெய்கோவின் இன்ஷூரன்ஸ் தொழில் தொடர்பான சில செய்திகளையும் மேற்கொண்டு செய்து முடிக்கவேண்டிய வேலைகளையும் பங்குதாரர்களுக்குச் சொன்ன பிறகு, லாரிமர் டேவிட்சன் பற்றியும் பேசினார்.

'அவருக்கு இப்போது 93 வயது. எனக்கு உற்ற நண்பராகவும் நல்ல ஆசானாகவும் விளங்குகிறார். கெய்கோவின் செயல்பாட்டை உன்னிப்பாகக் கவனித்தபடியே உள்ளார். அவருக்குப்பின் வந்த தலைமை நிர்வாகிகளுக்குத் தேவை ஏற்பட்ட போதெல்லாம் உதவிக்கரம் நீட்டியுள்ளார். நாம் (பெர்க்ஷயர்) கெய்கோவை நூறு சதவிகிதம் வாங்குவதால் அவர் நிறைய வரி கட்ட வேண்டி வருகிறது. (கெய்கோவில் தான் வைத்திருந்த பங்குகளை அவர் பெர்க்ஷயருக்கு விற்றபோது கிடைத்த லாபத்துக்கு வரி செலுத்த வேண்டும்.) ஆயினும் கூட நம் பரிவர்த்தனைக்குப் பக்கபலமாக நின்றார். அதுவே அவருடைய மகத்தான பண்பு.

டேவிட் கடந்த 45 ஆண்டுகளில் என்னுடைய ஹீரோக்களில் ஒருவராகத் திகழ்கிறார். அவர் ஒருபோதும் என்னைக் கைவிட்டது கிடையாது. 1951-ல் அந்தக் குளிரெடுத்த சனிக்கிழமையன்று தன்னுடைய பொன்னான நேரத்தை அவர் ஒதுக்காமல் போயிருந்தால், பெர்க்ஷயர் இந்த அளவுக்கு வளர்ந்திருக்காது. தனிப்பட்ட முறையில் நான் பலமுறை அவருக்கு நன்றி சொல்லியிருக்கிறேன். ஆனால் இந்த அறிக்கையில் பெர்க்ஷயர் பங்குதாரர்கள் சார்பாக, இன்னொரு முறை நன்றி செலுத்துவது மிகப் பொருத்தமாக இருக்கும்.'

நன்றியை மறக்காமல் இருப்பதும் வாரனின் வெற்றிக்கு இன்னொரு காரணம்.

பெர்க்ஷயரை வேகமெடுத்து ஓடச்செய்யும் மிக முக்கியமான இன்ஜினாக கெய்கோ உருவெடுத்தது. மிகக் குறைவான செலவில் கெய்கோ செயல்படுவதற்கு மிக முக்கியமான காரணம், ஏஜெண்ட்டுகளை அறவே தவிர்ப்பதுதான். நேரடியாக பாலிசிதாரர்களை நாடுவதே அதன் அணுகுமுறை. மற்ற கம்பெனிகள் தமது பாலிசியை ஏஜெண்ட்டுகள் வாயிலாக விற்றன. அந்த வகையில் கமிஷன் செலவு கெய்கோவுக்கு மிச்சம். 1995-ல் அந்த நிறுவனத்தை பெர்க்ஷயரோடு ஐக்கியமாக்கிய போது, கெய்கோவின் விளம்பரச் செலவு 31 மில்லியன் டாலர். 2005-ம்

ஆண்டு இது 502 மில்லியன் டாலராக அதிகரித்தது. அமெரிக்க மக்களின் கதவுகளை கெய்கோ தானாகவே சென்று தட்டியது.

நெப்ராஸ்கா ஃபர்னிச்சர் மார்ட்

இன்ன தொழிலைத்தான் வாரன் கையிலெடுப்பார் என்றெல்லாம் யாரும் நிச்சயமாகச் சொல்ல முடியாது. மற்றவர்கள் ஏதாவது ஒரு ஃபர்னிச்சர் கடைக்குச் சென்று மேசை, நாற்காலி வாங்குவார்கள். ஆனால் வாரன் ஃபர்னிச்சர் கடையையே வாங்கினார்.

1983-ம் வருடம் ஒருநாள் நெப்ராஸ்கா ஃபர்னிச்சர் மார்ட்டுக்குள் நுழைந்து அதன் உரிமையாளரிடம் பேச்சுக் கொடுத்தார். சில நிமிடங்கள் அவரிடம் சுவாரஸ்யமாகப் பேசிவிட்டு, முக்கியமான அந்தக் கேள்வியைக் கேட்டார்.

'இந்தக் கடையை விற்க விரும்புகிறீர்களா?'

'ஆம்' என்று பதில் வந்தது.

'எவ்வளவு?'

தொகையைக் கேட்டதும் கை குலுக்கினார். கோட்டில் தயாராக இருந்த ஒரு பக்க ஒப்பந்தக் காகிதத்தை வாரன் நீட்டினார். அடுத்த சில நாள்களில் 55 மில்லியன் டாலர் காசோலையையும் நீட்டினார். எதிர் முனையில் இருந்தவர், தொகையைக்கூட சரிபார்க்காமல் அப்படியே வாங்கி உள்ளே வைத்துக்கொண்டார். நிறுவனத்தின் பத்து சதவிகிதத்தைத் தன்னகத்தே வைத்துக்கொண்டு, 90 சதவிகித உரிமையை வாரனுக்கு விற்றவருக்கு வயது 90.

55 மில்லியன் என்பது அந்தக் காலகட்டம் வரையிலும் வாரன் செய்த முதலீடுகளிலேயே மிகப் பெரியது.

அந்த ஃபர்னிச்சர் கடை உரிமையாளரின் பெயர் ரோஸ் பிளம்கின் (Rose Blumkin). அவரை திருமதி B என அழைப்பார்கள். ரஷ்யாவில் பிறந்தவர். ஏழு சகோதர சகோதரிகளுக்கு நடுவில் அவரது குழந்தைப் பருவம் வறுமையில் கழிந்தது. திருமணம் ஆன பிறகு பிழைப்பதற்காக, அமெரிக்காவுக்குத் தப்பி வந்தார். கணவரோடு ஒமாஹாவில் 1919-ம் ஆண்டு நிலைகொண்டபோது, கையில் சல்லிக் காசு கிடையாது. கணவர் சின்னதாக அடகுக்கடை வைத்தும் பழைய துணிகளை விற்றும் காலம் தள்ளினார். இந்த அம்மையாருக்கு ஆங்கிலம் சுத்தமாகத் தெரியாது. பள்ளிக்குச் சென்று திரும்பும் அவரது குழந்தைகள், மாலை வேளைகளில் கொஞ்சம் சொல்லிக் கொடுத்தனர். அது தவிர, வீட்டில் சும்மா இருப்பதற்குப் பதிலாக சிறிய அளவில் ஃபர்னிச்சர் சேகரித்து விற்கும் வேலையைச் செய்தார்.

இப்படியே காலம் ஓடியபோது, தனது 44-வது வயதில் துணிச்சலான ஒரு முடிவுக்கு அந்த அம்மையார் வந்தார். எங்கோ அலைந்து திரிந்து 500 டாலர் சேர்த்து ஓர் இடத்தை வாடகைக்குப் பிடித்து பெரிய கடையை வைத்தார். அமெரிக்காவின் மிகப் பெரிய ஃபர்னிச்சர் தயாரிக்கும் நிறுவனமான சிகாகோ நகரத்து 'அமெரிக்கன் ஃபர்னிச்சர் மார்ட்' அவர் மனத்தில் முன்னுதாரணமாக நின்றது. ஆகையால், வெறும் உள்ளூர்க் கடையாக இல்லாமல் மாநிலம் எங்கும் பரவ வேண்டும் என்ற நோக்கத்தில் 'நெப்ராஸ்கா ஃபர்னிச்சர் மார்ட்' என்று பெயரும் சூட்டினார். அந்த இடம் வாரனின் தாத்தா ஏர்னஸ்ட் பஃபட் மளிகைக் கடையில் இருந்து நடக்கும் தொலைவில் அமைந்தது. அப்போது வாரனுக்கு ஆறு வயது. தாத்தாவிடம் கோக் வாங்கி வீடு வீடாக விற்ற காலம்.

மற்றவர்களைவிட மலிவான விலைக்கு விற்பதை தனது வெற்றிக்கான வாய்ப்பாடாக, திருமதி B கடைப்பிடித்தார். குறைந்த விலைக்கு விற்றதால் நிறையப் பேர் வந்து வாங்கினார்கள். நல்ல லாபம். கிட்டத்தட்ட நம் ஊர் சரவணா ஸ்டோர் மாதிரியான பிசினஸ் மாடல். மூன்றடி கார்ப்பெட் மற்ற கடைகளில் ஏழேகால் டாலருக்கு விற்றது. ஆனால், B அதை ஐந்து டாலருக்கு ஐந்து சென்ட் குறைவாக விற்றார். வாடிக்கையாளர்கள் அதைத்தானே வாங்குவார்கள்? அதைக் கண்டு பொருமிய போட்டியாளர்கள் சிலர், வழக்குத் தொடுத்தனர். ஆனால், அது தள்ளுபடி ஆனது. அடுத்த நாள், தீர்ப்பு சொன்ன நீதிபதியே நெப்ராஸ்கா ஃபர்னிச்சர் மார்ட்டில் 1,400 டாலருக்கு ஆர்டர் கொடுத்தார்.

பல வருடமாக வாரன் அதைக் கவனித்தபடியே இருந்தார். அந்த ஃபர்னிச்சர் விற்பனை நிறுவனம் ஆண்டுக்கு 15 மில்லியன் டாலர் லாபம் சம்பாதிக்கிறது என்ற ஒரே விவரத்தை மட்டுமே கேட்டு போதும் என்று விட்டுவிட்டார். மற்றபடி அதன் கணக்கு வழக்குகள், சரக்குக் கையிருப்பு, ஊழியர் சம்பள விவரம் போன்றவற்றைப் பற்றிக் கவலைப் படவில்லை. அதெல்லாம் சரியாகவே இருக்கும் என்ற எண்ணத்தில், 55 மில்லியன் டாலரை அப்படியே தூக்கிக் கொடுத்தார். காரணம், நம்பிக்கை மட்டுமல்ல!

அந்த மார்ட் அமெரிக்காவிலேயே மிகப் பெரிய ஃபர்னிச்சர் கடையாக விளங்கியது. வாரன் வாங்கியபோது, அதன் ஆண்டு விற்பனை 100 மில்லியன் டாலருக்கும் மேல். ஒமாஹாவின் மற்ற அத்தனை ஃபர்னிச்சர் கடைகளையும் ஒன்றாகச் சேர்த்தால்கூட, இந்தத் தொகைக்கு அருகில் நெருங்க முடியாது. எப்படியும் திருமதி B-யுடன் போட்டியிட முடியாது என்ற அச்சத்தில் மிகப் பெரிய டிபார்ட்மென்டல் செயின் ஸ்டோர்கள் பலவும் ஒமாஹாவில் கடை திறக்கவே இல்லை.

அப்படிப்பட்ட நிறுவனத்தை வாரன் தனது பெர்க்ஷயர் கம்பெனியின் சார்பில் வாங்கினார்.

நிறுவனத்தை வாரனுக்கு விற்றாலும் திருமதி B கடையின் நிர்வாகத்தைத் தொடர்ச்சியாகக் கவனிப்பதை நிறுத்திக் கொள்ள வில்லை. 90 வயதைக் கடந்தபோதிலும், வாரத்தின் ஏழு நாளும் வேலை செய்தார். அவரைப் பொறுத்தவரை அந்தக் கடைதான் அவருக்கு எல்லாமுமாக இருந்தது. வாரன், தான் பெறுவதைவிட மூன்று மடங்கு சம்பளத்தைத் திருமதி B-க்கு வழங்கினார். இந்தச் சின்னத் தகவல் ஒன்றே போதும் வாரன், திருமதி B-யை எந்த அளவுக்கு மதித்தார் என்பதைப் புரிந்துகொள்ள.

சரியான ஆங்கிலம் கூடப் பேசத் தெரியாத திருமதி B-க்கு, நியூ யார்க் பல்கலைக் கழகம் வர்த்தகத்துக்கான கௌரவ டாக்டர் பட்டம் அளித்துச் சிறப்பித்தது. அமெரிக்காவின் பணக்கொள்கையைக் கட்டுப்படுத்தும் FED சேர்மன் மற்றும் IBM, ஜெனரல் மோட்டார், சிட்டிகார்ப் போன்ற கம்பெனிகளின் தலைமை நிர்வாகிகள் முதலியவர்களுக்கு இணையாக அந்தப் பெருமையை வழங்கியது. ஒருநாள்கூட பள்ளிக்கூடப் பக்கம் ஒதுங்காத திருமதி B, டாக்டர் பட்டம் பெற்றதைப் பற்றி 'அவர் ஃபாஸ்ட் டிராக் ஸ்டூடண்ட்' என்று தன் 1984-ம் வருட ஆண்டறிக்கையில் வாரன் பெருமை பொங்கக் குறிப்பிட்டார்.

சின்ன வயது முதல் தான் கவனித்துவந்த இந்தப் பெண்மணி மீது வாரனுக்கு அளவற்ற நன்மதிப்பு ஏற்பட்டிருந்தது. கோடை விடுமுறையில் சந்தித்த கிராமத்துப் பாட்டியின் கதையை நகரத்தில் வந்து உற்சாகத்துடன் தோழர்களிடம் பகிர்ந்து கொள்ளும் ஆரம்பப் பள்ளி மாணவனைப்போல திருமதி B குறித்த பெருமிதம் வாரனிடம் குடிகொண்டிருந்தது. வெறும் 500 டாலரில் தொடங்கிய கடையை இந்த அளவு பெரிதாக்கினாரே, அவரிடம் 1,000 டாலர் கிடைத்திருந்தால் என்ன ஆகியிருக்கும் என்று நெருக்கமானவர்களிடம் சொல்லிச் சிரிப்பார் வாரன்.

1976-ன் போது, 44 மில்லியன் டாலராக இருந்த ஃபர்னிச்சர் மார்ட் விற்பனை, அடுத்த பத்தாண்டுகளில் 132 மில்லியன் டாலராக உயர்ந்தது. விற்பனை கிடுகிடுவென ஏறியது என்னவோ உண்மைதான். ஆனால், கூடிய விரைவில் 1989-ம் ஆண்டு திருமதி B-க்கும் அவரது மகன் களுக்கும் இடையே கடையை நவீனப்படுத்தி மாற்றியமைப்பதில் கருத்துவேறுபாடு ஏற்பட்டது. அதன் காரணமாக சொந்த மகன்களையே 'ஹிட்லர்' என்று வர்ணித்துவிட்டு, 96 வயதில் அந்தப் பாட்டி வெளியேறினார். வெளியேறி நெப்ராஸ்கா ஃபர்னிச்சர் மார்ட்டுக்கு எதிரில் அதேபோன்ற இன்னொரு கடையைப் போட்டிக்கு ஆரம்பித்தார்.

அப்போது ஒரு விஷயத்தை வாரன் புரிந்து கொண்டார். முதலில் நெப்ராஸ்கா ஃபர்னிச்சர் மார்ட்டை வாங்கியபோதே, திருமதி B அதேபோல இன்னொரு கடையைப் போட்டியாகத் திறக்கக்கூடாது என்ற 'conflict of interest' உடன்படிக்கையைச் செய்துகொள்ளத் தவறிவிட்டார். அதனால் விளைந்தது வம்பு. போனது போகட்டும் என்று சொல்லி, இதற்கு மேலும் B-யுடன் போட்டிப் போடுவதைவிட, இரண்டாவது கடையையும் 5 மில்லியன் டாலர் தொகைக்கு வாங்கினார். இந்தமுறை உடன்படிக்கையில் நுணுக்கமான கூறுகளை மறக்காமல் நுழைத்துவிட்டார்.

காலம் சுழன்றோடியது. 1993-ல் ஃபர்னிச்சர் மார்ட் தனது விற்பனையை 200 மில்லியன் டாலராக உயர்த்தியது. அம்மையாருக்கு 100 வயது நிறைவடைந்தது. ஒரு வயதுக்கு ஒரு மெழுகுவர்த்தி குத்தி வைத்து பிறந்த நாள் கேக் வெட்டுவது வழக்கம். ஆகையால் நூறாவது பிறந்த நாளைப் பற்றிக் குறிப்பிடுகையில், 'கேக் வாங்க ஆகும் செலவைவிட மெழுகுவர்த்திக்கு அதிகமானது' என்று பங்குதாரர் கடிதத்தில் வாரன் சிரிப்பைக் கிளப்பினார்.

'திருமதி B அவர்களின் பிறந்த நாள் விழாவில் கலந்து கொண்டதில் எனக்கு அளவில்லாத சந்தோஷம். ஏனென்றால், எனது 100-வது பிறந்த நாளுக்கு அவர் வருவதாக உறுதி அளித்திருக்கிறார்' என்று வாரன் எழுதினார். அப்போது வாரனுக்கு அறுபத்தி மூன்று வயது.

ரோஸ் பிளம்கின் தனது 104-வது வயதில் 1998-ம் வருடம் மரண மடைந்தார். ஆனால், அவர் வித்திட்ட நெப்ராஸ்கா ஃபர்னிச்சர் மார்ட், பெர்க்ஷயர் குடும்பத்தில் இரண்டறக் கலந்து பீடு நடை போடுகிறது.

கோக-கோலா

நீங்கள் அட்லாண்டா நகருக்குச் சென்றால் நிச்சயம் காண வேண்டிய இடங்கள் மூன்று. ஒன்று, வெங்கடாஜலபதி கோயில். இரண்டு, CNN தலைமையகம். மூன்று, கோக-கோலா அருங்காட்சியகம்.

அட்லாண்டாவில் தொடங்கிய கோலா நிறுவனத்தின் பானம், இன்று உலகமெல்லாம் பரவிக் கிடக்கிறது. நம்மூரில் புது டெல்லி முதல் புளியங்குடிவரை எல்லா ஊர்களிலும் கிடைக்கிறது. பள்ளிக்கூடப் பையன் தொடங்கி, பாட்டியம்மா வரை அதன் ருசியை விரும்பாத வர்களே இல்லை. அப்படிப்பட்ட பானத்தைப் பருகுவதற்கு நாம் கொடுக்கும் பணத்தில் ஒரு பகுதி, வாரனுக்குப் போகிறது என்று சொன்னால் நம்புவீர்களா?

வாஷிங்டன் போஸ்ட் மற்றும் கெய்கோ போலவே சிறு வயதுப் பிணைப்பைப் புதுப்பிக்கும் வாய்ப்பு கோக கோலாவிலும் வாரன்

பஃபெட்டுக்கு அமைந்தது. அந்த நிறுவனம் 1880 தொடங்கி, ஒரே பானத்தை (சீசாக்கள் மட்டும் மாறுபடலாம்) மாற்றமின்றி விற்று வருகிறது. ஆறு வயதில் அக்கம் பக்கத்து வீடுகளுக்குச் சென்று சில்லறையில் கோக் விற்ற காலத்திலேயே மக்களுக்கு அதன் மீதிருந்த மோகம் அவருக்குப் பிடிபட்டது. அதன் தனித்துவமான சுவையும், ஒரு மிடக்குப் பருகியவுடன் குடிகொள்ளும் புத்துணர்ச்சியும் மாறாமல் இருந்தன. அட்லாண்டாவில் மட்டும் விற்ற பானம் அகிலம் முழுவதும் பரவ... அந்தக் காரணிகளை மிக முக்கியமான ஒன்றாக அவர் கருதினார்.

கோக-கோலா மிகவும் எளிமையான பிசினஸ். விலையை உயர்த்தும் திராணி (pricing power) கொண்ட நிறுவனம். மிகப் பெரிய பிராண்ட் அறிமுகமும் அதன் மூலமாக ஆழமான அகழியும் கொண்டிருந்தது. உலகத்திற்கே ஒத்தைப் பாலம் என்று சொல்லும் அளவுக்குப் பரவலாக அறியப்பட்டது. எனினும், 1970-களின் இறுதியில் ஒரு பிரச்னையைச் சந்திக்க நேர்ந்தது.

இந்த உலகத்தில் பெரும்பாலான பிரச்னைகள் 'பணம்' என்ற ரூபத்தில் வருகின்றன. ஏழைகளுக்குப் பணம் இல்லாததால், பிரச்னை. செல்வந்தனுக்கு அது கூடுதலாகச் சேர்வதால் சிக்கல். கோக-கோலாவும்கூட அப்படித்தான். அபரிமிதமான பணத்தை என்ன செய்வதெனத் தெரியாமல் குழம்பியது. பாரம்பரியமாகச் செய்த தொழிலைக் கடந்து, மற்றத் தளங்களில் கால் பதிக்க விரும்பியது. நீர் சுத்திகரிப்பு, ஒயின் பிசினஸ், இறால் பண்ணை, பிளாஸ்டிக், ஊட்டச்சத்து பானங்கள், பழங்கள் மற்றும் காய்கறிகள் எனத் திரும்பிய பக்கமெல்லாம் ஓடியது.

அது தவிர, வெளிநாடுகளில் கோக் பானத்தைப் பாட்டிலில் அடைத்து விற்கும் வேலை பிற நிறுவனங்களுக்கு ஒப்பந்தம் மூலம் ஒப்படைக்கப்பட்டிருந்தது. ஆனால், அவை எதிர்பார்த்த அளவு பொறுப்புணர்ச்சியோடு நடந்துகொள்ளவில்லை. இந்தக் காரணிகளின் நிகர விளைவு, கோக் பங்குகள் மந்தமடைந்தன.

எண்பதுகளின் தொடக்கமும் சரியாக அமையவில்லை. கொலம்பியா பிக்சர்ஸ் என்ற சினிமா கம்பெனியை கோக் நிறுவனம் வாங்கியது. அதன் ஆண்டறிக்கையில் சினிமாவுக்கும் திராட்சைத் தோட்டங்களுக்கும் கொடுத்த இடத்தில் பாதியை பாரம்பரியமான குளிர்பானத்துக்கு ஒதுக்கியது. அடுத்த சில ஆண்டுகளில் 'டயட் கோக்' வெளி வந்தது. பெப்சி Vs. கோக் போரும் சூடு பிடித்தது. எதோ புதுமை செய்வதாக நினைத்துக் கொண்டு ஒரு நூற்றாண்டாக நிலவிய பானத்தை ஒழித்துவிட்டு 'புதிய கோக்' என்ற பானத்தை அறிமுகப்படுத்தியது. அது எதிர்மறை விளைவுகளை உண்டாக்கியது. வாடிக்கையாளர்களின் தேவை மீண்டும் பழைய கோக்கைத் தயாரிக்கும்படிச் செய்தது.

1980-களின் பிற்பகுதியில் நிர்வாகம் தன் தவறுகளை உணர்ந்து குளிர்பானம் அல்லாத தொழில்களைவிட்டு வெளியேறத் தொடங்கியது. மேலும், கோக் பிராண்டை சர்வதேசத் தளத்தில் பரவலாக்கும் முயற்சிகள் முழு வீச்சில் முடுக்கிவிடப்பட்டன. எகிப்து முதலிய சில ஆப்பிரிக்க நாடுகள், தென் அமெரிக்காவின் பகுதிகள், ஐரோப்பா மற்றும் ஆசியாவின் பகுதிகள் என, கிடைத்த இடத்தில் எல்லாம் கோக் நுழைந்தது.

1984-87 கால இடைவெளியில் வெளிநாட்டு விற்பனை மூலம் ஈட்டிய லாபம் 607 மில்லியன் டாலரில் இருந்து 1.11 பில்லியன் ஆனது. (இந்தியாவில் கதை வேறு மாதிரி. எமெர்ஜென்சி காலத்தில் துரத்தி அடிக்கப்பட்ட இந்த பானம், 1991 பொருளாதார தாராளமய மாக்கலுக்குப் பிறகுதான், மீண்டும் காலடி எடுத்துவைக்க முடிந்தது.) மொத்த லாபத்தில் பாதியாக விளங்கிய அயல்நாட்டு பிசினஸ், மூன்றில் இரண்டு பாகமாக உயர்ந்தது. இன்னும் ஆசியாவிலும் ஆப்பிரிக் காவிலும் அது ஊடுருவ வேண்டிய தூரம் நிறைய இருப்பது வாரன் கண்களுக்குப் புலனானது.

அதைவிட முக்கியமாக இன்னொரு சங்கதியும் அவர் கண்ணில் பட்டது. நடப்பு நிர்வாகத்தின் கையில் உள்ள உதிரிப் பணத்தைக் கொண்டு பங்குகளைத் திரும்ப வாங்கி பிட்ஸா துண்டுகளின் எண்ணிக் கையைக் குறைத்ததை மற்ற எல்லாக் காரணிகளையும்விட, கம்பெனி மேல்மட்ட நிர்வாகத்தின் கண்ணியத்துக்குச் சான்றாகக் கருதினார் வாரன்.

52 வருடங்களில் ஒரு கோக-கோலா பங்குகூட வாங்காமல் போனதற்காக, வாரன் வருந்தினார். என்னென்னவோ நிறுவனங்களை வாங்கினார். ஆனால், கோக் பங்குகள் ஒன்றுகூட வாங்கவில்லை. 1988-ல்தான் அந்தச் சந்தர்ப்பம் அவருக்குக் கிடைத்தது. அபொழுது பங்குச்சந்தையில் கோக-கோலாவின் பங்கு அதன் உச்சியில் இருந்து சுமார் 25 சதவிகிதம் வீழ்ச்சி கண்டிருந்தது. சில ஆய்வாளர்கள் இந்த விலையே மிக அதிகம் என்று கருத்து வெளியிட்டனர். அற்புதமான கம்பெனி மோசமான சூழலில் கிடைக்கும்போது, யோசிக்காமல் வாங்கிப் போடவேண்டும் என்பது வாரனின் தியரி.

பெரும்பாலானவர்கள் விற்றாலும், எதோ ஒரு பார்ட்டி மட்டும் இடைவிடாமல் வாங்கி வாங்கி வண்டியில் ஏற்றியதாகத் தெரிந்து, கோக் தலைமை எச்சரிக்கையானது. கோக் நிறுவனத்தின் தலைவர் (Donald Keough) சிறு வயதில் வாரன் வீட்டுக்கு அருகில் வசித்தவர். வாங்கிக் குவிப்பது வாரனாக இருக்கக்கூடும் என்ற சந்தேகத்தில், அவர் தொலைபேசியில் அழைத்து விசாரித்தார். வாரன் ஒப்புக்கொண்டார்.

ஆனால், வேறு யாரிடமும் தெரிவிக்கவேண்டாம் என்று சொல்லி விட்டார். அடுத்த ஒரு வருடத்தில் பெர்க்ஷயர் நிறுவனம் சுமார் 1.02 பில்லியன் தொகைக்கு, கோலாவின் 7 சதவிகிதம் பங்குகளைக் கையகப் படுத்தியது. சராசரி விலை ஒரு பங்குக்கு 10.96 டாலர்.

அடுத்து வந்த மூன்று ஆண்டுகளில் கோக் நிறுவனத்தின் லாபம் 64 சதவிகிதம் உயர்ந்தது. ஆனால், அதைவிட வேகமாக வால் ஸ்ட்ரீட் தனது பார்வையின் கோணத்தை மாற்றியது. கோக - கோலா வெறும் அமெரிக்க நிறுவனம் என்ற எல்லையை உடைத்து, சர்வதேச கம்பெனி என்ற அடையாளத்தைப் பெற்றிருப்பதை சந்தை உணர்ந்துகொண்டது. (ஆனால், உண்மையைச் சொன்னால் கோக் பல ஆண்டுகளுக்கு முன் பாகவே உலகின் பிற பகுதிகளில் பரவ ஆரம்பித்தாயிற்று. 1928-லேயே சீனாவில் கோக் தயாரிக்கப்பட்டது.) லாபம் ஏறியதைவிட, வேகமாகப் பங்கின் விலை ஏறியது. வாரன் முதலீடு செய்த ஐந்து வருடத்தில் கோக-கோலா பங்கின் விலை 74.50 டாலருக்குச் சென்றது. கோக் பங்குகளை வாங்குவதற்கான போட்டி 1938-லும் இருந்தது. 1993-லும் இருந்தது. பெர்க்ஷயர் முதலீடு செய்த 1.02 பில்லியன், 13 பில்லியன் மதிப்பை அடைந்தது. (நிறுவனம் பங்குகளைத் திருப்பி வாங்கும் சம்பவம் அவ்வப்போது நடுவே நடந்தது.)

‘நான் பெரும் தவறு இழைத்துவிட்டேன். ஆறு வயதானபோதே என் தாத்தாவை வற்புறுத்தி மளிகைக் கடையை விற்று அந்தப் பணம் அனைத்தையும் கோக-கோலா பங்கில் போட்டிருக்க வேண்டும்’ என்று வழக்கம்போல ஒரு பஞ்ச் டயலாக்கை தன் பங்குதாரர் கடிதத்தில் எழுதினார் வாரன். ‘எனது ரெஸ்பான்ஸ் டைம் ரொம்ப ரொம்ப அதிகம்’ என்று கூடவே ஒரு பிட்டையும் செருகினார். கோக-கோலா நிறுவனத்தின் பங்குகள் இன்னமும் மாற்றமின்றி பெர்க்ஷயர் போர்ட்ஃபோலியோவை அலங்கரிக்கின்றன.

10 இது ஒரு போர்க்களம்

பெர்டினாண்ட் சாலமன் என்பவர் 1900-களின் தொடக்கத்தில் வால் ஸ்ட்ரீட் பங்குத் தரகர்களுக்கு துரிதக் கடன் - கிட்டத்தட்ட மேல்தட்டு மக்களுக்கான கந்து வட்டி - கொடுக்கும் தொழிலைச் செய்து வந்தார். அவரது மகன்களும் கூடவே இருந்து தொழிலைக் கவனித்தனர். அந்தக் காலத்தில் நியூ யார்க் பங்குச்சந்தை, சனிக்கிழமை பாதி நாள் செயல்படுவது வழக்கம். ஆனால், சனிக்கிழமை வேலை செய்யக் கூடாது என்ற பழைய யூத நம்பிக்கையை தந்தை கடைப்பிடித்தார். மகன்கள் அதற்கு நேர் எதிர். கடையைத் திறந்து பணியாற்ற வேண்டுமென வலியுறுத்தினர். சுமுகமான முடிவு கிடைக்காமல் போகவே மகன்கள் வெளியேறி சாலமன் பிரதர்ஸ் நிறுவனத்தைத் தோற்றுவித்தனர். அந்த நிகழ்ச்சி 1910-ம் வருடம் நடந்தது.

அப்படி ஆரம்பித்த நிறுவனம், காலப்போக்கில் வளர்ந்தது. பெரிய கம்பெனிகள் கடன் பத்திரங்களை வெளியிடும்போது அவற்றை முதலீட்டாளர்களிடம் விற்றுக் கொடுப்பது, சாலமனின் முக்கியமான தொழிலாக உருவெடுத்தது. வாரன் பஃபட்டின் பெர்க்ஷயர் கம்பெனிக்குப் பணம் திரட்டியதும் இதில் சேர்த்தி. எழுபதுகளின் இறுதியில் IBM கம்பெனி ஒரு பில்லியன் டாலர் மதிப்புள்ள பத்திரங்களை விற்கும் மிகப் பெரிய ஒப்பந்தத்தை சாலமனுக்கு வழங்கியது. பத்திர விற்பனை என்ற எல்லையைக் கடந்து பங்குகளை வெளியிடும் கம்பெனிகளின் சார்பாக, அதை விற்றுக் கொடுக்கும் அன்டர்ரைட்டிங் வேலையிலும் சாலமன் பிரதர்ஸ் 1980-களில் இறங்கியது.

அதன் பத்திர விற்பனைத் தொழில் அளவுக்குப் புதிதாக ஆரம்பித்த பங்குச்சந்தை, புரோக்கர் தொழிலும் வங்கித்

தொழிலும் வருமானம் கொடுக்க ஆரம்பிக்கவில்லை. இருந்தாலும், சாலமன் கம்பெனியின் தலைமை நிர்வாகி குட்ஃப்ரண்ட் (Gutfreund) அந்தப் பிரிவுகளில் பணத்தைக் கொட்டினார். அதன் ஊழியர் எண்ணிக்கை, அபாரமாக வளர்ந்து சில ஆண்டுகளில் மூன்று மடங்காகப் பெருகியது.

1987-ம் ஆண்டில் பங்குச்சந்தை உச்சத்தில் விளங்கியது. முன்பு செய்த முதலீடுகளை எல்லாம் கொஞ்சம் கொஞ்சமாக விற்கும் வேலையை வாரன் செய்தார். ஆனால், புதிதாக முதலீடு செய்வதற்கான வாய்ப்புகள் மிகச் சொற்பமாகத் தெரிந்தன. அவற்றில் பணத்தைப் போடுவதற்கு வாரனுக்கு மனம் வரவில்லை. பெர்க்ஷயரில் பணம் பிதுங்கி வழிந்தது. அந்த நேரத்தில் சாலமன் பிரதர்ஸ் பங்குகள், மூன்றில் ஒரு பாகம் சரிந்திருந்தன.

தனக்குப் பணம் தேவைப்பட்டபோது சற்றும் தாமதிக்காமல் உடனடியாக அதைப் புரட்டித் தந்த குட்ஃப்ரண்ட் மீது, வாரனுக்கு இயல்பாகவே நன்மதிப்பு ஏற்பட்டிருந்தது. அவரது கண்ணியம் பிடித்திருந்தது. சாலமன் பிரதர்ஸ் கம்பெனியில் முதலீடு செய்வதற்கு அது போதுமானதாக அமைந்தது.

ஆனால், சாலமனில் நடந்திருந்த குளறுபடிகளையும் குட்ஃப்ரண்ட்டுக்குக் கூடத் தெரியாத முறைகேடுகளையும் வாரன் கவனிக்கத் தவறிவிட்டார். அல்லது தெரிந்துதான் அந்த நிறுவனத்தை வாங்கினாரா எனப் புரியவில்லை. முன்னுரிமைப் பங்குகளை வாங்கிச் சேகரித்தப் பிறகு, வாரன் பஃபட் மற்றும் சார்லஸ் மங்கர் இருவரும் சாலமன் போர்டில் டைரக்டர் ஆனார்கள்.

தனிப்பட்ட முறையில் குட்ஃப்ரண்ட் ஆடம்பரமான வாழ்க்கையை வாழ்ந்தார். தன்னைவிட வயது குறைந்த விமானப் பணிப்பெண்ணைத் திருமணம் செய்துகொண்டார். அந்தப் பெண்ணின் யோசனைப்படி, சாலமன் பிரதர்ஸ் நிர்வாகத்தில் சில முக்கிய முடிவுகளை அவர் எடுப்பதாகச் சிலர் சந்தேகப்பட்டனர். கம்பெனிக்குப் பிரத்தியேகமாகத் தலைமை நிதி நிர்வாகி (CFO)இல்லாதது வேறு நெருடலாக உறுத்தியது.

ஊழியர்களுக்குத் தாராளமான சம்பளம், வெகுமானம் அளிக்கப் பட்டது. உதாரணத்துக்கு, 1990-ம் வருடத்தைய லாபம் அதற்கு முந்தைய வருடத்தைவிட 118 மில்லியன் டாலர் அதிகரித்த அதேசமயம், ஊழியர் போனஸ் 120 மில்லியன் டாலர் கூடியது. எட்டு வருடத்துக்குமுன் நிலவிய அதே விலையில் சாலமன் பிரதர்ஸ் பங்கு ஊசலாடியது. (இந்தக் கால இடைவெளியில் டவ் ஜோன்ஸ் குறியீடு கிட்டத்தட்ட மூன்று மடங்கு பெருகியது.) பங்குதாரர்களுக்குச் சுண்டைக்காய்

அளவுகூட நன்மை ஏற்படவில்லை. ஆனால், போனஸ் மட்டும் வருடா வருடம் ஏறியது. இதுபோன்ற சலுகைகளை வாரன் வன்மையாக எதிர்த்தார்.

கம்பெனி சொற்பமான லாபம் சம்பாதித்தாலும்கூட, அந்த நிறுவனத்தின் 106 நிர்வாகிகள் ஒரு மில்லியன் டாலருக்கு மேல் சம்பாதித்தனர். தான் முதலீடு செய்த கம்பெனி நிர்வாகிகளை எப்போதுமே ஆதரிக்கும் வாரன், இப்போது குட்ஃப்ரண்ட் முன்மொழிந்த போனஸ் திட்டத்துக்கு எதிராக வாக்களித்தார். இருவருக்கும் இடையே சச்சரவு என்ற செய்தி வால் ஸ்ட்ரீட் வட்டாரங்களில் பெரும் பரபரப்பை உண்டாக்கியது.

இவையெல்லாம் ஒன்றுமே இல்லை என்பதுபோல, கம்பெனியையே அழிக்கக்கூடிய மாபெரும் பிரச்னை ஒன்று யாருக்குமே தெரியாமல் உருவாகிக்கொண்டிருந்தது. அதன் பெயர் பால் மோசர் (Paul Mozer). மோசருக்கு வெறும் முப்பத்தி சொச்சம் வயதுதான். சாலமன் கம்பெனியில் அரசுப் பத்திரங்களை விற்பனை செய்யும் பிரிவை நிர்வகித்து வந்தார். கடும் உழைப்பாளி. அதே அளவுக்கு குறுக்குப்புத்தியும் உண்டு.

மோசரின் மோசடியைச் சரியாகப் புரிந்துகொள்ள வேண்டுமெனில், அரசுப் பத்திரங்கள் என்றால் என்ன என்பது பற்றிக் கொஞ்சமாவது தெரிந்து கொள்வது அவசியம்.

தனி நபர்களைப் போலவே, அரசாங்கமும் பிறரிடம் கடன் வாங்கி வண்டி ஓட்டுவது உலகெங்கும் கடைப்பிடிக்கப்பட்டுவரும் நடைமுறைதான். பத்திரங்களை பொதுமக்களிடம் விற்று, அதற்குப் பதிலாகப் பணம் பெறுவார்கள். குறிப்பிட்ட கால அளவு முடிந்தவுடன் நாம் அந்தப் பத்திரத்தை அரசாங்கத்திடம் கொடுத்துவிட்டு, பணத்தைத் திரும்பப் பெறலாம். ஒருவேளை அது வரைக்கும் நம்மால் பொறுமையாகக் காத்திருக்க முடியாமல் போனால், வேறு யாரிடமாவது பத்திரங்களை விற்கலாம். இப்படி விற்பனையாகும் சந்தை மிக, மிகப் பெரியது. நியூ யார்க் பங்குச்சந்தையில் தினசரி நடக்கும் வியாபாரத்தைக் காட்டிலும் பன்மடங்கு தொகை அரசுப் பத்திரப் பரிமாற்றுச் சந்தையில் கைமாறும்.

இப்படிப்பட்ட சந்தையில் புகுந்து விளையாடவேண்டும் என்பது மோசருக்கு ஒதுக்கப்பட்டிருந்த வேலை. மேலும், அரசாங்கம் புதிய பத்திரங்களை ஏலம் விடும் சமயத்தில் அவற்றை வாங்குவதற்கு சாலமன் பிரதர்ஸ் சார்பாக, விண்ணப்பம் சமர்ப்பிக்கும் பொறுப்பும் அவருக்கு இருந்தது.

அரசு விடும் ஏலத்தில் யார் வேண்டுமானாலும் கலந்து கொள்ள இயலாது. சில முதன்மையான டீலர்களை ஃபெடரல் ரிசர்வ் பேங்க்

ஆஃப் நியூ யார்க் தேர்ந்தெடுத்து முன்னுரிமை அளிக்கும். அப்படிப் பட்ட டீலர்கள் தங்களுக்காக மட்டுமன்றி தமது வாடிக்கையாளர்கள் சார்பிலும் விண்ணப்பிக்கும் தகுதி படைத்தவை. அவற்றில் சாலமன் பிரதர்ஸ் மிக முக்கியமான ஒன்றாக இருந்தது.

கடந்த கால அனுபவத்தில் கிடைத்த படிப்பினைகள் மூலமாக, ஒரேயொரு டீலரை மட்டும் சார்ந்து இருக்கக்கூடாது என்ற தெளிவான கொள்கையை அரசாங்கம் கடைப்பிடித்தது. எந்த ஒரு குறிப்பிட்ட கம்பெனிக்கும் மொத்தப் பத்திரங்களில் 35 சதவிகிதத்துக்கு மேல் ஒதுக்கப்படாது. டீலர்கள் சமர்ப்பிக்கும் மொத்த விண்ணப்பங்களின் எண்ணிக்கைக்கு ஏற்ப ஒரு விகிதத்தில் (கால்வாசியோ அல்லது பத்து சதவிகிதமோ) பத்திரங்கள் கிடைக்கும். இந்த விதிமுறையில் ஓர் ஓட்டை இருப்பதை மோசர் கண்டுபிடித்தார்.

அதிகபட்ச ஒதுக்கீடு 35 சதவிகிதம் என்று சொல்லப்படுகிறதே தவிர, சமர்ப்பிக்கும் விண்ணப்பத்துக்கு எவ்விதமான கட்டுப்பாடும் நேரடியாக விதிக்கப்படவில்லை. அதாவது, ஒரே நபர் நிறைய தொகைக்கு பல விண்ணப்பங்களைச் செய்யலாம் என்பதைப் புரிந்து கொண்டார்.

பத்திரங்களைப் பெற அதிகபட்ச அளவை நிர்ணயித்தவர்கள், விண்ணப் பத்துக்கும் அதே கடிவாளத்தைப் பூட்ட மறந்துவிட்டார்கள். இதை மோசர் சாமர்த்தியமாகப் பயன்படுத்தினார். 1990-ம் ஆண்டு மொத்தமாக விற்பனையாகும் பத்திரங்களைவிட, இருமடங்கு தொகைக்கு விண்ணப்பம் அனுப்பினார். இதனால் பெரும்பகுதி பத்திரங்கள் சாலமனுக்கு ஒதுக்கீடு ஆனது. இதை எதேச்சையாகப் பார்க்க நேர்ந்த அமெரிக்கக் கருவூல அதிகாரி ஒருவர், மோசரைக் கூப்பிட்டு எச்சரித்தார்.

ஆனால், மோசர் அந்த எச்சரிக்கையை எல்லாம் குப்பையில் தூக்கி எறிந்துவிட்டு, தன் விளையாட்டைப் பழையபடி தொடர்ந்தார். அடுத்து வந்த 5 பில்லியன் டாலர் பத்திர ஏலத்தில் 10 பில்லியன் டாலருக்கு விண்ணப்பம் அனுப்பினார். முன்பு மென்மையாக எச்சரித்த அந்த அதிகாரி, இப்போது ஏகத்துக்கு கொதித்துப்போய் 35 சதவிகிதத்துக்கு மேல் வந்த மோசரின் விண்ணப்பங்களை எல்லாம் தள்ளுபடி செய்தார்.

மோசர் அதைக் கண்டுகொள்ளாமல் விட்டிருக்கலாம். ஆனால், அந்த அதிகாரியைப் பற்றி அரசாங்கத்தில் புகார் சொல்லப் போவதாக மிரட்டினார் மோசர். நல்ல வேளையாக சில சாலமன் உயரதிகாரிகள், அரசு அலுவலர்களிடம் சமாதானம் பேசி நிலைமையைச் சுமுக மாக்கினார்கள். ஆனால், இந்த மோசடி விஷயம் குட்ஃப்ரண்ட் வரை போகாமல் தடுத்துவிட்டார்கள். அரசாங்கத்துக்கு எதிரான இந்த மோசடியிலிருந்து மோசர் தப்பித்ததே பெரிய விஷயம்தான்.

ஆனால், இதற்குப் பிறகாவது மோசர் திருந்தினாரா என்றால் அதுதான் இல்லை. குறுக்குப்புத்திக்காரனுக்கு எப்போதும் குறுக்குவழியில் மட்டுமே யோசிக்கத் தோன்றும்.

பங்குகளையோ அல்லது பத்திரங்களையோ தங்கள் சார்பாக விற்று, வாங்கும் உரிமையை தரகர்களுக்கு அதன் வாடிக்கையாளர்கள் எழுத்து மூலம் அளிப்பது வழக்கம். அவசர காலத்தில் வாடிக்கையாளரின் அனுமதி இல்லாமல் அவர் சொல்லும் பங்கை வாங்கவோ, விற்கவோ முடியாது என்பதால் இந்த முன் அனுமதி கொடுக்கும் வழக்கம் நடைமுறைக்கு வந்தது. இதன் அடிப்படையில் பங்கு வெளியீடு களுக்கும் பத்திர ஏலத்துக்கும் தரகர்கள் விண்ணப்பிப்பது வழக்கம்.

இந்த நடைமுறையிலும் ஓர் ஓட்டை இருப்பதைக் கண்டுபிடித்தார் மோசர். இந்த முறை இந்தக் குறுக்கு வழியில் போக நினைத்தார். வாடிக்கையாளர்கள் சார்பாக, அவர்களின் அனுமதி இல்லாமலேயே பத்திரங்களை வாங்க மனு அனுப்பினார். அல்லது அவர்கள் ஏற்கெனவே கொடுத்த அனுமதியைத் தவறாகப் பயன்படுத்தி பத்திரங் களை வாங்க மனு செய்தார்.

இதன் மூலம் *1991*-ம் வருடம் சாலமன் பிரதர்ஸ் மற்றும் வாடிக்கை யாளர்களுக்கு, அரசாங்கம் ஏலம் விட்ட பத்திரத்தில் 57 சதவிகிதம் ஒதுக்கியது. விண்ணப்பித்த அளவு பத்திரம் கிடைத்தவுடன், வாடிக் கையாளர் கணக்கில் இருக்கும் பத்திரங்களைத் தன்னுடைய சொந்தக் கணக்குக்கு மாற்றிக்கொண்டார்.

அரசு அதிகாரிகளுக்கு முதலில் இந்தக் கயவாளித்தனம் விளங்கவில்லை. சின்னச் சின்ன கேள்விகள் முதலில் தலையெடுத்தன. ஒரு கேள்வி இன்னொரு கேள்விக்கு அழைத்துச் சென்றது. ஆவணங்களை எல்லாம் துருவித் துருவி ஆராய்ந்து பார்த்தார்கள் அரசு அதிகாரிகள். ஒரு சின்ன முடிச்சு கிடைத்தது.

சாலமன் நிறுவனத்தின் வாடிக்கையாளர் சார்பாக வந்த விண்ணப் பங்கள் அனைத்திலும், 'மெர்க்குரி அசெட் மேனேஜ்மென்ட் சார்பாக சாலமன் பிரதர்ஸ் சமர்ப்பித்தது' எனக் குறிப்பிடப்பட்டிருந்தது. சாலமன் நிறுவனத்தின் வாடிக்கையாளர்கள் ஏன் மெர்க்குரி நிறுவனத்தின்மூலம் விண்ணப்பித்தார்கள்? இந்தக் கேள்விக்குப் பதில் அறிய 'மெர்க்குரி அசெட் மேனேஜ்மென்ட்' நிறுவனத்தின் தலைமைக்கு ஒரு கடிதம் அனுப்பினார்கள்.

கடிதத்தைப் பார்த்த மெர்க்குரி நிர்வாகி ஆடிப் போனார். அவருக்கு இதைப்பற்றி ஒன்றுமே தெரியவில்லை. மோசருக்கு போன் செய்து விசாரித்தார். குமாஸ்தா செய்த குழப்பத்தில் தவறு நேர்ந்துவிட்டது என

முதலில் சாக்கு சொன்னார் கில்லாடி மோசர். அரசு அதிகாரிகளைச் சந்தித்து அதே கதையை மீண்டும் சொன்னார். கடித விவகாரத்தை ஊதிப் பெரிதாக்க வேண்டாம் என்றும் மன்றாடினார். அந்த நிர்வாகியும் சரியென்று விட்டார்.

இந்தச் செய்திகள் மெதுவாகக் கசிந்து சாலமன் நிறுவனத்தின் தலைவர் குட்ஃப்ரண்டின் காதுக்கு எட்டியது. அவர் பதறிவிட்டார். வாடிக்கையாளர் பெயரைத் துஷ்பிரயோகம் செய்து தொழிலின் நம்பகத் தன்மையைக் கெடுப்பதை அவரால் தாங்கிக்கொள்ள முடியவில்லை. கம்பெனியின் மேல்மட்ட நிர்வாகிகளையும் நிறுவனத்தின் வழக் கறிஞரையும் அழைத்து விவாதித்தார். கடும் உழைப்பாளி என்ற காரணத்துக்காக, மோசர் மீது நடவடிக்கை எடுக்காமலேயே கூட்டம் கலைந்தது. பத்திர மோசடி குறித்து அரசாங்கத்திடம் சந்தர்ப்பம் கிடைக்கும்போது சொல்லி வைக்கவும் தீர்மானித்தனர். ஆனால், அந்தச் சந்தர்ப்பம் வாய்க்காமலே போனது.

தொட்டில் பழக்கம் சுடுகாடு வரைக்கும் என்று சொல்வார்கள். இரண்டாவது முறையும் அதிர்ஷ்டவசமாகத் தப்பித்தும் மோசடி மன்னன் மோசர் திருந்தவில்லை. சாலமன் நிறுவனத்தின் மானத்தைக் குழிதோண்டிப் புதைக்கும்வரை அதைத் தொடர்ந்தார். அடுத்து வந்த ஏலத்திலும் தன் விளையாட்டை விடாமல் நடத்தினார் மோசர். அதனால் மற்ற டீலர் கம்பெனிகளுக்குப் போதுமான பத்திரங்கள் கிடைக்காமல் போனது. அரசுப் பத்திரங்களுக்குக் கடும் தட்டுப்பாடு உருவாகி, விலை சகட்டுமேனிக்கு ஏறியது. இந்த நெருக்கடியைப் பயன்படுத்தி மோசர் தன் வசம் இருந்த பத்திரங்களை விற்று ஒரேயடியாக 18 மில்லியன் டாலர் பணத்தை அள்ளினார்.

பத்திரத் தட்டுப்பாட்டுக்கு சாலமன் நிறுவனத்தைத் தவிர, வேறு யாரும் காரணமாக இருக்க முடியாது என்ற குற்றச்சாட்டை பிற டீலர்கள் சுமத்தினார்கள். இந்த முறை அரசின் கண்காணிப்பு அமைப்பு விழித்துக் கொண்டது. சாலமனின் பழைய ரெக்கார்டுகளை எல்லாம் தூசித் தட்டி வெளியே எடுத்தது. நிதித் துறையில் மிகப் பெரிய ஊழல் பூதங்களில் ஒன்று அப்போதுதான் வெளியே வந்தது. அமெரிக்க நிதி மற்றும் காவல்துறையின் இலக்காக, சாலமன் பிரதர்ஸ் நிறுவனம் மாறியது. அந்த நிறுவனத்தின் பங்குகள் தடுமாறின. இரண்டு வாரத்தில் 37 டாலராக இருந்த பங்கு, 27 டாலருக்கு வீழ்ந்தது. சாலமன் பிரதர்ஸின் முதன்மை டீலர்ஷிப் ரத்தாகும் அளவுக்கு நிலைமை முற்றியது.

இனிமேல் ஒன்றுமே செய்ய முடியாது என்பதை குட்ஃப்ரண்ட் தெளிவாக உணர்ந்தார். ஒருநாள் நியூ யார்க் டைம்ஸ் பேப்பரின் முதல் பக்கத்தில் தன் போட்டோ வந்திருப்பதைப் பார்த்து விட்டு,

ஒமாஹாவில் உறங்கிக்கொண்டிருந்த வாரனைத் தொலைபேசியில் அழைத்து எழுப்பினார். தான் ராஜினாமா செய்வதாகச் சொல்லி, சாலமன் நிர்வாகத்தை வாரனே எடுத்து நடத்த வேண்டும் என்ற வேண்டுகோளுடன் போனை வைத்தார்.

சாலமன் நிர்வாகப் பொறுப்பை வாரன் ஏற்கவேண்டிய அவசியமே இல்லை, அதற்காக அவர் ஒமாஹாவைவிட்டு வேறு எங்கும் செல்ல வேண்டிய அவசியமும் இல்லை என்று வாரனின் நலம் விரும்பிகள் ஆலோசனை சொன்னார்கள். காரணம், அமெரிக்காவின் மிகப் பெரிய பணக்காரராக இருந்தாலும் வாரனின் வாழ்க்கை ஒமாஹாவில் தெளிந்த நீரோடைபோலச் சென்று கொண்டிருந்தது.

மேலும், சாலமன் பிரதர்ஸ் கம்பெனியில் பெர்க்ஷயர் வாங்கியது முன்னுரிமைப் பங்குகளே (Preferred stock) தவிர, வழக்கமான பங்குகள் (Common stock) அல்ல. ஒரு கம்பெனியை இழுத்து மூடவேண்டிய நிலை ஏற்பட்டால், கடன்காரர்களுக்குச் சேர வேண்டிய பணத்தைத் திருப்பிக் கொடுத்தபிறகு மிஞ்சுவதுதான் பங்குதாரர்களுக்கு. அந்த வகையில் முன்னுரிமைப் பங்குகள் கடனுக்கும் பங்குகளுக்கும் மத்தியில் வரும். கடன்காரர்களுக்குத் திருப்பிக் கொடுத்தது போக, மிச்சமிருக்கும் செல்வத்தை முன்னுரிமைப் பங்குதாரர்களுக்குக் கொடுக்கவேண்டும். அதற்குப் பிறகு ஏதாவது மிஞ்சினால் வழக்கமான பங்குதாரர்களுக்கு. ஆகவே, சாலமன் பிரதர்ஸ் கம்பெனியைக் கலைக்க வேண்டிய நிலை ஏற்பட்டாலும்கூட, பெர்க்ஷயர் 700 மில்லியன் டாலர் கொடுத்து வாங்கிய முன்னுரிமைப் பங்கு முதலீட்டுக்குப் பெரிய சேதாரம் ஒன்றும் ஏற்படாது என்பதை வாரனிடம் விளக்கமாக எடுத்துச் சொன்னார்கள்.

தான் வாங்கும் நிறுவனத்தை தானே நிர்வகிப்பது வாரனுக்குப் பிடித்தமான செய்கையல்ல. ஒமாஹாவை விட்டுச் செல்லவும் அவருக்குப் பெரிய இஷ்டமில்லை. இந்த நிலையில்

வாரன் சாலமன் பிரதர்ஸ் நிர்வாகத்தை ஏற்க மாட்டார் என்று பத்திரிகைகள் எழுதின. பலரும் அப்படித்தான் என்றார்கள்.

ஆனால், வாரன் உண்மையிலேயே ஒரு சூப்பர் ஸ்டார். தன்னை நம்பி இருப்பவர்களுக்குக் கஷ்டம் வரும்போது பாய்ந்து வரும் (தமிழ்) சினிமாக் கதாநாயகன் மாதிரி, களத்தில் குதித்தார் வாரன். தன் கௌரவத்துக்கும் கண்ணியத்துக்கும் விடுக்கப்பட்ட சவாலாக அதை எடுத்துக் கொண்டார். சாலமன் பிரதர்ஸின் CEO பொறுப்பை ஏற்றுக் கொண்டார். அந்த நேரத்தில் அதன் பங்குகள் சந்தையில் தொடர்ச்சி யாக வியாபாரமாக முடியாத அளவுக்கு வீழ்ந்தன. அதன் அன்றாட அலுவல்கள் முடங்கிப் போயிருந்தன. இயல்பாக வரும் வாடிக்கையாளர்கள் ஒதுங்கிச் சென்றனர்.

எதிர்த்தரப்பில் நூறு பேர் கத்தி, கபடாவோடு நின்றாலும் பரவாயில்லை. ஹீரோ முஷ்டியை முறுக்கிவிட்டால் அவர்கள் அத்தனை பேரும் காலி என்கிற நம்பிக்கையோடு படம் பார்க்கும் ரசிகர்களைப்போல, சாலமனை வாரன் எப்படியும் காப்பாற்றி விடுவார் என்ற நம்பிக்கை அதன் ஊழியர்களுக்கும் ஏனைய முதலீட்டாளர்களுக்கும் வந்திருந்தது.

வாரன் தன்னுடைய நகைச்சுவை உணர்வுக்குச் சில நாள்கள் விடுமுறை கொடுத்து வெளியூருக்கு அனுப்பினார். ஒரு போர் வீரனுக்குரிய சுறுசுறுப்பு அவரிடம் தெரிந்தது. கூடவே, சுதாரிப்பாக இல்லா விட்டால் கவிழ்த்துவிடுவார்கள் என்கிற எச்சரிக்கையும் இருந்தது. தலைமை நிர்வாகி பொறுப்பை ஏற்றவுடன் வாரன் செய்த முதல் காரியம், அரசு அதிகாரிகளைச் சந்தித்ததுதான். சாலமனின் டீலர்ஷிப்பை ரத்து செய்யாமல் சிறிது காலம் அவகாசம் தருமாறு கேட்டுக் கொண்டார்.

அதன் பிறகு பத்திரிகையாளர்களைச் சந்தித்தார். அந்தச் சந்திப்பின் போது, சாலமனில் அவர் வெறும் இடைக்கால CEO-வாகச் சம்பளமே வாங்காமல் பணியாற்றப் போவதாக அறிவித்தார். அந்த நிறுவனம் பிரச்னைகளில் இருந்து மீண்டு வரும்வரை மட்டுமே தான் அந்தப் பதவியில் இருக்கப் போவதாக அறிவித்தார். அதன் பிறகு அந்தப் பொறுப்பை டெரிக் மாகன் (Deryck Maughan) ஏற்று நடத்துவார் என்றும் சொன்னார்.

இன்னொரு முக்கியமான, நல்ல செய்தியையும் அந்தக் கூட்டத்தில் சொல்ல வாரன் மறக்கவில்லை. அரசுப் பத்திர ஏலத்தில் பங்குபெறும் தகுதியை சாலமன் பிரதர்ஸ் நிறுவனம் மறுபடியும் அடைந்திருக்கிறது. ஆனால், அதன் வாடிக்கையாளர்கள் சார்பாக விண்ணப்பிக்க இயலாது என்பதையும் சொன்னார். தங்களை இந்த நிலைக்குக் கொண்டு வந்ததற்குக் காரணமானவர்களை வாடிக்கையாளர்கள் திட்டித் தீர்த்தார்கள்.

அதிரடியான நடவடிக்கைகளை வெகு ஜாக்கிரதையாக மளமளவென்று அரங்கேற்றினார் வாரன். சாலமன் கம்பெனி ஏற்கெனவே நியமித்திருந்த வழக்கறிஞர்களைக் கூப்பிட்டு கடிந்து கொண்டார். மோசர் மோசடிக்கும் அவர்களுக்கு என்ன தொடர்பு என்று கேள்விக்கு மேல் கேள்வி கேட்டு துளைத்தெடுத்தார். முடிவாக அத்தனை வழக்கறிஞர்களையும் நிறுவனத்தைவிட்டு வெளியேற்றினார். அதற்குப் பதிலாக பதினைந்து ஆண்டுகள் பெர்க்ஷயரின் ஆஸ்தான வழக்கறிஞராக இருந்த ராபர்ட் டென்ஹாம் (Robert Denham) என்பவரை உள்ளே கொண்டு வந்தார்.

குட்ஃப்ரண்ட் தனக்குக் கீழ் இருக்கும் நிர்வாகிகளுடன் சரியான உறவு வைத்திருக்கவில்லை. எனவேதான் எந்த மோசடியும் அவர் பார்வைக்கு

வராமலே போனது. சாலமனில் இனியும் மோசடி ஏதும் நடக்கக்கூடாது என்றால், தான் எல்லோரின் தொடர்பிலும் இருப்பது அவசியம் என்பதை உணர்ந்தார். சாலமனில் எல்லா மட்டத்திலும் உள்ள மேனேஜர்களுக்கு தன் இல்லத் தொலைபேசி எண்ணைக் கொடுத்தார். ஏதாவது முறைகேடு நடப்பதற்கான அறிகுறி தென்பட்டால் சற்றும் யோசிக்காமல் உடனடியாக அழைக்குமாறு கேட்டுக் கொண்டார்.

வாரன் தன் முழுத் திறமையையும் வெளிக்காட்ட இன்னொரு வாய்ப்பும் கிடைத்தது. கிடைத்த வாய்ப்பை மிக அருமையாகப் பயன்படுத்திக் கொண்டார்.

சாலமன் கம்பெனியில் நடந்த குளறுபடிகளுக்கு காங்கிரஸ் அவையில் செனட் குழுவினர் முன் தோன்றி விளக்கம் அளிக்க வேண்டிய கட்டாயம் வாரனுக்கு ஏற்பட்டது.

மக்கள் மன்றத்தில் முன் நிற்க வாரன் கூசவில்லை. தவறு செய்தவன் தலைகுனிய வேண்டும். வாரன் எந்தத் தவறும் செய்யாதவர். அவர் ஏன் கூனிக்குறுக வேண்டும்?

செனட் குழு உறுப்பினர்கள் முன்பு விளக்கம் கொடுப்பது என்றால் சும்மா இல்லை. யார் வேண்டுமானாலும் என்ன கேள்வி வேண்டுமானாலும் உங்களைக் கேட்கலாம். ஒழுங்கு மரியாதையாகப் பதில் சொல்ல வேண்டியது உங்கள் கடமை.

விசாரிக்கப்படுகிறவர் ஏதோ ஒரு மூன்றாம்தர மோசடிப் பேர்வழி அல்ல. அமெரிக்காவின் மிகப் பெரும் பணக்காரர். அந்த வேடிக்கையைப் பார்க்க திருவிழாக் கூட்டமாக ஊரே திரண்டு வந்துவிட்டது. பத்திரிகைகள், நிதித்துறை நோக்கர்கள், சாலமன் நிர்வாகிகள், சட்ட வல்லுநர்கள், இரு கட்சிகளையும் சேர்ந்த அரசியல்வாதிகள், சமூக ஆர்வலர்கள் என, பல தரப்பு மக்களும் கூடிவிட்டார்கள்.

தவறு செய்த பழைய நிர்வாகத்தைத் தூக்கி எறிந்ததற்காக சில பிரதிநிதிகள் அவரைப் பாராட்டினார்கள். நடந்த மோசடிக்கும் வாரனுக்கும் சம்பந்தம் இல்லை என்றாலும் சிலர் திட்டினார்கள்.

கடைசியில் வாரன் பேசினார். அவர் சொன்ன முதல் வாக்கியமே அவையிலிருந்த அத்தனை பேரையும் ஒரு நிமிஷம் அசர வைத்தது.

'எங்களை இங்கே கொண்டு வந்து நிறுத்திய செயல்களுக்காக முதல் நான் மன்னிப்புக் கேட்டுக் கொள்கிறேன்.'

ஒரு தேசம் தான் உருவாக்கிய விதிகளையும் சட்டங்களையும் மற்றவர்கள் ஒழுங்கான முறையில் பின்பற்ற வேண்டுமென எதிர் பார்க்கும் உரிமையைக் கொண்டிருக்கிறது. சாலமன் நிர்வாகம் இதில்

சிலவற்றை மீறிவிட்டது என்பதை மறுக்காமல் ஒப்புக் கொள்கிறேன். தவறிழைத்த நிர்வாகத்தை இப்போது மாற்றிவிட்டோம். புது இரத்தம் பாய்ச்சிய சாலமன் பிரதர்ஸ் நிர்வாகம் இனிமேல் எல்லா விதிமுறை களையும் மிகச் சரியாகப் பின்பற்றும்.'

அமெரிக்க காங்கிரஸ் பல விசித்திரமான வழக்குகளைச் சந்தித் திருக்கிறது. பல பிசினஸ் ஜாம்பவான்கள் அந்த அவையில் தோன்றி விளக்கம் கொடுத்திருக்கிறார்கள். ஆனால், அன்றுவரை ஒருவர்கூடத் தமது செயலுக்கு வருத்தம் தெரிவித்ததில்லை. மன்னிப்பும் கேட்ட தில்லை. அந்த வகையில் பார்த்தால் அது ஒரு சரித்திர முக்கியத்துவம் வாய்ந்த விசித்திரமான நிகழ்ச்சி.

விளக்கம் அளித்து முடித்துவிட்டு, ஊழியர்களுக்கு ஒரு வேண்டு கோளும் வைத்தார் வாரன்.

'உங்கள் பெயர் அடுத்த நாள் காலை செய்தித்தாளின் முதல் பக்கத்தில் வந்து அதை உங்கள் மனைவியும் குழந்தைகளும் மற்ற நண்பர்களும் படிக்க வேண்டும் என்று விரும்புகிறீர்களா என்ற கேள்வியை உங்களை நீங்களே கேட்டுக் கொள்ளுங்கள். உங்களால் நிறுவனத்துக்கு நஷ்டம் ஏற்பட்டால், அதை என்னால் புரிந்துகொள்ள முடியும். உங்களால் நிறுவனத்தின் நற்பெயருக்கு சிறு களங்கம் உண்டானால்கூட நான் கடுமையாக மாற வேண்டியிருக்கும்!'

சற்றும் பதற்றப்படாமல் அமைதியாகப் பேசி முடித்தார் வாரன்.

வழக்கு தள்ளுபடியானது. ஆனால், மோசர் செய்த மோசடிகள் புதிது புதிதாக வெளியே கிளம்பின. மில்லியன் கணக்கில் அபராதமும் சிறைவாசமும் அவருக்கு வழங்கப்பட்டது. சாலமன் கம்பெனி 290 மில்லியன் டாலர் அபராதம் கட்டியது. அமெரிக்க வரலாற்றில் நிதித்துறை சம்பந்தப்பட்ட ஒரு கம்பெனி செலுத்தும் இரண்டாவது மிகப் பெரிய தொகையாக அது அமைந்தது.

அது தவிர, பல முனையிலும் இடைஞ்சல்கள் முளைத்தபடியே இருந்தன. ஊழியர் சம்பளம், போனஸ் தொடர்பான சலசலப்பு அவ்வப்போது தோன்றும். சமையலறையில் ஒற்றைக் கரப்பான் பூச்சி இருக்காது என்று சொல்வார்கள். ஒரு பூச்சியைக் கண்டுபிடித்தால், பாத்திர இடுக்குகளில் இன்னும் சில மீசையை நீட்டி விளையாடிக்கொண்டிருக்கும். அதேபோல ஒரு பிரச்னை தீர்ந்தால் வேறு பிரச்னை முளைத்தது.

இழந்த பழைய பெயரை மறுபடியும் பெற இயலாமல் சாலமன் தவித்தது. பல வாடிக்கையாளர்கள் முன்போல நெருங்கி வரவில்லை. வியாபாரம் டல்லடிக்க ஆரம்பித்தது. ஊழியர்கள் சோர்ந்துபோனார்கள்.

வாரன் அவர்களைச் சந்தித்து உற்சாகமூட்டினார். 1963-ல் அமெரிக்கன் எக்ஸ்பிரஸ், 1976-ல் கெய்கோ ஆகிய இரண்டு நிறுவனத்திலும் சில பேர் செய்த தவறு காரணமாகத் தவிக்க நேரிட்டதையும், அதன் பிறகு மீண்டு வந்து புதிய பலம் பெற்றதையும் நினைவூட்டினார். அதேபோல, சாலமன் பிரதர்ஸ்க்கும் நல்ல எதிர்காலம் இருப்பதாக நம்பிக்கையை விதைத்தார்.

சாலமன் பிரதர்ஸ் நிறுவனத்தின் அன்றாடப் பொறுப்புகளில் இருந்த வரை எதோ கம்பி மேல் நடப்பதுபோல மிகவும் பதற்றமாகவே காட்சியளித்தார். வாரனின் மனைவி அறுவைச் சிகிச்சைக்கு அனுமதிக் கப்பட்ட சமயம் தவிர, வேறு எப்போதும் இந்த அளவு மன அழுத்தத்துக்கு வாரன் ஆளானதில்லை. ஒரு வழியாக ஒன்பது மாதங் களுக்குப் பிறகு 1992-ம் ஆண்டு ஜூன் மாதம் சாலமன் கம்பெனியில் தலைமை நிர்வாகி பொறுப்பைத் துறந்தார். அவர் வழிநடத்திச் சென்ற அந்தக் காலஇடைவெளியில் சாலமன் பங்கு சுமார் 25 சதவிகிதம் அதிகரித்தது.

இனிமேல் பரபப்பான நியூ யார்க் நகருக்குச் செல்ல வேண்டியதில்லை. உலக வர்த்தக மையக் கட்டடத்தில் (2001-ல் ஒசாமா பின் லேடன் ஆள்கள் விமானங்களைமோதி நாசம் செய்த இரட்டைக் கோபுரத்தில் தான், சாலமன் அலுவலகம் இயங்கியது) சிறைவாசம் அனுபவிக்கத் தேவையில்லை. ஓமாஹாவிலுள்ள தன் புகழிடத்துக்கு மீண்டும் வந்து தஞ்சமடைந்தார். அப்போது பெர்க்ஷயர் பங்குகள் 9,100 டாலர் என்கிற அளவில் விற்பனையானது. அடுத்த வருடமே அது 17,800 டாலராக உயர்ந்தது.

சாலமன் விவகாரம், வாரன் வாழ்வில் ஒரு கருப்பு அத்தியாயம் என்று சொல்கிறவர்கள் உண்டு. ஆனால், அவருடைய 'பணம்' பற்றி மட்டுமே தெரிந்தவர்களுக்கு 'பண்பு' பற்றியும் தெரிந்து கொள்ளக் கிடைத்த சந்தர்ப்பமாக அதைப் பார்க்க வேண்டும் என்பது மற்ற சிலரின் கருத்து. அதுதான் உண்மையும்கூட.

11 ‘முதல்’ மனிதர்

தன் வாழ்நாள் முழுக்கப் பணத்தை மட்டுமே வாரன் சம்பாதிக்க வில்லை. தன்னைக் கடவுள்போல பூஜிக்கிற முதலீட்டாளர் களை லட்சக்கணக்கில் உருவாக்கியதும் அவர் செய்த மிகப் பெரிய சாதனை.

இந்தச் சாதனையின் மகத்துவத்தை நீங்கள் நேரடியாக உணர வேண்டும் எனில் ஒமாஹாவில் நடக்கும் பெர்க்ஷயர் நிறுவனத்தின் வருடாந்திரப் பங்குதாரர் கூட்டத்தில் ஒருமுறை யாவது நேரடியாகக் கலந்துகொள்ள வேண்டும். ஆடித் தள்ளு படியின்போது, ரங்கநாதன் தெருவில் முண்டியடிக்கிற கூட்டம் போல ஒமாஹாவிலும் கூட்டம் கூடும்.

வாரன்பஃபட் என்ன சொல்லப் போகிறார் என்பதைக் கவனிக்கவும் அந்தக் கூட்டத்தில் நுழைவதற்கான அனுமதி பெறுவதற்காகவும் மட்டுமே ஒரே ஒரு பங்கு மட்டும் வாங்கி வைத்திருந்தவர்கள் பல பேர். அந்தப் பங்கு விலையைவிட அதிகமாகப் பணம் செலவழித்து ஒமாஹா சென்று கூட்டத்தில் கலந்துகொண்டவர்களும் உண்டு. இதில் பரஸ்பர நிதி நிர்வாகிகள், பங்குச்சந்தை வல்லுநர்கள், பொருளாதார மேதைகள் ஆகியோரும் அடக்கம்.

மீடியா வெளிச்சத்துக்குள் வராத பஃபட், இந்தக் கூட்டங்களில் பங்குதாரர் கேள்விகளுக்குப் பதில் சொல்லும் நேர்த்தியும் அதற்குப் பின்னால் ஒளிந்திருக்கும் தர்க்கமும் அனைவரையும் வசீகரிக்கும். யோசிக்க வைக்கும் நல்ல கேள்விகள் அவருக்கு மிகவும் பிடிக்கும். சரியான கேள்வியைத் தொடுக்கவேண்டிய அவசியத்தை ஒருமுறை தனக்கே உரிய நகைச்சுவை உணர் வோடு சொல்லி விவரித்தார்.

ஓர் ஊரிலே ஒருவன் புதிதாகக் குடியேறினான். வந்த இடத்தில் புது மனிதர்களோடு அறிமுகம் ஏற்படுத்திக்கொள்ள விரும்பினான். அதனால், கண்ணில் படுகிற அனைவருக்கும் வணக்கம் வைப்பான். பார்த்தவரிடமெல்லாம் எதாவது பேச்சுக் கொடுப்பான். ஒருமுறை பெஞ்சில் அமர்ந்திருந்த வயதானவரைக் கண்டான். அந்த ஆள் காலடியில் ஒரு நாய் படுத்திருந்தது. அவரிடம் போய், 'உங்க நாய் கடிக்குமா?' என்று பேச்சு கொடுக்கிற மாதிரி கேட்டான். 'இல்லை' எனப் பதில் வந்தது.

அதைக் கேட்டவுடன் நிம்மதியாகக் கீழே குனிந்து நாயைத் தடவிக் கொடுத்தான். அதுவரை அமைதியாகப் படுத்திருந்த நாய் அவனைக் கடித்துக் குதறி ஒரு கிலோ சதையை எடுத்துவிட்டது.

'உங்க நாய் கடிக்காதுன்னு சொன்னீங்களே?' ரத்தம் கொட்ட அழுதான்.

'அது என்னோட நாய் கிடையாது!'

சரியான கேள்வியைச் சரியான ஆளிடம் கேட்காமல் போனால் இந்த மாதிரி பிரச்னைகள் வரும் என்று வாரன் சொல்ல, கூட்டத்தினர் விழுந்து விழுந்து சிரித்தார்கள்.

நாய்க்கடி வாங்கியவனைப்போல இல்லாமல், தன் சக உரிமையாளர்கள் பக்குவம் நிறைந்தவர்கள் என்பது வாரனின் கருத்து. 1984-ம் வருடம் எழுதிய கடிதத்தில் இப்படிக் குறிப்பிட்டார்.

'நம் கூட்டத்தில் கலந்துகொள்ளும் பங்குதாரர்களின் எண்ணிக்கைக் கூடிக்கொண்டே வருகிறது. ஆனால், இதுவரை ஒரு முட்டாள்தனமான கேள்விகூட எழுந்ததில்லை. ஆணவத்தினால் வெளிப்படும் கருத்துகளையும் கேள்விப்பட்டதில்லை. மாறாக, நம் பிசினஸ் குறித்து கருத்தாழம் மிக்க கேள்விகள் வீசப்படுகின்றன. அவற்றை எதிர்கொள்வதற்கான சரியான தருணமும் இடமும் வருடாந்திரக் கூட்டங்களே. ஆகையால், நானும் சார்லியும் எவ்வளவு நேரம் எடுத்தாலும் அவற்றுக்கு முழுமையாகப் பதில் கூற விரும்புகிறோம். எனவே, காலை 9.30 மணிக்குத் தொடங்கும் கேள்வி பதில் பகுதி மாலை 3.00 மணி வரை நீடிக்கும்' என்று அறிவித்தார் வாரன்.

தன்னுடைய பங்குதாரர்களைத் தன் உறவினர்போல நடத்துவது வாரனின் வழக்கம்.

'நம் பங்குதாரர் குழு, உண்மையிலேயே அசாதாரணமான ஒன்று. நாங்கள் எப்படி உங்களுக்கு பிசினஸ் பற்றி ரிப்போர்ட் தருகிறோம் என்பதை இது நேரடியாகப் பாதிக்கிறது. ஒரு வருடக் கடைசியில்

பெர்க்ஷயர் பங்குதாரர்களைக் கணக்கில் எடுத்துப் பார்த்தால், அவர்களில் 98 சதவிகிதம் பேர் வருடத் தொடக்கத்தில் அதே பங்குகளை வைத்திருந்தவர்களாகவே உள்ளனர். எனவே, ஆண்டறிக்கைகள் தயாரிக்கும்போது கடந்த வருடம் என்ன எழுதினோம் என்பதைக் கணக்கில் எடுக்க வேண்டி வருகிறது. ஒரே விஷயத்தைத் திரும்பத் திரும்பச் சொல்லாமல் பயனுள்ள தகவல்களை உங்களுக்குத் தர முடிகிறது. இதனால் எங்களுக்கும் சலிப்பு ஏற்படுவதே இல்லை.

தவிர, பெர்க்ஷயரின் பங்குகளை வைத்திருக்கும் 90 சதவிகிதம் நபர்களுக்கு அவர்களின் மிகப் பெரிய முதலீடாக - சில சமயங்களில் ஒரே ஒரு முதலீடாக - பெர்க்ஷயர் உள்ளது. அப்படிப்பட்டவர்கள் ஆண்டறிக்கை வாசிப்பதற்கு மிகுந்த கவனமும் நேரமும் ஒதுக்கு கின்றனர். எனவே, அவர்களுக்கு உபயோகமான தகவல்களையும் சொல்ல வேண்டியது எங்கள் கடமையாகிறது.

பெருவாரியான கம்பெனிகள், தமக்குத் தோதான முதலீட்டாளர் சமூகத்தையே வலை வீசிப் பிடிக்கின்றனர். எண்ணம் மற்றும் தகவல் பரிமாற்றம் ஆகியவற்றில் குறுகிய கால லாபம் அல்லது குறுகிய காலப் பங்கு விலை ஆகியவற்றுக்கு முக்கியத்துவம் அளிக்கும் நிறுவனம், அதே மாதிரியான காரணிகளுக்கு முன்னுரிமை தரும் பங்குதாரர் களையே கவர்ந்திழுக்கும். நீண்ட கால முதலீட்டாளர்களை மனத்தில் வைத்து எதையும் செய்யாதபோது, அந்த நீண்ட கால முதலீட்டாளர்கள் அந்த கம்பெனியை விட்டு விலகிப் போய்விடுவார்கள்.

பில் ஃபிஷர் மிகச் சிறந்த எழுத்தாளர்; முதலீட்டாளரும் ஆவார். கார்ப்பொரேட் கம்பெனி ஒன்று தன் பங்குதாரர்களைக் கவர்ந்திழுப்பதை, உணவகம் ஒன்று தன் வாடிக்கையாளர்களைக் கவர்ந்திழுப்பதோடு ஒப்பிட்டு எழுதினார். ஃபாஸ்ட் ஃபுட் விரும்பிகள், மலிவான விலையில் சாப்பிடவேண்டும் என்று நினைப்பவர்கள். இப்படிப்பட்டவர்களை மட்டுமே குறி வைத்துத் தொழில் செய்வது ஒருவகை.

இரண்டாவது வகையில் சாப்பிட வருகிறவர்கள் யார் என்கிற கவலை இல்லை. நல்ல உணவுப் பதார்த்தங்கள், அற்புதமான சேவை - இந்த இரண்டையும் சரியாகக் கொடுத்தால் விலை பற்றிக் கவலைப்படாமல் மீண்டும் மீண்டும் வந்து சாப்பிடுவார்கள்.

கார்ப்பொரேட் கம்பெனிகளின் நிர்வாகிகள், நீண்ட கால முதலீட்டாளர் களைக் காட்டிலும் அடிக்கடி வாங்கி விற்கும் சூதாடிகளையே விரும்பு கின்றனர். இந்த மேலாளர்கள் செய்ய நினைப்பதெல்லாம், பழைய பங்குதாரர்களைத் துரத்திவிட்டு புதிய பங்குதாரர்களை உள்ளே கொண்டுவருவதுதான்.

பெர்க்ஷயரைப் பொறுத்தவரை எங்கள் சேவையையும் உணவு வகைகளையும் விரும்பி ஆண்டுதோறும் திரும்ப வரும் நிலையான பங்குதாரர்களையே எதிர்பார்க்கிறோம். கூட்டத்தின்போது நாற்காலியில் உட்காருவதற்கு அருகதை உள்ளவர்கள், சென்ற முறை அதே நாற்காலியில் அமர்ந்தவர்கள் என்பது எங்கள் கருத்து. மிக மிகக் குறைவாக நமது பங்குகள் கைமாறுகிற நிலை தொடரும் என்றே நம்புகிறோம். நம்முடைய செயல்திறனைப் புரிந்து, கொள்கைகளை அங்கீகரித்து, எதிர்பார்ப்புகளைப் பகிர்ந்துகொள்ளும் முதலீட்டாளர் சமூகத்தையே நாம் வைத்திருக்க விரும்புகிறோம். அந்த எதிர்பார்ப்பு களைப் பூர்த்தி செய்வோம் என்ற நம்பிக்கை எங்களுக்கு உள்ளது. எங்களுடைய (சார்லி - வாரன்) செல்வம் பெர்க்ஷயர் பங்குகளில் அநியாயத்துக்குப் பெருகியிருக்கும் என்று உறுதியளிக்கிறோம். உங்களை முதலீடு செய்யச் சொல்லிவிட்டு நாங்கள் வேறு இடத்தில் பணத்தைப் பதுக்கி வைக்கமாட்டோம்.'

தான் நிர்வகிக்கும் கம்பெனியின் பங்குகளை நிறையப் பேர் வாங்க வேண்டும் என்று நினைக்காத நிர்வாகிகளே இல்லை. ஆனால், வாரன் அப்படி நினைத்ததே கிடையாது. பழைய பங்குதாரர்கள் தேவை யில்லாமல் அவற்றை விற்கவேண்டாம் என்றுதான் ஒவ்வொரு முறையும் சொல்வார்.

வாரன் பஃபட்டின் பேச்சுகள் கனமான பிசினஸ் விவாதங்களுக்கு இடையே நகைச்சுவை இழையோடியபடி அமையும். பொறுப்பான கேள்விகளுக்குப் பொறுப்பாகப் பதிலளிக்கும் வாரன், இடையிடையே ஜோக்குகளையும் அள்ளித் தெளிப்பார். உதாரணத்துக்கு ஒரு சம்பவம்.

'இப்போது நீங்கள் அமெரிக்காவின் மிகப் பெரிய செல்வந்தர் (richest). உங்களுடைய அடுத்த இலக்கு என்ன?' என்ற கேள்வியை ஒரு பங்குதாரர் கொளுத்திப் போட்டார்.

'சிம்பிள். அமெரிக்காவிலேயே வயதான மனிதனாக (oldest) ஆவது!'

மற்றொரு சந்தர்ப்பத்தில் மைக் சரியாக வேலை செய்கிறதா என்று தெரிந்துகொள்ள தட்டிப் பார்த்தார். வழக்கம்போல 'ஒன்... டூ... த்ரீ...' என்று சொல்லாமல், 'ஒன் மில்லியன், டூ மில்லியன், த்ரீ மில்லியன்' என்றார். நேரம் பார்த்துச் சிரிக்க வைப்பது மற்றவர்கள் சொல்லிக் கொடுத்து வருவதல்ல. நகைச்சுவை வாரனுடன் பிறந்தது.

இன்னொரு சந்தர்ப்பத்தில் நண்பர் சார்லி பற்றி இப்படிக் கிண்டலடித்தார். 'சார்லியின் கொடூரமான ஆசைகளில் ஒன்று வருடாந்திரக் கூட்டத்துக்கு முந்தைய நாள் என் தொண்டை கெட்டுப் போய்விடவேண்டும் என்பது. அந்த மாதிரி ஒருநாள் ஆகியும்விட்டது. ஆனால், மறுநாள் காலை அது

சரியாகி கூட்டத்தில் கலந்து கொண்டேன். சார்லி நொறுங்கிப் போனார்.'

★

பெர்க்ஷயர் கூட்டம் அதன் ஆரம்ப நாள்களில் நியூ பெட்போர்ட் நகரில் நடந்தது. ஜவுளி கம்பெனி என்ற அடையாளத்தை மாற்றி ஹோல்டிங் கம்பெனியாக ஆகத் தொடங்கியபோது, ஒமாஹாவுக்கு இடம் பெயர்ந்தது. அப்போதெல்லாம் கூட்டத்துக்கு வரும் ஆள்களை விரல் விட்டு எண்ணிவிடலாம். தனியாக அரங்கம் எதுவும் ஏற்பாடு செய்திருக்க மாட்டார்கள். பெர்க்ஷயருக்குச் சொந்தமான நேஷனல் இன்டெம்னிட்டி இன்ஷுரன்ஸ் அலுவலகத்தின் கேண்டீனில் சந்திப்பு நடக்கும். கொஞ்சம் பேர்தானே என்றெல்லாம் உதாசீனப்படுத்தாமல் வெகு சிரத்தையாக கம்பெனியின் செயல்பாடு குறித்து அவர்களுக்குச் சொல்வார். எதாவது சந்தேகம் கேட்டால் கவனமாக விளக்குவார்.

காலப்போக்கில் பெர்க்ஷயர் முதலீடுகள் அபாரமாக வளர்ந்து வாரனின் புகழ் எல்லாத் திசையிலும் பரவியபிறகு, வருடாந்திரக் கூட்டத்துக்கு வரும் பங்குதாரர்களின் எண்ணிக்கைப் பெருகியது. கேண்டீனில் நடந்த கூட்டம் ஒரு நட்சத்திர ஹோட்டல் ஆடிட்டோரியத்துக்கு மாறியது. பிறகு ஆர்ட் மியூசியம், விளையாட்டு மைதானம் எனப் பெரிதாகிக் கொண்டே போனது. 1996-ம் வருடம் 7,500 பேர் கலந்துகொண்டனர். அவர்கள் அமெரிக்காவின் ஐம்பது மாகாணங்களிலிருந்தும் வந்தவர்கள். மேலும் ஆஸ்திரேலியா, பிரேசில், இஸ்ரேல், சவுதி அரேபியா, சிங்கப்பூர், கிரீஸ் ஆகியவற்றை உள்ளடக்கிய 16 நாடுகளில் இருந்தும் பங்குதாரர்கள் ஆஜர் ஆனார்கள். அதற்கு அடுத்த வருடம் 11,000 பேருக்கான ஏற்பாடுகள் நடந்தன.

வெளிநாட்டுப் பங்குதாரர்களும் அவர்கள் வசித்த நாடுகளும் நாளுக்கு நாள் எண்ணிக்கையில் கூடிக் கொண்டே இருக்கிறது. சமீபகாலமாக, கூட்டம் நடப்பதற்கு முந்தைய நாள் வெளிநாட்டு முதலீட்டாளர் களுக்காகச் சிறப்பு வரவேற்பும் நடக்கிறது. உலகெங்கும் இருந்து வரும் மக்களோடு வாரனும் சார்லியும் தனிப்பட்ட முறையில் நேரம் செலவழிப்பார்கள்.

எல்லா கம்பெனிகளும் தமது பங்குதாரர்களுக்கு ஆண்டறிக்கை அனுப்புவது கடமை. அதில் சேர்மன் அல்லது CEO கையெழுத்துப் போடுவார்கள். ஆனால், அவற்றைத் தயாரிப்பதற்கு மக்கள் தொடர்புத் துறை ஏதாவது இருக்கும். உண்மைகளின்மீது தேவையான அளவில் பொய் என்னும் சர்க்கரை முலாம் பூசி, மெழுகி எழுதிவிடுவார்கள். ஆனால், பெர்க்ஷயர் நிறுவனம் இதற்கு விதிவிலக்கு. ஆண்டறிக்கைகளை

வாரனே தனது கைப்பட எழுதுவார். கம்பெனியில் என்ன நடக்கிறது என்கிற நிலவரத்தை தலைமை நிர்வாகி வாயிலிருந்தே கேட்கும் உரிமை அதன் பங்குதாரர்களுக்கு உள்ளதாக அவர் ஆணித்தரமாக நம்பினார். அவரும் அதைச் செய்து காட்டினார்.

★

ஒரு நல்ல கலைஞன் நல்ல ரசிகனாகவும் இருப்பான். அடிப்படையில் பண்பட்ட வாசகனாக இல்லாமல், பக்குவமான எழுத்தாளர் ஆவது சாத்தியமில்லை. வாரனும் அதே போலத்தான். பிற நிறுவனங்களின் ஆண்டறிக்கையைப் படிப்பதில் அசாத்தியத் தேர்ச்சி பெற்றிருந்த காரணத்தினால், தன் கம்பெனியின் சார்பாக அதை எழுதுவது அவருக்கு எளிதாகக் கூடி வந்தது. அவற்றில் அவர் கையாளும் மேற்கோள்களும் இடையிடையே எடுத்துவிடும் குட்டிக் கதைகளும் படிக்கும் ஆர்வத்தைத் தூண்டும் ரகத்தைச் சேர்ந்தவை.

பங்குதாரர்களுக்கு அவர் எழுதிய கடிதங்கள், உலகப் புகழ் பெற்றவை. ஒரு நிறுவனத்தின் தலைமை நிர்வாகி தன் சக கூட்டாளிகளுக்குக் கட்டாயம் தெரியப்படுத்த வேண்டிய செய்திகளுக்கான முன்மாதிரியாக அவை அமைந்தன. ஒரு கம்பெனியில் பணம் போட்டு அதன் பங்கு தாரராகும் ஒருவருக்கு, அந்த கம்பெனி எப்படி இயங்குகிறது என்ற விவரங்களை மறைக்காமல் தெரிவிக்க வேண்டியது நிர்வாகத்தின் கடமை. அதைப் பலமுறை அழுத்திச் சொன்னதோடு, ஒவ்வொரு தடவையும் நடைமுறையில் நிரூபித்தார் வாரன்.

'நம்முடைய இருக்கைகளை நாம் மாற்றிக்கொள்ள நேர்ந்தால், என்னென்ன விவரங்களை நான் எதிர்பார்ப்பேனோ, அந்த விவரங்களை உங்களுக்குத் தருகிறேன்' என்று பங்குதாரர்களிடம் சொன்னார். பெர்க்ஷயர் நிறுவனம் முதலீடு செய்த கம்பெனி நிர்வாகிகளிடம் தான் பெற விரும்பிய அதே தகவல்களை (அந்த அளவு ஆழமாக இல்லை யென்ற போதிலும்) தன்னுடைய பங்குதாரர்களுக்கு நேர்மையாகவும் வெளிப்படையாகவும் தந்தார்.

மற்ற கம்பெனிகளின் ஆண்டறிக்கைகள் பக்கம் பக்கமாகப் படங் களையும், கலர் கலர் கிராஃப்களையும் உள்ளடக்கியிருக்கும். அதற் கெல்லாம் சேர்த்து பாவ மன்னிப்புக் கோருவதுபோல, பெர்க்ஷயர் கடிதங்கள் கருப்பு வெள்ளையில் இருக்கும். வரிவரியாக எழுத்தும், ஆங்காங்கே ஓரிரு அட்டவணையில் எண்களும் காணப்படும். தேவையில்லாமல் பிலிம் காட்டவேண்டிய அவசியம் வாரனுக்கு ஒருபோதும் இருந்ததில்லை.

பெரும்பாலான நிறுவனங்களின் பங்குதாரர் கடிதத்தின் முதல் பக்கத்தில், கடந்த ஆண்டு பங்குவிலை எவ்வளவு உயர்ந்தது என்ற

செய்தி இடம்பெறும். இதை ஒரு சாதனையாக நினைத்து மேல்மட்ட நிர்வாகம் பிரசாரம் செய்வதுண்டு. நிறுவனத்தின் தொழிலைப் பராமரித்துப் பேணுவதைக் காட்டிலும் பங்குவிலையைப் பராமரிப் பதை முதன்மையான பணியாக CEOக்கள் கருதினார்கள்.

ஆனால், வாரன் நிறுவனத்தின் தொழிலையும் அதன் பங்கு விலையையும் தனித்தனியே பகுத்துப் பார்த்தார். பங்குதாரர்களையும் அவ்வாறே பார்க்குமாறு தூண்டினார். பெர்க்ஷயர் கம்பெனியை வாரன் கையில் எடுத்த காலம் தொட்டு (அத்தனை வருடமும்) அதன் உள்ளார்ந்த மதிப்பு எந்த வேகத்தில் வளர்ந்திருக்கிறது என்ற அட்டவணை முதல் பக்கத்தில் வரும். கூடவே, கு-க குறியீடு வளர்ச்சி யடைந்த வேகமும் அதற்குப் பக்கத்தில் காணப்படும். தன்னால் பங்குவிலை ஏறியதாக அவர் மார்தட்டியதே இல்லை. நிறுவனத்தின் உள்ளார்ந்த மதிப்பு கூடினால், பங்கு விலை தானாகவே உயரும் என்பதில் தீர்மானமாக இருந்தார் வாரன். உலகத்திலேயே எந்த ஒரு கம்பெனி நிர்வாகமும் தன்னை மதிப்பிடுவதற்கு இத்தனை துணிச்சலான அளவுகோலை முன்வைத்ததில்லை.

இலக்கு நிர்ணயித்து அதை நோக்கி நிறுவனத்தை வழிநடத்திச் செல்வதில் தொய்வு ஏற்பட்டால், எந்தக் கண்ணோட்டத்தில் எடுத்துக் கொள்வது என்பதிலும் மற்றவர்களிடமிருந்து வேறுபட்டு நின்றார் வாரன். பெரும்பாலான நிர்வாகிகள், ஒரு வட்டம் வரைந்து அதன் மையப் புள்ளியில் அம்பு விடுவதில்லை. முதலில் அம்பை எய்துவிட்டு, அது விழுந்த இடத்தைச் சுற்றி வட்டம் போட்டுக்கொள்கிறார்கள். ஆனால், வாரன் தன்னைச் சுய பரிசோதனைக்கு உட்படுத்தத் தயங்கியதே கிடையாது. தவறுகள் நேர்ந்தால் மறைக்காமல் கூறுவார்.

சென்ற வருடத்தைவிட இந்த வருடம் இவ்வளவு லாபம் கூடியது என்று ஏறத்தாழ எல்லா கம்பெனிகளின் தலைமை நிர்வாகிகளும் தம்பட்டம் அடிப்பார்கள். ஆனால், வருடாந்திர எண்களை வாரன் சீரியஸாக எடுத்துக் கொள்வதில்லை. ஒரு வருடம் என்பது போதாது; குறைந்த பட்சம் ஐந்து வருடங்களாவது ஒரு நிறுவனத்தின் செயல்பாட்டைக் கவனிக்கவேண்டும். ஐந்து வருட இடைவெளியில் மற்ற நிறுவனங்கள் சராசரியாக ஈட்டிய லாபத்தைவிடக் குறைவாகச் சம்பாதிக்கும் தொழில் களுக்கு, அபாய விளக்கு எரிவதாகப் பொருள் கொள்ளவேண்டும் என்பார் வாரன்.

பெர்க்ஷயர் நிறுவனம், உலகத்திலேயே மிகப் பெரிய ஹோல்டிங் கம்பெனி. அந்த சாம்ராஜ்ஜியத்தின்கீழ் வரும் நிறுவனங்கள், பல துறைகளில் இயங்கின. அவற்றை நிர்வாகம் செய்யும் நிர்வாகிகளின் வேலை, சிறப்பாக வழிநடத்தி லாபம் சம்பாதித்துக் கொடுப்பதுதான்.

அந்த லாபத்தை எல்லாம் பக்குவமான முதலீடுகளில் இடுவது வாரனுக்கும் சார்லிக்கும் வேலை. தனக்குக் கீழே உள்ள நிர்வாகிகள் அல்லது மேலாளர்களுக்கு உள்ள சாமர்த்தியம் தனக்கு இல்லையென்று சில சமயங்களில் அப்பட்டமாகப் போட்டு உடைப்பார் வாரன். அவர்கள் லாபத்தைக் கொண்டுவந்து கொட்டும்போது, அந்தச் செல்வத்தைத் திறமையாக முதலிட முடியாமல் தான் திணறுவதாகச் சிலமுறை சொல்லி இருக்கிறார். ஆனாலும், சந்தை உச்சத்தில் உள்ள காலத்தில்கூட, கொழுத்த லாபத்தை சம்பாதித்துத் தரும் ஏதாவது ஒரு பங்கு அவருக்குச் சிக்காமல் போகாது.

★

ஒரு நிறுவனத்தைக் கையில் எடுத்து 25 ஆண்டுகள் கழித்தபிறகு யாராக இருந்தாலும் வெள்ளி விழாவை வெகு விமரிசையாகக் கொண்டாடியிருப்பார்கள். அதுவும் பெர்க்ஷயர் கம்பெனியை வாரன் வளரச் செய்த சாதனையை எப்படி வேண்டுமானாலும் கொண்டாடி இருக்கலாம். ஆனால், அவர் கால் நூற்றாண்டாகத் தான் செய்த தவறுகளை எல்லாம் பட்டியலிட்டு பங்குதாரர்களுக்குக் கடிதம் அனுப்பினார். வாரனின் தவறுப் பட்டியல் இதோ:

- என்னுடைய முதல் தவறு, பெர்க்ஷயர் நிறுவனத்தைக் கட்டுப் படுத்தும் அளவுக்குப் பங்குகளை வாங்கியதாகும். அதன் ஜவுளி தயாரிப்புத் தொழில் நலிவடைந்து வருவதை உணர்ந்தாலும், மலிவான விலைக்குக் கிடைத்த காரணத்தினால் கவரப்பட்டேன். புத்தக விலையைக் காட்டிலும் குறைவாக வாங்கும் இந்த வகையிலான பங்கு வியாபாரங்கள் எனது தொடக்கக் காலத்தில் ஓரளவு நன்மை தந்தன. எனினும், 1965-ம் வருடம் பெர்க்ஷயரைப் பார்த்த சமயத்தில் இந்த உத்தி சரியானதல்ல என்பதை உணரத் தொடங்கினேன்.

  கம்பெனியைக் கலைத்து உள்ளதையெல்லாம் பிரித்து எடுக்கிற ஆளாக இல்லாதவர்களுக்கு இத்தகைய (சிகரெட் பஞ்சு) அணுகுமுறை முட்டாள்தனமானது. முதலாவதாக, 'நல்ல' விலை என நாம் நினைத்தது உண்மையிலேயே நல்ல விலையாக அமையாமல் போகலாம். சிரமமான தொழிலில் ஒரு பிரச்னை தீர்ந்தவுடன் இன்னொன்று முளைக்கும். சமையலறையில் ஒற்றைக் கரப்பான் பூச்சி இருந்ததே கிடையாது.

- இரண்டாவதாக, மலிவாக வாங்கியதால் நாம் அடைந்த அனுகூலத்தை கால வெள்ளத்தில் அந்த நிறுவனம் சம்பாதித்துத் தரவிருக்கிற சொற்பமான வருமானம் அரித்துச் சென்றுவிடும்.

உதாரணத்துக்கு, 10 மில்லியன் மதிப்புள்ள தொழிலை 8 மில்லியனுக்கு வாங்கி உடனே பிரித்துப் போட்டு விற்றால் நல்ல லாபம், சந்தேகமில்லை. அப்படிச் செய்யாமல் பத்து வருடம் கழித்து அதே 10 மில்லியனுக்கு விற்கிறீர்கள். தவிர, அது வரைக்கும் வருடாவருடம் ஈட்ட முடிகிற லாபம் சராசரிக்கும் குறைவு. அதனால்தான், காலம் நல்ல தொழிலின் நண்பன்; மோசமான தொழிலின் எதிரி என்கிறார்கள்.

மிகவும் அப்பட்டமாகத் தெரியும் இந்த எளிமையான தத்துவத்தைப் புரிந்துகொள்ள நான் பெரும் விலை கொடுத்தேன். பெர்க்ஷயரோடு நிறுத்திக் கொள்ளாமல் வேறு சில நிறுவனங்களை வாங்கும் போதும் இதே தவறைச் செய்தேன். ஒரு எளிய படிப்பினையை அறிய ஒரே தவறைப் பலமுறை வெவ்வேறு வடிவங்களில் செய்துவிட்டேன்.

ஆக, மிதமான நிறுவனத்தை அருமையான விலைக்கு வாங்குவதைவிட, அருமையான கம்பெனியை நியாயமான விலையில் வாங்குவது சிறப்பு. சார்லி இதை முதலிலேயே புரிந்துகொண்டார். நான் சற்று மந்தம். ஆனால், இப்போதெல்லாம் கம்பெனிகளையோ அல்லது அவற்றின் சில பங்குகளையோ வாங்கும் சமயத்தில், முதல்தர நிறுவனம் மற்றும் முதல்தர நிர்வாகம் உள்ளதா என்பதையே முதலில் பார்க்கிறோம்.

- அதோடு தொடர்புடைய மற்றொரு பாடம். நல்ல ஜாக்கிகள் நல்ல குதிரையை அருமையாக ஓட்டுவார்கள். நொண்டிக் குதிரையை வைத்து அவர்களால் பந்தயத்தில் ஜெயிக்க முடியாது. பெர்க்ஷயரின் ஜவுளிப் பிரிவு திறமையான, நேர்மையான மனிதரால் நடத்தப் பட்டது. அதே மேனேஜரை நல்ல பொருளாதாரச் சூழலில் ஓடுகிற பிசினஸில் போட்டிருந்தால், இன்னும் சிறப்பான முடிவுகளைத் தந்திருப்பார். ஆனால், அம்மாதிரியான நிர்வாகிகளை புதைக் குழிக்குள் ஓடவிட்டு சாதனைகளைச் செய்யுமாறு எதிர்பார்க்க முடியாது.
- சுலபமானதைச் செய்! முற்றிலும் ஒன்றுக்கொன்று தொடர்பில்லாத பல தரப்பட்ட பிசினஸ்களை 25 வருட காலமாக வாங்கி மேற்பார்வை செய்த அனுபவத்தில் நானும் சார்லியும் கடினமான பிரச்னைகளைத் தீர்க்கும் வழிகளைக் கற்றுக் கொள்ளவேயில்லை. அவற்றை அடையாளம் கண்டு தவிக்க மட்டுமே கற்றுள்ளோம். நாங்கள் ஓரளவு வெற்றிகரமாக விளங்கினோம் என்றால் அது எங்களால் கடக்கக் கூடிய ஓரடி உயரமுள்ள தடைகளை இனங்கண்டதால்தானே ஒழிய, ஏழடித் தடைகளை எம்பிக் குதிக்க முயற்சித்ததால் அல்ல.

- மேலும் சில தவறுகளுக்குப்பிறகு, நான் மதித்து ரசிக்கும் நம்பக மான நபர்கள் செய்யும் தொழிலில் மட்டுமே இறங்க வேண்டும் என்பதைக் கற்றுக்கொண்டேன். முன்பே குறிப்பிட்டதுபோல, இந்தக் கொள்கை ஒன்று மட்டுமே வெற்றியை உறுதி செய்து விடாது. உங்கள் மிக நெருங்கிய உறவினர் நடத்தும் தொழிலாக இருந்தாலும் இரண்டாந்தர பிசினஸ் எப்போதும் செழிக்காது. இருந்தாலும் ஒரு முதலீட்டாளர், ஓரளவு நல்ல பொருளாதாரச் சூழலில் இயங்கும் நிறுவனங்களில், மேலே குறிப்பிட்டதுபோன்று நேர்மையான மனிதர்களால் வழிநடத்தப்படுவதைத் தேர்ந் தெடுக்கும்போது, அற்புதங்களை நிகழ்த்திக் காட்ட முடியும். மோச மான ஆட்களோடு 'நல்ல' வியாபாரம் செய்து நாங்கள் இதுவரை உருப்பட்டதில்லை. ஆனால், நல்லவர்களோடு சேர்ந்து மோசமான தொழிலிலும் நாலு காசு சம்பாதிக்கவே செய்திருக்கிறோம்.

- என்னுடைய மிக மோசமான சில பிழைகள் பகிரங்கமாகப் புலப்படுவதில்லை. சில பங்குகளை (தொழில்களை) நான் நன்கு புரிந்துவைத்திருந்தும்கூட அவற்றில் முதலீடு செய்யவில்லை. ஒரு மனிதன் தன்னுடைய திறமை வட்டத்துக்கு வெளியே கிடைக்கும் அருமையான வாய்ப்பை நழுவவிடுவது பெரிய பாவமல்ல. ஆனால், என்னால் முழுமையாகப் புரிந்துகொள்ள முடிந்த இரு மாபெரும் சந்தர்ப்பங்கள் தாம்பாளத்தில் வைத்ததுபோல என் முன் நீண்டபோதும் அவற்றை உதாசீனப்படுத்திவிட்டேன். காரியத்தில் இறங்குவதை விடுத்து சும்மா விரலைச் சூப்பிக் கொண்டிருந்ததால், பெர்க்ஷயர் பங்குதாரர்களுக்கு (நான் உள்பட) பெரும் இழப்பு என்றுதான் சொல்ல வேண்டும்.

இந்தப் படிப்பினைகளோடு வேறு சிலவற்றையும் தெரிவித்தப்பிறகு கீழ்க்கண்டவாறு முடித்தார்.

'அடுத்த 25 ஆண்டுகளுக்குப்பிறகு '50 ஆண்டு படிப்பினை'யை வெளியிடலாம் என்று நம்புகிறோம். நாங்கள் (சார்லியும் வாரனும்) 2015 வரை உயிரோடு இருந்து அதைச் செய்வோமானால், தவறுகளின் பட்டியலின் நிச்சயம் நீண்டிருக்குமே ஒழிய குறைந்திருக்காது!'

எல்லாவற்றையும்விட, ஒவ்வொரு வருடமும் பங்குதாரர்களுக்கு அனுப்பும் கடிதத்தில் மறக்காமல் ஒரு விஷயத்தைக் குறிப்பிடுவார். 'கடந்த காலத்தில் சம்பாதித்த லாபத்தை வருங்காலத்தில் ஈட்ட முடியாது' என்று எச்சரிப்பார். ஆனால், அவருடைய பங்குதாரர்கள் அதை ஒரு பொருட்டாகவே எடுத்துக்கொள்ள மாட்டார்கள். ஏனென்றால், எல்லா வருடமும் இதை அவர் சொல்கிறாரே ஒழிய சாதனைகள் தொடர்ந்தபடியேதான் இருக்கின்றன.

12 லாரி மோதினால் என்ன ஆகும்?

திரைப்படத் துறைக்குள் இருந்துகொண்டே அதைப்பற்றி ஆதங்கத்தோடும் இயலாமை கலந்த அக்கறையோடும் கவலைப்படும் சில சினிமாக்காரர்கள் உண்டு. ஆனால், அவர்களில் எத்தனை பேர் தரமான படங்களைத் தருவதற்கு முயற்சி செய்கிறார்கள் என்பது வேறு விஷயம்.

பங்குச்சந்தை என்ற கட்டமைப்பிலும் அதன் அங்கத்தினர் களிடையேயும் நிலவும் மடமையைப்பற்றி பல பேருக்கு அற்பமான கண்ணோட்டம் உண்டு. அதே நேரம், அவர்களில் எத்தனை பேர் அந்த முட்டாள்தனத்தை அகற்றி மக்களுக்கு அறிவூட்டும் வேலையைச் செய்தார்கள் என்பது காலங்கால மாகத் தொடரும் கேள்வி.

ஆனால், வாரன் அந்தக் கேள்வியின் முடிச்சை அவிழ்க்கும் வேலையை அல்லது அதற்கான தூண்டுதலைத் தொடக்கி வைத்தார்.

ஒரு நிறுவனத்தின் பங்குகளை நாம் வாங்குகிறோம் என்றால், நாம் ஒரு நிறுவனத்தின் ஒரு பகுதிக்கு உரிமையாளராக இருக்கிறோம் என்று அர்த்தம். நிலபுலன்களை வைத்திருப்பது போல, வீடு வாசல் வாங்கியிருப்பதுபோல பங்குகளும் ஒரு வகையான முதலீடு. அவற்றை வெறும் வியாபாரப் பொருளாகப் பார்க்கக்கூடாது. மார்க்கெட்டில் போய் தக்காளி வாங்குவதற்கும் தாம்பரம் பக்கத்தில் ஒரு கிரவுண்ட் இடம் வாங்குவதற்கும் நிறைய வித்தியாசம் உள்ளது. பங்கு முதலீடு செய்யும்போது, அந்த நிறுவனத்தின் உரிமையாளராக மாறுகிறோம் என்ற மன நிலையை அடையுமாறு வாரன் வலியுறுத்துகிறார். வியாபாரி போல நினைத்துச் செயல்படவேண்டாம் என்கிறார்.

பங்குச்சந்தை என்பது நிறுவனங்களில் நாம் கொண்டிருக்கும் உரிமையை விற்பனை செய்வதற்கான ஓர் இடம் மட்டுமே. மற்றபடி நிறுவனத்தின் மதிப்பு என்ன, நாம் என்ன விலைக்குத் தரவேண்டும் போன்ற சங்கதிகளை நிர்ணயிக்கும் நீதிமன்றமாக அமையக்கூடாது. நீங்கள் பங்கு வாங்கிய நிறுவனம் நன்றாக வியாபாரம் செய்தால், அதன் பங்குகள் தானாகவே விலை உயரும். 'ஷேர் மார்க்கெட்டில் பணம் சம்பாதிக்க நான் முயற்சி செய்வதே கிடையாது. அடுத்த நாளே சந்தையை மூடிவிட்டு ஐந்து ஆண்டுகளுக்குத் திறக்க மாட்டார்கள் என்ற நினைப்பில்தான் பங்குகளை வாங்குகிறேன்' என்பார் வாரன்.

விலைகள் ஏறி இறங்கிக்கொண்டே இருப்பது, பல பேருக்கு ரத்த அழுத்தத்தை அதிகரிக்கும். அது அவசியமே இல்லை. பங்குச்சந்தை நிலையில்லாமல் ஊசலாடுவதை நமக்கு எதிரியாகக் கருதுவதை விடுத்து நண்பனாகப் பார்க்கக் கற்றுக் கொள்ள வேண்டும். அதில் பொதிந்திருக்கிற முட்டாள்தனத்தின் மூலம் பயனடைய வேண்டுமே ஒழிய, நாமும் கலங்கி நிற்கக்கூடாது. இதற்கு பெஞ்சமின் கிரஹாம் போதித்த திருவாளர் சந்தை அணுகுமுறை நல்ல பலன் கொடுக்கும்.

'எங்கள் அணுகுமுறை மிக எளிமையானது. மற்றவர்களைப் பேராசை பிடித்து ஆட்டுவிக்கும் தருணங்களில், நாங்கள் அஞ்சியபடியே இருக்கிறோம். நிலைமை மாறி அவர்கள் எல்லாம் பயப்படும்போது மட்டும் எங்கள் ஆசையை அகோரமாக வளர்த்துக் கொள்கிறோம்' என்று வாரன் ஒருமுறை சொன்னார்.

'நிறைய முட்டாள்தனமான மனிதர்களைச் சந்தையில் சமாளிக்க வேண்டியிருக்கிறது. அது கிட்டத்தட்ட பெரியதொரு சூதாட்ட மைதானம் போன்றது. அத்தனை பேரும் போதையில் மிதந்து கொண்டிருப்பார்கள். நீங்கள் வெறும் குளிர்பானத்தோடு நிறுத்திக் கொண்டால் போதுமானது' என்பதும் தன்னைப் பின்பற்றுகிறவர்களுக்கு வாரன் அடிக்கடி சொல்லும் வாசகங்கள்.

நம் கையிருப்பில் உள்ள பங்குகளின் விலை உயராவிட்டால் உண்டாகும் வேதனையைச் சொல்லி மாளாது. ஏதுவான விலைக்கு வாங்கிய நிறுவனங்களை பங்குச்சந்தை உடனடியாக மேல் நோக்கி மறுமதிப்பீடு செய்யத் தவறினால் வாரன் கவலைப்பட மாட்டார். உண்மையில் அவர் அதற்கு நேர் எதிர் எனலாம். ஏனென்றால் மலிவான விலை நீடித்தால் புதிதாகப் பணம் சேரச் சேர வாங்கிக் குவிக்கலாம் அல்லவா? ஆடித் தள்ளுபடி ஐப்பசி வரை தொடர்ந்தால் அதைச் சந்தோஷமாகக் கொண்டாடுவதைவிட்டு, ஏன் வருத்தப்படவேண்டும்?

பங்குச்சந்தையில் முட்டாள்தனம் குடிகொண்டு கும்மியடிப்பதற்குப் பங்குத்தரகர்களே முக்கியமான காரணம் என்பதை மிகவும் துணிச்சலாக உலகத்துக்குச் சொன்னவர் வாரன் மட்டுமே.

'ஓர் இளம் எம்.பி.ஏ. பட்டதாரி என்னிடம் வந்து, 'சீக்கிரம் பணம் சம்பாதிப்பது எப்படி?' என்று கேட்டால், ஒரு கையால் மூக்கைப் பொத்திக்கொண்டு இன்னொரு கையை வால் ஸ்ட்ரீட் இருக்கும் திசையை நோக்கிக் காட்டுவேன்' என்றார்.

ஒரு நிறுவனம் தனது பங்கு விற்பனையாகிற விலையில் பத்தில் ஒரு பாகத்தை வருடாந்திர லாபமாகச் சம்பாதிக்கிறது என்று வைத்துக் கொள்வோம். இது நிறுவனம் தனது தொழில் மூலம் ஈட்டுகிற லாபம்; பங்கு விலை உயர்வதால் நமக்குக் கிடைக்கும் லாபமல்ல. அப்படிப் பட்ட நிறுவனத்தின் ஷேர்களை வருடத்துக்கு ஒருமுறை அதன் பங்குதாரர்கள் விற்கிறார்கள். அதாவது ஒருவர் விற்கிறார், மற்றவர் வாங்குகிறார். இப்படி நடக்கும் பரிவர்த்தனையில் தரகு, வரிகள் என்று கணக்குப் போட்டுப் பார்த்தால் விற்கும்போது ஒரு சதவிகிதம், வாங்கும் போது ஒரு சதவிகிதம் என 2 சதவிகிதம் தரகர்களுக்கும், அரசாங்கத்துக்கும் அழ வேண்டியிருக்கிறது. இப்படியாக, கம்பெனியின் பங்குதாரர்கள் தமது நிறுவனம் சம்பாதித்த லாபத்தில் ஐந்தில் ஒரு பகுதியை வெட்டியாக இழக்கிறார்கள்.

எடுத்துக்காட்டாக, கம்பெனியின் பங்குகள் ஒட்டுமொத்தமாக 100 கோடிக்கு விற்பனையாகின்றன. பங்குதாரர்கள் வாங்கி விற்பதால், அவர்களுக்குத் தனிப்பட்ட முறையில் ஏற்படும் இழப்பு 2 கோடி. கம்பெனி தனது பிசினஸ் மூலம் ஈட்டும் லாபம் 10 கோடி. அந்தப் பணம் கம்பெனியிடமே தங்குகிறது. அந்த வகையில் சரி. ஆனால், அதன் உரிமையாளர்கள் தமது உரிமையைக் கைமாற்றுவதனால் அந்த லாபத் தொகையில் ஐந்தில் ஒரு பாகத்தை (2 கோடி) வெளியே வீணடிக் கிறார்கள். மற்ற அமெரிக்க நிறுவனங்களை ஒப்பிடும்போது, பெர்க்ஷயர் பங்குகள் கைமாறுவது மிக மிகக் குறைவு.

மேலும், பங்கு முதலீடு பற்றி புரோக்கரிடம் ஆலோசனை கேட்பது சலூன் கடைக்காரரிடம் 'முடி வெட்டலாமா?' என்று கேட்பதற்குச் சமம் என்பார். நாம் பங்குகளை வாங்கும் போதும் வைத்திருப்பதை விற்கும் போதும் புரோக்கருக்கு நிச்சயமாக கமிஷன் கிடைக்கும். அதனால், சும்மா இருக்காமல் எதையாவது ஆராய்ந்து(!) பரிந்துரை களை அள்ளி வீசியபடியே இருப்பார்கள். அதை வாங்கினால் உறுதியாக கோடீஸ்வரர் ஆகலாம் என்று சொன்னாலும் சொல்வார்கள்.

ஆனால், தினந்தோறும் இப்படி வாங்கி, விற்பதால் மட்டுமே பங்கு முதலீட்டில் செழிக்க இயலுமென்று நம்புவது, தினந்தோறும் சலூன்

கடைக்குச் சென்று முடி வெட்டினால்தான் முடியை நன்றாகப் பராமரிக்க முடியும் என்று சொல்வதைப் போல.

'பங்குச்சந்தை பற்றிய கருத்துக் கணிப்புகள் அந்தக் கருத்துக் கணிப்பை மேற்கொள்ளும் குழுவினரைப் பற்றி அதிகம் தெரிவிக்கிறதே தவிர, எந்த விஷயத்தைப் பற்றி கணிப்பு தேவைப்படுகிறதோ அதைப் பற்றிய உண்மையைப் பிரதிபலிப்பதில்லை' என்றார் வாரன். தேர்தல் நடக்கிறது. யார் வெற்றியடைவார்கள் என்ற கருத்துக்கணிப்பு வெவ்வேறு பத்திரிகைகளில் தொலைக்காட்சிகளில் முற்றிலும் முரண்பட்ட வெவ்வேறு முடிவுகளை ஒரே சமயத்தில் தெரிவிக்கிறது. தேர்தல் முடிவுகளைக் கணிப்பதைவிட, அந்த முடிவு எப்படி அமைய வேண்டும் என்ற ஆசையை வெளியிடுகிறார்கள் என்று சந்தேகப்பட வைக்கிறது என்பது அவர் கருத்து.

பங்குச்சந்தையைப் பற்றியும் குறிப்பிட்ட ஒரு நிறுவனத்தைப் பற்றியும் வெளியாகும் கருத்துக்கணிப்புகளை தேர்தல் கணிப்புகளிலிருந்து வேறுபடுத்த முடியாது. யார் அந்தக் கணிப்புகளைச் செய்கிறார்கள் என்பதைப் பொறுத்து அதன் 'மொழி' மாறுபடும். எனவே, நல்ல முதலீட்டாளர் தன்னை நோக்கி வீசப்படும் கணிப்புகளை எல்லாம் ஒதுக்கிவிட்டு, சொந்த மூளையைப் பயன்படுத்திச் செயல்பட வேண்டும். 'பங்குச்சந்தை சரியப் போகிறது. உங்கள் பணத்தை வெளியே எடுத்துக் கொள்ளுங்கள்' என்று கணிப்பு வெளியிட்ட பரஸ்பர நிதி நிறுவனங்களைப்பற்றி நீங்கள் கேள்விப்பட்டிருக்கிறீர்களா?

அரசியல் மற்றும் பொருளாதாரக் கணிப்புகளை வாரன் புறக்கணித்து விடுவார். அவை நல்ல முதலீட்டாளர்களுக்கும் தொழிலதிபர்களுக்கும் மாபெரும் கவனச்சிதறல். 1994-ம் வருடம் பங்குதாரர்களுக்கு எழுதிய கடிதத்தில் இப்படிச் சொன்னார்.

'முப்பது வருடங்களுக்குமுன் அமெரிக்காவுக்கும் வியட்நாமுக்கும் போர் வரும் என்று யாரும் கற்பனை செய்திருக்க மாட்டார்கள். இரண்டு எண்ணெய்த் தட்டுப்பாடுகள், ஓர் அதிபரின் ராஜினாமா, சோவியத் யூனியன் கலைந்தது, ஒரே நாளில் டவ் ஜோன்ஸ் குறியீடு 508 புள்ளிகள் சரிந்தது, அரசுப் பத்திரங்களின் வருமானம் 2.8 சதவிகிதம் என்கிற அளவுக்குக் குறைந்தது முதலிய நிகழ்ச்சிகளையும் நாம் எதிர்பார்த்திருக்க மாட்டோம்.

ஆனால், பூதாகரமாக வெடித்த இந்த நிகழ்வுகளில் ஒன்றுகூட, பெஞ்சமின் கிரஹாம் வகுத்த முதலீட்டுத் தத்துவங்களில் சிறு கீறலைக் கூட உண்டாக்கவில்லை. மேலும், அருமையான நிறுவனங்களை ஏதுவான விலைக்குப் பேரம் பேசி வாங்கும் கலையைப்

பொய்ப்பிக்கவும் இல்லை. எதிர்பாராமல் ஏதாவது நடந்துவிடுமென்று பயந்துகொண்டு, பணத்தைப் பத்திரமாகப் பூட்டி வைத்திருந்தால், நமக்கு எவ்வளவு பெரிய இழப்பு நேர்ந்திருக்கும் என்பதைக் கொஞ்சம் எண்ணிப் பாருங்கள். நாம் செய்த பெரிய, சிறப்பான முதலீடுகள் இந்த மாதிரி பெரும்பயம் உச்சத்தில் இருந்த காலத்தில் நடந்தன என்பதே உண்மை. பயம் கிறுக்கர்களுக்கு எதிரி, நிலையான சிந்தனையாளர் களுக்குத் தோழன்.

அடுத்து வரும் 30 ஆண்டுகளில் மகா அதிர்ச்சி தரும் சம்பவங்கள் ஏதாவது நிச்சயமாக நடக்கும். அவற்றைக் கணிக்க எந்த முயற்சியும் எடுக்கமாட்டோம். கடந்த காலத்தில் வாங்கியதைப் போன்ற வலுவான தொழில்களை அடையாளம் காண முடியுமானால், வெளிப்புற ஆச்சரியங்கள் நம் நீண்ட கால விளைவில் மிகச் சிறிய பாதிப்பை மட்டுமே உருவாக்கும்.

சொந்த உழைப்பில் முயற்சி செய்யும் மனிதர்களுக்கு ஆதாயம் அள்ளித் தருவதில் பங்குச்சந்தை கடவுளைப்போல. ஆனால், தாங்கள் என்ன செய்கிறோம் என்று அறியாமல் கண்ட காரியத்தில் ஈடுபடும் ஆள்களை, சந்தை மன்னிக்காது. இந்த விஷயத்தில் கடவுளும் சந்தையும் வேறு மாதிரி. அருமையான கம்பெனியாகவே இருந்தாலும்கூட அளவுக்கு மிஞ்சிய விலை கொடுத்தால், அது அடுத்து வரும் சில பத்தாண்டு களுக்கு அந்த நிறுவனங்கள் எய்தப் போகும் அபரிமிதமான வளர்ச்சியால் வரும் மேன்மையைக் குழிதோண்டிப் புதைத்துவிடும்.'

நாம் செய்த முதலீடு தூக்கி விடுகிறதா அல்லது காலை வாருகிறதா என்பதைப் பொறுத்து நம்முடைய திறமை மற்றும் அதிர்ஷ்டத்தை மதிப்பிடுவோம். உதாரணத்துக்கு, நாம் வாங்கியவுடன் விலை ஏறினால் நம்முடைய திறமை என்று நினைப்போம். அதற்கு மாறாகக் கீழே இறங்கினால் துரதிர்ஷ்டம் எனச் சமாதானம் செய்துகொள்வோம். ஆனால், இந்த இரண்டுமே தவறாக இருக்கக்கூடும். குருட்டாம் போக்கில் கிடைத்த லாபத்தை எல்லாம் நம் திறமைக்குக் கிடைத்த சான்றிதழாக நம்பி நம்மையே நாம் ஏமாற்றுவதற்கு வாய்ப்பு இருக்கிறது.

நம் புத்திக்குத் தெரியும் இந்த விஷயங்கள் மனத்துக்குப் புரிவதில்லை. ஆனால், சென்டிமெண்ட்டை நம்பும் மனமும் உண்மைகளைப் பகுத்துப் பார்த்து அதன்படி தீர்மானம் செய்யவேண்டிய மூளையும் ஒன்றோடொன்று சண்டைப்போடாமல் கட்டுப்படுத்தும் பக்குவம் வாய்ந்த மாமனிதராக வாரன் விளங்கினார். பெரும்பாலான தருணங் களில் மனத்தையும் அதில் புதைந்துகிடக்கும் உணர்ச்சிகளையும் கழட்டி ஆணியில் மாட்டிவிட்டுத்தான் அலுவலகமே வருவார்.

★

1985-ம் வருடம் மட்டும் பெர்க்ஷயர் கம்பெனியின் நிகர மதிப்பு 48.2 சதவிகிதம் உயர்ந்தது. வேறு யாராவதாக இருந்தால் வெற்றிப் பரணி பாடியிருப்பார்கள். ஆனால், வாரன் என்ன சொன்னார் தெரியுமா? 'இத்தனை பெரிய சதவிகிதம் எதேச்சையாகத் தோன்றிய ஹேலி வால் நட்சத்திரத்தோடு (Halley's Comet) பொருந்துகிறது. இந்த இரண்டில் ஒன்றுகூட என் வாழ்நாளில் மறுபடியும் திரும்ப நிகழாது' என்றார்.

அதேபோல 1995-ம் வருடம், 'இந்த வருட லாபத்தைக் கண்டு துள்ளிக் குதிக்க ஒன்றுமே கிடையாது. இந்த வருடம் எந்த முட்டாள்கூட அமோக லாபத்தை ஈட்டியிருக்கலாம். நாமும் அதில் அடக்கம். அதிபர் கென்னடி குறிப்பிட்டதுபோல, மேல் நோக்கி எழும்பும் அலைகள் எல்லாத் தோணிகளையும் உயரச் செய்யும்' என எழுதினார். வாரனிடம் எள்ளளவும் கர்வத்தைப் பார்க்க முடியாது என்பதற்கு இதற்கு மேல் என்ன உதாரணத்தைக் காட்டவேண்டும்?

பெஞ்சமின் கிரஹாம் சொல்லிக் கொடுத்த 'திருவாளர் சந்தை' அணுகுமுறையை வாரன் மறக்காமல் கடைப்பிடித்தார். சில சமயங்களில் சந்தை மிக மிகக் குறைவான விலைக்குப் பங்குகளைக் கொண்டு வந்து கொட்டும். அப்போதெல்லாம் தயங்காமல் பெருமளவில் வாங்கிக் குவித்துவிடுவார். வாஷிங்டன் போஸ்ட் பங்குகள் 1973-ம் வருடம் 5.63 டாலர் என்ற சராசரி விலைக்குக் கிடைத்தன. அதே பங்கு 1987-ம் ஆண்டு (மட்டும்) வரிகள் எல்லாம் செலுத்தியது போக, 10.30 டாலர் லாபம் சம்பாதித்துக் கொடுத்தது. அதேபோல பெர்க்ஷயர் கம்பெனி 1976, 1979 மற்றும் 1980-ஆம் வருடங்களில் முதலீடு செய்த கெய்கோ பங்குகளின் சராசரி விலை 6.67 டாலர். அந்தப் பங்கு 1987-ல் மட்டும் 9.01 டாலர் அள்ளிக் கொடுத்தது. இந்த மாதிரி பல தருணங்களில் திருவாளர் சந்தை வாரனுக்கு நண்பர் என்பதை அவர் நிரூபித்திருக்கிறார்.

விலை ஏறியுள்ளது என்பதற்காக மட்டும் நன்றாக வளரும் தொழிலின் பங்குகளை விற்று லாபம் அடைவது (Profit booking) முக்கியமாகத் தவிர்க்கப்படவேண்டிய தவறுகளில் ஒன்று. பல கிளைகளைக் கொண்டிருக்கும் ஒரு நிறுவனத்தின் முதலாளியானவர், அந்தக் கிளைகளில் சிறப்பான லாபம் தரும் தொழிலை மற்றவர்களுக்கு எக்காரணத்தைக் கொண்டும் விற்கச் சம்மதிக்க மாட்டார். கூடுதலான விலை கிடைக்கிறது என்றாலும்கூட, அதே நிலைப்பாடு அவருக்கு இருக்கும். 'என் மகுடத்தின் விலை மதிப்பற்ற ரத்தினத்தை எதற்காக விட்டுத்தரவேண்டும்?' என்று கேட்பார். ஆனால், அதே நபர் பங்குகளில் முதலீடு செய்திருக்கும்போது, தரகர் சொல்வதைக் கேட்டு நல்ல நிறுவனத்தை, கிடைத்த லாபத்துக்கு விற்பார். கேட்டால், 'லாபத்தை வெளியே எடுத்ததால் யாரும் கெடுவதில்லை' என்று சொல்கிறார்கள்.

பில் கேட்ஸ்கூட மைக்ரோசாஃப்ட் நிறுவனத்தின் சில பங்குகளை அவ்வப்போது விற்றார். ஆனால், வாரன் தன் வாழ்நாளில் ஒரு பெர்க்ஷயர் பங்கைக்கூட விற்றதில்லை. அருமையான அகழி படைத்த கம்பெனியாக இருந்தால் காலம்முழுவதும் விற்காமல் வைத்திருக் கலாம். 'வைத்திருக்கலாம்' என்பதை விட, 'வைத்திருக்க வேண்டும்' என்பதே வாரனின் வாதம்.

முதன் முதலாக பெர்க்ஷயர் பங்குகளை 1965-ம் வருடம் வாரன் வாங்கிச் சேகரித்தபோது, அதன் விலை வெறும் எட்டு டாலர். ஆனால், தற்சமயம் அது ஒரு லட்சம் டாலருக்கு மேலே உள்ளது. எனினும், இதுவரை ஒரு தடவை கூட 'ஸ்டாக் ஸ்பிளிட்' செய்ததே கிடையாது. அதுகுறித்து 1983-ம் வருடத்தைய பங்குதாரர் கடிதத்தில் வாரன் இப்படி எழுதினார்.

'பெர்க்ஷயர் பங்குகளை ஏன் ஸ்பிளிட் செய்வதில்லை என்ற கேள்வி அடிக்கடி எங்களிடம் கேட்கப்படுகிறது. 'ஸ்பிளிட்' என்பது, பங்குதாரர் களுக்குச் சாதகமான நடவடிக்கை என்ற நினைப்பில் அப்படிக் கேட்கிறார்கள். நாங்கள் அப்படிக் கருதவில்லை.

பெர்க்ஷயர் பங்கு விலை அதன் உள்ளார்ந்த பிசினஸ் மதிப்பை ஒட்டியே நிலவவேண்டும் என்பது, முதன்மையான நோக்கமாகும். முறையான பங்கு விலை என்பது, முறையான சிந்தனையுடைய பங்குதாரர்கள் மூலமே சாத்தியமாகும். நடப்புப் பங்குதாரர் போலவே வருங்காலத்தில் நம்மோடு இணையப்போகும் முதலீட்டாளர்களும் இதே மாதிரி கருத்துடையவர்களாக இருக்க வேண்டும்.

ஒரு கம்பெனியின் பங்குகளை வைத்திருப்பவர்களும் எதிர்காலத்தில் வாங்கப் போகின்றவர்களும் முறையற்ற முடிவுகளை எடுக்கும்போது, அற்பமான பங்கு விலைகள் அவ்வப்போது தோன்றும். பைத்தியக்கார எண்ணத்தில் ஊறியவர்கள், பைத்தியக்காரத்தனமான மதிப்பீடுகளை உருவாக்குவார்கள். இந்தக் குழப்பங்கள் மற்ற நிறுவனங்களின் பங்குகளை லாபகரமாக வாங்குவதற்கும் விற்பதற்கும் நமக்கு உதவும். ஆனால், பெர்க்ஷயரை அந்த வட்டத்துக்குள் வராமல் வைத்திருப்பது (பங்குதாரர்களாகிய), உங்களுக்கும் (கம்பெனியை வழி நடத்தும்) எங்களுக்கும் நல்லது.

உயர்தர பங்குதாரர்களைப் பெறுவதென்பது, அவ்வளவு எளிதான காரியமல்ல. எனினும், நமது தொழில் மற்றும் ஓனர்ஷிப் கொள்கை களைச் சரியான முறையில் தெரியப்படுத்தும்போது, உயர்தர கூட்டாளி களை ஈர்ப்பதோடு, தக்க வைப்பதும் சாத்தியப்படும் என்று கருதுகிறோம். அவர்களாகவே நமது பங்குகளைத் தேர்ந்தெடுப்பதற்கு நாம் வெளிப்

படுத்தும் 'மெசேஜ்' மிக அவசியம். ஓர் இசை நாடகம் மற்றும் ராக் மியூசிக் நிகழ்ச்சி ஆகியவற்றுக்கு விளம்பரம் கொடுக்கும்போது அந்த டிக்கெட்டுகளை யார் வேண்டுமானாலும் வாங்கலாம். ஆனால், இசை நாடகத்துக்கு வரும் கூட்டமும் ராக் கச்சேரிக்கு வரும் கூட்டமும் ஒன்றுக்கொன்று தொடர்பற்ற ரசனை கொண்டிருக்கும்.

அதே மாதிரி நம்முடைய கொள்கைகளைத் தெரியப்படுத்தல்மூலம் நமது செயல்பாடுகள், நோக்கம் மற்றும் எதிர்பார்ப்புகள் ஆகிய வற்றைப் புரிந்துகொள்ளும் முதலீட்டாளர்களை ஈர்க்க முயற்சி செய்கிறோம். அப்படியல்லாதவர்களை ஒதுக்கவும் கடமைப்பட்ட வர்களாகிறோம். தங்களை பிசினஸ் ஓனராக நினைத்து நீண்ட காலம் நம்மோடு தங்கும் முதலீட்டாளர்களை நாம் விரும்புகிறோம். பங்குச் சந்தை விலையில் பார்வையைச் செலுத்தாமல் பிசினஸ் செயல்பாட்டில் பார்வையைப் பாய்ச்சும் ஆள்களை நாடுகிறோம்.

இந்த மாதிரியான கருத்தாக்கம் கொண்ட முதலீட்டாளர்களை சிறுபான்மையினர் எனலாம். ஆனால், நம் கம்பெனியில் அத்தகைய வர்கள் ஒருங்கிணைந்துள்ளோம். நமது 90 அல்லது 95 சதவிகிதம் பங்குதாரர்கள் ஐந்து வருடத்துக்கு முன்பே நம்மோடு இருந்தவர்கள். அதில் ஏறத்தாழ அத்தனை பேருக்கும் பெர்க்ஷயர் முதலீடு அதற்கு அடுத்தபடியாக அதிகத் தொகை இட்டுள்ள நிறுவனத்தைவிட, இரு மடங்காவது இருக்கும். பல்லாயிரக் கணக்கான பங்குதாரர்களை உள்ளடக்கிய பப்ளிக் லிமிடெட் கம்பெனிகளைக் கணக்கில் எடுத்தால் தங்களை முதலாளிகளாகக் கருதும் பங்குதாரர்கள் பெர்க்ஷயரில் பெரும் சதவிகிதம் உள்ளோம். இத்தகைய மாண்புகளைத் தக்க வைத்துப் பேணுவது எளிதான காரியமல்ல.

நாம் பங்குகளை ஸ்பிளிட் செய்து, நிறுவனத்தின் உள்ளார்ந்த மதிப்பை விட சந்தை விலைக்கு முன்னுரிமை அளிப்பதாக வைத்துக்கொள்வோம். தற்போதுள்ள பங்குதாரர்கள் அளவுக்குப் பக்குவமில்லாதப் புதிய கூட்டம் உள்ளே நுழைவதற்கு அது வழி ஏற்படுத்திக் கொடுக்கும். 1,300 டாலர் விலைக்கு (வாரன் இந்தக் கடிதத்தை எழுதியபோது, பெர்க்ஷயர் நிறுவனத்தின் ஒரு பங்கின் விலை) பணம் கொடுத்து வாங்க இயலாமல் பலர் இருக்கக்கூடும். 100 டாலர் மதிப்புள்ள பங்கை நூறாகக் கூறு போட்டுப் பிரித்தால், அவர்கள் வாங்குவார்கள். ஆனால், நிறுவனத்தின் உண்மையான மதிப்பு சாராத காரணங்களுக்காக, வாங்கும் ஆட்கள் அதே மதிப்பு சாராத காரணத்திற்காக விற்கும் அபாயத்தை மறந்துவிடக்கூடாது. அப்படிப்பட்டவர்களின் இருப்பு, பிசினஸ் செயல்பாட்டுக்குத் தொடர்பில்லாமல் கன்னாபின்னாவென்று விலையை ஊசலாட வைத்துவிடும்.

குறுகிய காலப் பங்கு விலையின் மீது கவனம் செலுத்தும் பிரிவினரைக் கவரும் கொள்கைகளைத் தவிர்க்க முயற்சி செய்கிறோம். அதற்குப் பதிலாக, நீண்டகால பிசினஸ் செழிப்புக்குக் கவனம் அளிக்கும் முதலீட்டாளர் சமூகத்தைக் கவர்வதற்கான முயற்சிகளை மேற்கொள்கிறோம். முறையான நன்னடத்தையினால் கட்டமைக்கப்பட்ட சந்தைச் சூழலில், நீங்கள் பெர்க்ஷயர் பங்குகளை வாங்கியுள்ளீர்கள். எப்போதாவது நீங்கள் விற்க விரும்பினால், அதேபோன்ற சூழலை எதிர்பார்க்கும் உரிமை உங்களுக்கு உண்டு. நாங்கள் அதை மனத்தில் வைத்துச் செயல்பட வேண்டியவர்களாகிறோம்.'

இவ்வாறு நீண்ட விளக்கம் அளித்து பெர்க்ஷயர் பங்குகள் ஸ்பிளிட் ஆகாமல் தொடர்வதே சரியென்று வாரன் நிரூபித்தார்.

★

ஒருமுறை பெர்க்ஷயர் பங்குதாரர் கூட்டத்தில் ஒருவர், 'வாரன், உங்களை லாரி மோதினால் இந்த கம்பெனியின் நிலைமை என்ன ஆகும்?' என்று கேள்வி கேட்டார். ஒரே ஒரு தனி மனிதரை மட்டுமே நம்பி நிறுவனம் செயல்படுகிறதே, அவருக்கு ஏதாவது நேர்ந்தால் நம் முதலீடு என்னவாகும் என்ற நியாயமான கவலை அந்தப் பங்குதாரருக்கு இருந்திருக்கலாம்.

வாரனின் தனிப்பட்ட முதலீடும் சரி, அவருடைய குடும்பத்தில் மற்றவர்களின் முதலீடும் சரி பெரும்பகுதி பெர்க்ஷயர் பங்குகளில்தான் குவிந்திருந்தது. அதனால், கேள்விகேட்ட அந்தப் பங்குதாரருக்கு இருந்த அதே கவலை, வாரனுக்கும் இருந்தது. பெர்க்ஷயர் சாம்ராஜ்ஜியத்தின்கீழ் பல கம்பெனிகள் இயங்கின. அவற்றை நிர்வகித்த மேலாளர்கள் மிகவும் திறமை ஆனவர்கள். அந்த நிர்வாகிகள் திடீரென இறந்துபோனால் என்ன செய்வது என்பதில் வாரன் தெளிவாக இருந்தார். அடுத்த நாள் எழுந்திருக்கையில் அவர்கள் உயிரோடில்லை என்றால் என்ன செய்ய வேண்டும் என்ற விவரங்களைமட்டும் ஒரு காகிதத்தில் எழுதி வாங்கி, தன் மேசை டிராயரில் வைத்திருந்தார். அதே போல, தனக்கு ஏதாவது நேர்ந்தால் பெர்க்ஷயர் என்னவாகும் என்பதை ஒரு காகிதத்தில் எழுதி போர்ட் ஆஃப் டைரக்டர்ஸ் கண்ணில் படுமாறு வைத்திருப்பதாகச் சொன்னார்.

வாரன் சொன்ன பதில் சீரியஸானது, உண்மையானது.

★

பங்குதாரர்களின் சார்பாக நிர்வாகிகளைக் கண்காணிக்க வேண்டிய பொறுப்பு இயக்குநர்களுடையது என்றார் வாரன். நிர்வாகிகள் சரியாகச் செயல்படவில்லை என்றால், அவர்களைத் தூக்கி எறிவதற்கு

டைரக்டர்கள் தயங்கக்கூடாது. எப்படி என்கிறீர்களா? ஒரு 85 வயதான கோடீஸ்வரக் கிழவருக்கு அழகான இளம் மனைவி இருந்தாள். ஒருவேளை பணம் தன்னை விட்டுப் போன பிறகும் அந்தப் பெண் மனதார விரும்புவாளா என்று அந்தக் கிழவர் அவளைக் கேட்டார். 'ஓ, நிச்சயமாக. நான் உங்கள்மீது பிரியமாக இருப்பேன். ஆனால், பிரிந்து போய் விடுவேன்' என்றாளாம் அந்தப் பெண். அதே மாதிரி பங்குதாரர் நலனுக்குப் பாடுபடாத நிர்வாகிகளை உதறவேண்டும் என்பது வாரனின் அசைக்க முடியாத கருத்து.

கார்ப்பொரேட் நிர்வாகிகள் மிகவும் சாமர்த்தியமாகப் பங்குதாரர் சட்டைக்குள் கையைவிட்டு பிக்பாக்கெட் அடிப்பதைக் கண்டால் இயக்குநர்கள் ஓங்கி அடிக்க வேண்டும் என்று வாரன் வலியுறுத்தினார். சுயேச்சை (independent) இயக்குநர் என்று அழைக்கப்படுபவர்கள், உண்மையில் சுயேச்சையாக இயங்க முடிவதில்லை. அல்லது நிர்வாகிக்கு எதிராகவும் பங்குதாரர்களுக்கு ஆதரவாகவும் இருக்கும் வேட்கை அற்றவர்களாக ஆகிறார்கள். பெரும்பாலான சமயங்களில் CEOக்கள் முன்மொழியும் நபர்களே சுயேச்சை டைரக்டராகத் தேர்ந்தெடுக் கப்படுகிறார்கள். ஆகவே, அவர்கள் அந்த CEOவுக்கு விசுவாசமாக இருக்க வேண்டி வருகிறது.

மேலும், அநேக சுயேச்சை டைரக்டர்கள் போர்டில் அங்கம் வகிப்பதை, 'ஊதியமீட்டும் தொழிலாக' ஓர் பார்க்கிறார்கள். குறிப்பிட்ட அந்த நிறுவனங்களில் அவர்கள் முதலீடு செய்யாத காரணத்தால், மற்ற முதலீட்டாளர்கள் மீது நிஜமான அக்கறை கொண்டிருப்பார்களா என்பது கேள்விக்குரிய விஷயம். (1993-ம் வருட நிலவரத்தின்படி) வாரன் நாற்பது ஆண்டு கால இடைவெளியில் பெர்க்ஷயர் தவிர, 19 பப்ளிக் லிமிடெட் கம்பெனி போர்ட்களில் அங்கம் வகித்திருக்கிறார். அதன் மூலம் சுமார் 250 டைரக்டர்களோடு பழகும் சந்தர்ப்பம் அவருக்குக் கிடைத்தது. அரசாங்க விதிகளில் அவர்களை 'சுயேச்சை' என வரையறுத்தாலும், பங்குதாரர் நலனுக்கு அவர்கள் ஆற்றிய பங்களிப்பு மிகவும் சொற்பமாக, சில நேரங்களில் எதிராக அமைந்ததைக் கண்டிருக்கிறார்.

மக்கள் வரிப் பணத்தை ஊதாரித்தனமாகச் செலவு செய்வதாக அரசு இயந்திரத்தின் மீது விமர்சனம் சுமத்துவதுண்டு. அரசியல்வாதிகள் தங்கள் சொந்தக் காசாக இருந்தால் இப்படி வாரி இறைப்பார்களா என்று கார்ப்பொரேட் நிர்வாகிகளே கூறுகிறார்கள். ஆனால், இந்த நிர்வாகி களின் நடத்தையைப் பார்க்கும்போது, அரசியல்வாதிகளே தேவலை என்று சொல்லிவிடலாம். அதற்கு உதாரணம் சாலமன் பிரதர்ஸ் நிறுவனத்தில் வாரன் கண்ட சில சம்பவங்கள்.

1980-களில் ஒரு சலூன் கடைக்காரர் கம்பெனியின் மேல்மட்ட அதிகாரி களுக்கு முடி வெட்ட வருவார். கூடவே, ஒரு நகப்பூச்சு, முகப்பூச்சு

ஒப்பனைக் கலைஞரும் வருவார். அதற்கு ஆகும் செலவை கம்பெனியே ஏற்றது. பிறகு செலவுக் கட்டுப்பாடு விதித்தபோது, அந்தச் செலவை கம்பெனி ஏற்காது என்றும் ஊழியர்களே பணம் கொடுக்கவேண்டும் என்றும் தீர்மானிக்கப்பட்டது. அதற்கு முன்னர் வாரம் ஒருமுறை சலூனைப் பயன்படுத்தியவர்கள், மூன்று வாரத்துக்கு ஒருமுறை என மாற்றிக் கொண்டார்கள்.

கம்பெனி ஊழியர்களும், தலைமை நிர்வாகிகளும் முறையற்ற சலுகைகளை எடுத்துக் கொள்வதை வாரன் முற்றிலுமாக நிராகரித்தார். அதுபோன்ற கம்பெனிகளில் முதலிடாமல் தள்ளி நிற்பதே புத்திசாலித்தனமாகும். சாதாரண ஊழியராக இருக்கிற வர்களே பேப்பர், பென்சில், ரப்பர் எல்லாம் அலுவலகத்தில் இருந்து 'சுடுவது' நடந்துகொண்டுதானே இருக்கிறது?

காலம் முழுவதும் நிர்வாகிகளைக் குறை சொல்லி வந்த வாரன் பஃபட், அதற்கு எதிராக ஒரேயொரு காரியம் செய்தார். அது என்ன தெரியுமா? 1989-ம் வருடம் பெர்க்ஷயர் பணத்தில் 6.7 மில்லியன் டாலருக்கு கார்ப்பொரேட் ஜெட் விமானம் ஒன்றை வாங்கினார். வாரன் ஒரு வடிகட்டிய கஞ்சன் என்பது ஊரறிந்த உண்மை. என்றாலும் வடிவேலு சொல்கிற மாதிரி, 'முடியல' ('The Indefensible') என்று விளையாட்டாக அதைப் பற்றிக் குறிப்பிட்டார். ஆனால், அவருடைய சக பங்குதாரர்கள் அதை ஒரு செலவாகவே கருதவில்லை.

ஆனாலும், அந்த ஜெட் வாங்கியதைப் பங்குதாரர் கடிதத்தில் வாரன் குறிப்பிடத் தவறவில்லை. சில உணவகங்களில் 'எங்களுடைய பலகாரங்கள் சுத்தமான நெய்யினால் செய்யப்பட்டவை' என்று எழுதி விட்டு அதன் பிறகு 'அல்ல' என்பதைக் கண்ணுக்குப் புலப்படாத சிறிய எழுத்தில் பொறித்திருப்பார்கள். அதேபோல, பெர்க்ஷயர் பங்குதாரர் கடிதத்தில் சிறு எழுத்தில் கீழ்க்கண்ட வாசகம் அச்சாகியிருந்தது.

'நல்ல ஜெட் வாங்குவதற்குப் பதிலாக, நல்ல ஷேர் வாங்கவே ஆசைப் படுகிறேன். ஆனால், பங்குச்சந்தை 10 சதவிகிதம் கீழே போனாலும்கூட வாங்குவதற்கு ஏற்ப ஒன்றும் தென்படவில்லை!'

பங்குச்சந்தை முதலீட்டுக்குப் பதிலாகத் தங்கத்தை வாங்கி முதலிடு கிறவர்கள் பற்றி வாரன் ஏகத்துக்குக் கிண்டலடித்திருக்கிறார். 'ஆப்ரிக்காவில் எதோ ஓர் இடத்தில் தோண்டுகிறார்கள். அதற்குப் பிறகு அதை உருக்கி எடுத்து ஒரு ஓட்டைப் போட்டு, ஆபரணமாக மாற்றி பெட்டியில் பூட்டி வைத்து வெட்டியாகக் காவல் காக்கிறோம். அதனால் எந்த ஒரு பிரயோஜனமும் கிடையாது. யாராவது செவ்வாய் கிரகத்தில் இருந்து பார்த்தால், மண்டையைப் பிய்த்துக் கொள்வார்கள்.'

13 கடிவாளம் போட்ட குதிரை

வாரன் சூசனைத் திருமணம் செய்துகொண்டு, மூன்று குழந்தை களைப் பெற்றெடுத்தார். கல்யாணமாகி கால் நூற்றாண்டு வரை எந்தப் பிரச்னையும் இல்லாமல் போனது வாரனின் தாம்பத்ய வாழ்க்கை.

அதன்பிறகு?

வாரனை விட்டுப் பிரிந்துபோனார் மனைவி சூசன். ஏன்? உலகமே கொண்டாடும் ஒரு பணக்காரரை விட்டுப் போக வேண்டிய அவசியம் என்ன?

பிரச்னை பணம் சம்பந்தப்பட்டதல்ல, மனம் தொடர்பானது.

பெண்கள் அன்பையும் அரவணைப்பையும் எதிர்பார்ப்பவர்கள். மண வாழ்க்கையின் ஆரம்பத்தில் இருந்த நெருக்கமும் காதலும் கால வெள்ளத்தில் குறைந்துவிடுவது ஆண்களுக்கு இயல்பான விஷயம். அல்லது இயந்திரத்தனமான வாழ்க்கையின் சுழல் போராட்டத்தில், அதற்கான முக்கியத்துவத்தைக் கணவன் மார்கள் முன்போலச் செலுத்துவதில் தவறிவிடுகிறார்கள்.

'எனக்கு வேலைதான் முதல் மனைவி' என்று சதா சர்வகாலமும் பெருமைக்குக் கழுதை மேய்க்க ஆரம்பித்துவிடுகிறார்கள் சில ஆண்கள். குழந்தைகளால் நிரம்பியிருந்த குடும்பப் பெண்களின் உலகம் அவர்கள் ஓரளவு வளர்ந்து பள்ளி செல்லத் தொடங் கியதும் சூன்யமாகிவிடுகிறது. தனிமை, வெறுமை, ஏக்கம், தவிப்பு எல்லாம் ஒருங்கே பீடித்துக் கொள்கிறது.

பெண்களைப் பொறுத்தவரை இந்த நடுத்தர வயதுப் பருவம் மிகவும் கொடுமையானது. அந்த வெற்றிடம் இலகுவானது, மென்மையானது. சரியான நேரம் பார்த்து கவனம் செலுத்தும்

ஜீவனை அல்லது சங்கதியை நோக்கி மனம் அலைபாய ஆரம்பிக்கும். தன் மீது பொழியும் அக்கறைக்குப் பிரதிபலனாகத் தன்னையே அர்ப்பணிக்கக்கூட அந்தப் பெண்களில் சிலர் தயங்குவதில்லை.

வாரன் தன்னுடைய முதலீட்டுத் தொழிலைக் கவனிப்பதில் மும்முர மாக இருந்தார். அதனால் போதுமான கவனத்தை தன் நடுத்தர வயதில் மனைவியிடம் செலுத்தினாரா என்கிற சந்தேகம் இயல்பானது.

அடிப்படையில் மற்றவர்களுக்காக இரக்கப்படும் மனம் சூசனுக்கு இருந்தது. அதன் காரணமாக நிறைய சமூகக் காரியங்களில் ஈடுபட்டி ருந்தார். தன்னை எதிலாவது ஈடுபடுத்தியதால், தனிமையில் முடங்கிப் போகாமல் கவனித்துக் கொண்டார். இருந்தாலும் ஒரு மாபெரும் செல்வந்தரின் மனைவி என்ற அந்தஸ்தைத் தவிர, சுயமாக ஓர் அடையாளம் அற்றவராக உணர்ந்தார். அடிமனத்தில் அழுத்தி வைத்திருந்த ஆசைகள் கொஞ்சம் கொஞ்சமாகத் துளிர்விட்டன. பஃபட் தம்பதியினரின் இளைய மகன் பீட்டர் பஃபட் உயர்நிலைப் பள்ளியில் இருந்து தேர்ச்சி பெற்ற காலம் அது.

இசை மீது சூசனுக்கு இருந்த ஆர்வம் அப்போதுதான் பொங்கியது. எதிலாவது தன்னை முழுமையாக ஈடுபடுத்தி தனக்கென்று முத்திரை பதிக்க அவருக்குக் கிடைத்த ஆயுதமாக அது அமைந்தது. நைட்கிளப்பில் பாடத் தொடங்கினார்.

பங்கு முதலீட்டின் கடவுள் என்று கருதப்படுவரின் மனைவி இரவு நேர பார்ட்டிகளில் பாடினாரா என்று ஆச்சரியப்படலாம். அதற்கு வாரன் எப்படி அனுமதித்தார் என்கிற கேள்வியும் பிறக்கலாம். ஏனென்றால் நாம் கேள்விப்பட்ட பணக்காரர்கள் எல்லாம் நடனமாடும் பெண்களை அழைத்துவந்து வீட்டோடு வைத்துக்கொண்டவர்களே ஒழிய, வீட்டிலிருக்கும் மனைவியை நைட்கிளப்பில் பாட அனுமதி அளித்தவர்கள் அல்ல.

தன் மனைவிக்குப் பாடும் ஆசை இருப்பது வாரனுக்குத் தெரியும். ஆனால், சூசனுக்கு ஆரம்பத்தில் கூச்சம் மிகுதியாக இருந்தது. அதைப் போக்குவதற்காக, வாரன் உற்சாகமளித்துத் தூண்டினார். 'வாரன் என்னைப் புரிந்துகொண்டவர். என் வாழ்வு ஜீவனுள்ளதாக இருக்க ஆசைப்படுகிறார். நாம் அன்பு வைத்திருக்கும் நபர்கள் மீது அந்த அக்கறை இருக்கும்' என்று தன் கணவரைப் பற்றி சூசனே வாயாரப் புகழ்ந்தார்.

குழந்தைப் பருவத்தில் தாயார் கொடுத்த மன உளைச்சல்களுக்குப் பிறகு, பெண்கள்மீது ஈர்ப்பு உருவாகாமல் இருந்த வாரனை முழுமையாக ஈர்த்துக் கொண்டிருந்தார் சூசன். பஃபட் குடும்பத்தின் அச்சாணியாக

அவர் விளங்கினார். தன்னுடைய பெரும்பான்மையான தேவைகளுக்கு வாரன் தன் மனைவியைப் பெருமளவில் சார்ந்திருந்தார். குடும்பப் பொறுப்புகளைக் கவனிப்பது, குழந்தைகளைப் பராமரிப்பது என எல்லாவற்றையும் சூசன் சுமந்தார். அதனால் தனது வேலையைத் தடையில்லாமல் செய்ய வாரனால் முடிந்தது. சொல்லப்போனால் தாயார் லெய்லா பஃபட் இடமிருந்து வாரனைக் காப்பதையும்கூட சூசன் வெகு சாமர்த்தியமாகச் செய்தார்.

சிறு வயதிலிருந்தே பக்கத்து வீட்டு பொறுக்கிப் பையன்களோடு சண்டை போடுவது வாரனுக்குப் பிடிக்காது. தன்னால் எதைச் செய்ய முடியுமோ, அதில் மட்டும் கவனம் செலுத்த விரும்பினார். சிறு வயதில் வம்புக்கு இழுக்கும் மற்ற சிறுவர்கள் பிடியிலிருந்து வாரனை அவரது தங்கை ராபர்ட்டா காப்பாற்றி அழைத்துச் சென்றார். திருமணத்துக்குப் பிறகு அந்தப் பாதுகாப்பை சூசன் கொடுத்தார். நத்தையைச் சுற்றி ஒரு கூடு இருக்குமே, அந்தக் கூட்டைப்போல உலகத்தின் புறப்பிரச்னைகள் வாரனை அணுகாதவாறு சூசன் கவசமாக இருந்தார்.

வாரனை சூசன் காத்ததுபோல, வாரன் இன்னொரு பெண்ணைக் காக்க வேண்டியிருந்தது. அவர்தான் வாஷிங்டன் போஸ்ட்டின் கேத்ரைன் கிரஹாம். பணக்கார விதவையான அவர் முழுக்க முழுக்க வாரனைச் சார்ந்திருந்தார். பொருளாதாரம் தொடர்பான அறிவுப் பகிர்தலையும் பாதுகாப்பின்மையால் ஏற்பட்ட சஞ்சலத்தில் இருந்து விடுபடுவதற்கான உதவிக் கரத்தையும் வாரன் வழங்கினார். அந்த நிறுவனத்தின் முதலீட்டாளராக லாபம் சம்பாதிக்க வேண்டும் என்ற வியாபார நோக்கத்தையும் கடந்து அவர்கள் இருவருக்கும் இடையே ஓர் ஈர்ப்பு நிலவியதாகப் பலரும் நினைத்தார்கள்.

இதற்குச் சான்றாக, கேத்ரைன் வீட்டில் வாரனின் மாற்று உடைகள் எப்போதும் இரண்டு இருந்தன. வாஷிங்டன் வரும் போது, கேத்ரைனின் வீட்டில்தான் வாரன் தங்குவார். கெய்கோ கம்பெனியை மீட்கும்போது, அதன் நிர்வாகியை கேத்ரைன் இல்லத்தில் வைத்துதான் வாரன் சந்தித்தார். பில் கேட்ஸை முதன் முதலில் சந்தித்தபோதும் கேத்ரைன் இருந்தார். இப்படி முக்கியமான நேரங்களில் எல்லாம் கேத்ரைன் இருந்தபோதிலும், சூசன் இதைப் பெரிதாக எடுத்துக்கொண்டது போலத் தோன்றவில்லை.

வாரனும் சூசனும் ஒருவருக்கொருவர் இட்டு நிரப்பினார்கள் என்றே சொல்ல வேண்டும். வாரன் தனக்கென்று தனி உலகத்தில் ஓர் அறைக்குள் முடங்கிக் கிடப்பார். சூசன் சுதந்தரப் பறவை. இருந்தாலும் தன் அன்பை, ஆதரவை வாரனிடம் உறுதிப்படுத்தி, பாதுகாப்பாக உணரும்படி செய்யத் தவறியதில்லை. மற்றபடி அநாதைகளுக்கும்

ஆதரவற்றவர்களுக்கும் ஆறுதலாகத் தன் நேரத்தை சூசன் செலவழிப்பார். சமூக சேவையை வெறும் பொழுதுபோக்காகவும் போட்டோ பிடித்து உலகத்துக்குக் காட்டுவதற்காகவும் மாத்திரம் செய்யாமல் உள்ளன்போடு ஈடுபட்டார். கறுப்பின மாணவர்கள் பள்ளிக் கூடத்தில் பாரபட்சத்துடன் நடத்தப்படுவதற்கு எதிரான போராட்டங் களை நடத்தினார். எயிட்ஸ் விழிப்புணர்வுக்குப் பிரசாரம் செய்தார். மக்கள் தொகை கட்டுப்பாடு தொடர்பாக இந்தியா, துருக்கி மற்றும் சில ஆப்ரிக்க நாடுகளுக்கும் பயணம் செய்தார்.

வேலையில் மும்முரமாக இருந்தாலும் (அபூர்வமாகக் கிடைக்கும்) ஓய்வுநேரத்தை குழந்தைகளோடு அவ்வப்போது செலவழிக்கும் பழக்கம் வாரனுக்கு இருந்ததுண்டு. நல்ல தகப்பனாக நடந்துகொண்டார் வாரன். அவர் ஒரு போதும் குழந்தைகளை மிரட்டி ஆதிக்கம் செலுத்தியதில்லை. சனிக்கிழமைகளில் குட்டி சூசியை அலுவல கத்துக்கு அழைத்துச் செல்வார். மூத்த மகன் ஹோவர்ட்டுடன் அமெரிக்க புட்பால் விளையாடுவார். இளைய மகனுக்குக் கணக்குச் சொல்லிக் கொடுப்பார்.

ஆனால், இந்த நிகழ்ச்சிகள் எப்போதாவது நடக்கும். மற்றபடி வழக்கம் போலத் தன் உலகத்துக்குள் மூழ்கிவிடுவார். ஒருமுறை அவசர அவசர மாக வந்து தன் அறைச் சுவற்றில் மாட்டி வைத்திருந்த படம் எங்கே போனதென்று மனைவியைக் கேட்டார். உண்மையில் அந்தப் படத்தை இரண்டு வருடத்துக்கு முன்னதாகவே சூசன் மாற்றியிருந்தார்.

குழந்தைகளுக்காக நேரம் செலவிடாமல் கம்பெனிகளின் ஆண்டறிக் கையிலும் தொலைபேசியில் சார்லி மங்கரோடு பேசுவதிலும் வாரனின் நேரம் கழிந்தது. அப்பாவுக்கு நம்மீது பாசமே கிடையாதென குழந்தை களும் நினைப்பதுண்டு. எதோ கடிவாளம் போட்டதுமாதிரி மற்ற விஷயங்கள் அவர் கண்ணில் படவேயில்லை. இப்படியாகக் குடும்பப் பாரம் மொத்தத்தையும் சூசன் ஏற்று நடத்தினார்.

ஒரு கட்டத்தில் அது இனம் புரியாத சலிப்பை ஏற்படுத்தியது. ஒரு சராசரிப் பெண்ணுக்கு வாய்க்கப் பெற்ற உள்ளம் சார்ந்த சந்தோஷம்கூட அவருக்குக் கிடைத்த மாதிரி தெரியவில்லை. ஓர் அறையில் வாரன் ஆண்டறிக்கைகளை வாசித்துக் கொண்டிருக்க, இன்னொரு அறையில் சூசன் தனியாக அமர்ந்து இசை நாடாவைச் சுழலவிட்டு தன்னை மறக்க முயற்சி செய்துகொண்டிருப்பார். தொலைத்த வாழ்வை மீட்டெடுக்கும் முயற்சியாக, பாடகியாகும் ஆசையை முழுவீச்சில் செயல்படுத்தத் தொடங்கினார். இத்தனை நாள் கணவனுக்காகவும் குடும்பத்துக்காகவும் வாழ்ந்தது போதும், இனி சொந்தமாக ஒரு சுதந்தர வாழ்க்கையை மேற்கொள்ள வேண்டும் என்ற தீர்மானத்துக்கு சூசன் வந்தார்.

நாற்பத்தைந்து வயது சூசன் 1977-ம் வருடம் ஓமாஹாவில் உள்ள வாரனை விட்டு சான் பிரான்சிஸ்கோ பறந்தார். அன்று முதல் இருவரும் பிரிந்து வாழ்ந்தனர். ஆனால், சட்டத்தின் முன்பாக கணவன்-மனைவியாகவே காட்சியளித்தனர். விவாகரத்து செய்து கொள்ள வில்லை.

இத்தனை நாளும் உலகத்தின் சராசரி இத்யாதிகளில் இருந்து தன்னைக் காத்து ரட்சித்த ஒரே ஜீவன் பிரிந்து சென்றதில் வாரன் நொறுங்கிப் போனார். சூசனின் அருமை அப்போதுதான் அவருக்குப் புரிந்தது.

இருவரும் அடிக்கடி போனில் பேசிக் கொண்டனர். கிறிஸ்துமஸ் விடுமுறையைக் குழந்தைகளோடு கடற்கரை வீட்டில் கழித்தனர். வேறு விடுமுறையில் நியூ யார்க் செல்வார்கள். இருந்தாலும் திடீர் மாற்றங்களும் பிரிவும் வாரன் மனத்தில் நிரப்ப முடியாத வெற்றிடத்தை உருவாக்கியது.

தான் உருவாக்கிய வெற்றிடத்தைத் தானே நிரப்ப வேண்டுமென சூசன் கருதினாரோ என்னவோ, ஓமாஹாவில் பிரெஞ்ச் கஃபே என்ற உணவகத்தில் உணவுப் பரிமாறும் வேலை செய்து வந்த ஆஸ்ட்ரிட் மென்க்ஸ் (Astrid Menks) என்கிற முப்பத்தொரு வயதான பெண்ணை சூசனே வாரனுக்கு அறிமுகம் செய்து வைத்தார்.

அடுத்த ஒரு வருடத்தில் வாரன் வீட்டுக்கு ஆஸ்ட்ரிட் குடியேறினார். இது சூசனின் ஆசீர்வாதத்தோடு நடந்தது. ஆனால், சட்டப்படி வாரனுக்கு மனைவி சூசன் மட்டுமே. எந்தப் பெண்ணும் கற்பனை செய்து பார்க்காத காரியத்தைச் செய்து, தன் கணவனை இன்னொரு பெண்ணுக்காக விட்டுக் கொடுத்த சூசனின் தியாகம் பெரியது.

சூசனைப் பிரிந்த வாரன், ஏன் அவரை விவாகரத்து செய்யவில்லை என்கிற கேள்விக்கான பதிலைப் புரிந்துகொள்வது கொஞ்சம் கடினம். அமெரிக்க சட்ட விதிகளின்படி, விவாகரத்து செய்ய நினைக்கும் ஒரு கணவன், தன் சொத்தில் பாதியை மனைவிக்குக் கொடுக்க வேண்டும். சில சமயங்களில் முழுச்செல்வத்தையும் கொடுக்க வேண்டிவரும். இந்தத் தர்மசங்கடத்தைத் தவிர்க்க இருவருமே நினைத்திருக்கலாம். எனவே, விவாகரத்து வரை போக வேண்டாம் என விட்டிருக்கலாம்.

பிரிந்து வாழ்ந்தாலும் இருவருக்கும் இடையே அன்னியோன்யம் நிலவியது. பொது நிகழ்ச்சிகளிலும் விழாக்களிலும் ஒன்றாகவே தோன்றினார்கள். கைகோத்து வருவார்கள், போவார்கள். கம்பெனியில் பெரிய பங்குதாரர் என்ற முறையில் பெர்க்ஷயர் போர்ட் மீட்டிங்குகளில் சூசன் கலந்துகொள்வார். வாரன், சூசன் மற்றும் ஆஸ்ட்ரிட் ஆகிய மூவருக்கும் இடையே நல்ல புரிதல் இருந்தது. நண்பர்களுக்கும்,

உறவினர்களுக்கும் வாழ்த்து அட்டை அனுப்பும் போதுகூட, 'வாரன், சூசி & ஆஸ்ட்ரிட்' என்று போட்டு அனுப்புவார்கள். இந்த முக்கோண உறவு பற்றி மூவரில் ஒருவர்கூட மீடியாவில் பேசியதில்லை.

மண வாழ்க்கை இப்படி ஒரு மாதிரியான ஏற்பாட்டில் ஓடிக் கொண்டிருந்தது. இதற்கிடையே வாரனின் குழந்தைகளும் பெரியவர்களாகி இருந்தார்கள்.

உலகத்திலேயே மிகப் பெரிய கொடுமை மகா சாதனையாளர்களுக்குப் பிள்ளையாகப் பிறப்பதாகும். உங்கள் மீது சமுதாயம் சுமத்தும் ஒப்பீடுகள் ஒப்பிடவே முடியாத உம் பெற்றோரோடு எனும்போது, அதை ஈடுகட்டுவதற்கு வெகுவாகப் போராட வேண்டியிருக்கும். நல்ல வேளையாக அந்தத் தண்டனையை தம் குழந்தைகளுக்கு பஃபட் தம்பதியினர் அளிக்கவில்லை.

பணக்கார வீட்டுக் குழந்தைகள் என்பதற்கான அடையாளம் அல்லது எதிர்பார்ப்புகள் அண்டாமல் மூன்று குழந்தைகளும் வளர்ந்தனர். பணம் சுலபமாகக் கிடைத்தால் அதன் அருமை தெரியாமலே போய்விடும் என்ற நினைப்பில் சராசரிக் குழந்தைகளைப் போலவே தங்கள் குழந்தைகளை நடத்தினார்கள். அதைவிட முக்கியமாக, தன்னுடைய தொழில் தொடர்பான சங்கதிகளை அவர்கள் விருப்பமின்றித் திணிப்பதற்கு வாரன் விரும்பவில்லை.

அவர்களது மகளும் இரண்டு மகன்களும் சாதாரண பப்ளிக் ஸ்கூலுக்குச் சென்றனர். தனியார் பள்ளிகளுக்கு அவர்களை அனுப்பவில்லை. அவர்களுக்குப் பிடித்தத் துறையில் சாதனை புரிந்த மனிதர்களை லட்சிய நாயகர்களாக நினைத்துப் பின்பற்றுமாறு அறிவுறுத்தினார் வாரன். அந்தத் தொழில் எவ்வளவு வருமானம் தருகிறது என்பது முக்கியமில்லை என்பது குழந்தைகளுக்குப் போதிக்கப்பட்டது.

வாரனின் மகள் குட்டி சூசி பள்ளிக்கூடத்தில் படித்தபோது தந்தை என்ன வேலை செய்கிறார் என்ற விவரமே தெரியாமல் இருந்தார். 'அவர் என்ன செய்தார் என்பதே பல வருடங்களுக்கு எனக்குத் தெரியாது. பள்ளியில் கேட்டால் செக்யூரிட்டி அனலிஸ்ட் என்று சொல்வேன். அவர்களும் ஏதோ அலாரம் சிஸ்டம் பரிசோதகர் என நினைத்துக் கொண்டார்கள்' என்று பிற்காலத்தில் விவரம் தெரிந்த பிறகு அவர் சொன்னார்.

நல்ல சாப்பாடு, துணிமணி இதெல்லாம் வீட்டில் கிடைக்கும். ஆனால், அதற்குமேல் ஒன்றும் கிடையாது. வளர்ந்தபிறகு அவர்களே சம்பாதித்துக்கொள்ள வேண்டும். வாரனைப் பொறுத்தவரை பணம் என்பது அவருக்கு முக்கியமான விஷயம்; அதேபோல, முக்கியமற்ற

விஷயமும் கூட. பணம் இருக்கிறதே என்பதற்காகப் பகட்டாக நடந்து கொள்ளவில்லை. அதனால் ஆணவம் ஏற்றிக்கொள்ளவில்லை. பணம் அவருக்குப் பாதுகாப்பை அளிக்கவில்லை. மாறாக சுதந்தரத்தைக் கொடுத்தது. பாதுகாப்பு என்பது ஒரு விதச் சிறை. நல்ல வேலை, நிலையான சம்பளம் எனக் குறிப்பிட்ட ஒரு சூழலில் மட்டுமே அது கிடைக்கும். ஆனால், சுதந்தரம் எல்லைகளற்றது. அந்தச் சுதந்தரத்தைக் கொடுத்ததோடு வெற்றியாளன் என்று தன்னைத் தானே திருப்திப் படுத்துவதற்கும் பணம் உதவியது. மற்றபடி பணம் செலவழிப்பது பெரும் பாவச் செயல் என்று வாரன் கருதினார்.

எல்லாவற்றுக்கும் உச்சமாக, தகப்பனின் செல்வம் மகனுக்குச் சென்று சேர்வதில் வாரனுக்கு அறவே உடன்பாடு கிடையாது. முடியாத ஏழைகளின் உணவுக்கு அரசாங்கத்திலிருந்து food stamp என்ற கூப்பன் களை வழங்கும் பழக்கம் அமெரிக்காவில் இருக்கிறது. பரம்பரைச் சொத்து வாரிசுகளுக்குப் போவதைப் பணக்காரர்களின் food stamp என்று வாரன் கூறினார். தலைமுறை தலைமுறையாகச் செல்வம் கைமாறும் போது, அதற்கு வரி விதிக்க வேண்டும் என்று எழுந்த குரல்களுக்கு ஆதரவாக நின்றார். ஒவ்வொருவரும் தன் திறமையைப் பயன்படுத்தி முன்னேறவேண்டுமே தவிர, பெற்றோர் சாதனையைச் சாதகமாகப் பயன்படுத்தக் கூடாது என்பது அவர் தரப்பு வாதம். அவ்வாறு செய்வது, ஒலிம்பிக்ஸ் 2000-த்தில் தங்கப்பதக்கம் பெற்றவரின் மூத்த மகனுக்கு 2020 ஒலிம்பிக்ஸில் விளையாடும் வாய்ப்பு கொடுப்பதற்குச் சமம் என்று அவர் வியாக்யானம் பேசுவார்.

குழந்தைகளுக்குப் பரிசு என்றால் வெறுமனே தருவதாக இருக்காது. கூடவே ஓர் இலக்கை நிர்ணயம் செய்துவைத்திருப்பார். உதாரணமாக, டயட் இருப்பது, உடல் பருமனைக் குறைப்பது இப்படி ஏதாவது ஒன்றைக் கூடவே கோத்துவிட்டிருப்பார். ஒருமுறை ஏர்போர்ட்டில் குட்டி சூசி கார் நிறுத்துவதற்கு இருபது டாலர் தேவைப்பட்டது. அவரிடம் அவ்வளவு பணம் இல்லை. அந்தச் சமயத்தில் வாரன் கொடுத்து உதவினார். ஆனால், அந்தப் பணத்துக்கு, சொந்த மகளிடமே காசோலை பெற்றுக்கொள்ளத் தவறவில்லை. மற்றபடி கிறிஸ்துமஸ் தினத்தன்று தன் குழந்தைகளுக்கும் அவர்தம் வாழ்க்கைத் துணை களுக்கு ஆளுக்குத் தலா 10,000 டாலர் பரிசளிப்பார்.

பண விஷயத்தில் பெற்ற குழந்தைகளைப் போலவே மற்ற உறவினர் களிடமும் அவர் நடந்து கொண்டார். முதன் முதலில் பதினொரு வயதில் பங்கு வாங்கிய சமயத்தில் கூட்டாளியாக இருந்த அக்கா டோரிஸுக்கும் அதே நிலைமைதான். ஒருமுறை ஆப்ஷனில் டிரேடிங் செய்து, அக்காவுக்குப் பெருத்த நட்டம் வந்துசேர்ந்தது. அதனால், ஒரு

மில்லியன் டாலருக்கும் மேல் கடன் சுமை வேறு. அந்தக் கடனைத் திருப்பிச் செலுத்துவதற்கு உதவுமாறு தம்பியை டோரிஸ் கேட்டார். வேண்டுமானால், மாதாமாதம் குடும்பச் செலவுக்குப் பணம் கொடுக்கிறேன், ஆனால் சூதாடியதால் ஏற்பட்ட கடனைச் செலுத்த முடியாது என்று வாரன் திட்டவட்டமாகச் சொல்லிவிட்டார்.

அக்காவிடம் மட்டுமல்ல, சொந்த மகளுக்கும் இதே அணுகுமுறைதான். ஒருமுறை பில் கேட்ஸ் தம்பதிக்கு தன் நகைக்கடையைச் சுற்றிக் காட்டினார் வாரன். அப்போது 'பஃபட்டுக்காக' (Buffett Lay&Away) என்று எழுதப்பட்ட ஒரு சிறிய ஆபரணப் பெட்டியை பில் கேட்ஸ் தம்பதியினர் கண்டனர். ஆச்சரியத்தோடு அதைப் பற்றி அங்கே வேலை செய்த ஊழியரிடம் கேட்டபோது, வாரனின் மகள் ஒரு முத்து மாலைக்குத் தவணை முறையில் பணம் கட்டி தனக்காக ஒதுக்கி வைக்குமாறு வேண்டியது தெரிய வந்தது. பில் கேட்ஸ் அதிசயித்துப் போனார்.

சில மாதங்களுக்குப் பிறகு, தன் மகளின் பிறந்தநாள் வந்தபோது, மீதமுள்ள தவணையைத் தானே செலுத்தி, அந்த முத்து மாலையை வாங்கித் தந்து வியக்க வைத்தார் வாரன். ஏனென்றால், தன் குழந்தைகளுக்கு அதுபோன்ற தாராளமான பரிசுகளை அவர் கொடுத்ததே இல்லை.

வாரனின் மகள் பதினாறு வயதில் வேலைக்குச் சென்றாள். மொத்தம் மூன்று குழந்தைகளில் தந்தையை நன்கு புரிந்து கொண்டு கூடுதல் பாசம் செலுத்திய பெண் அவள். ஆனால், மற்றவர்கள் பணக்கார வீட்டுப் பெண் என அழைப்பது அவளுக்கு வெறுப்பாக இருக்கும். அந்தப் பெண்ணின் முதல் கல்யாணம் முறிந்தது. இரண்டாம் முறையாகத் திருமணம் செய்து குழந்தை பெற்றபிறகு, அதைப் பராமரிப்பதற்காக அப்பா வாரனிடம் பணம் கேட்டால் கொடுக்கமாட்டார் என நினைத்து முப்பதாயிரம் டாலர் கடனாகக் கேட்டார். அதையும்கூட வாரன் கொடுக்கவில்லை. வங்கியில் கடன் வாங்கிக் கொள்ளுமாறு கூறிவிட்டார். பெர்க்ஷயர் பங்குகளை வாங்கி வைத்து எத்தனையோ பேர் பணக்காரராக ஆகியுள்ளனர். ஆனால், சொந்த மகள் சூசி வெகு காலத்துக்கு முன் அந்தப் பங்குகள் பத்தாயிரம் டாலருக்குக் கீழ் இருந்த போதே விற்றுவிட்டார்.

குட்டி சூசியின் கணவர்மீது பஃபட் தம்பதியினருக்கு அளவு கடந்த மரியாதை இருந்தது. அதனால், அவரை அழைத்து சூசன்-பஃபட் ஃபவுண்டேஷன் என்ற பெயரில் வாரன் நடத்தும் அறக்கட்டளையை நிர்வகிக்கும் பொறுப்பை, அதில் சம்பளம் வாங்கும் ஊழியராக - அளித்தனர். அதன் காரணமாக மகளும் மருமகனும் ஒமாஹாவில் குடியேறினார்கள். இன்னமும் அதே ஊரில் வசிக்கிறார்கள். மகள் தனக்கு அருகிலேயே குடி வந்தது வாரனுக்கு நெகிழ்ச்சியைக்

கொடுத்தது. குட்டி சூசி தன் குழந்தைகளை வாரன் வீட்டுக்கு அழைத்து வந்து ஆஸ்ட்ரிட்டுடன் விளையாடவிடுவார். இப்படியாக அவரையும் தன் குடும்பத்தில் ஒருவராக ஐக்கியப்படுத்தும் பணியை வெற்றி கரமாகச் செய்தார். வாரன் அடிக்கடி மகள் வீட்டுக்குச் சென்று தரையில் அமர்ந்து குழந்தைகளோடு விளையாடுவார். இயந்திர வாழ்க்கையில் இழந்த சந்தோஷத்தைத் திரும்பப்பெற அது ஓரளவு உதவியது.

மகள் சூசியைப்போல மகன் ஹோவர்ட்டும் சின்ன வயதில், தனக்குக் கிடைத்த பெர்க்ஷயர் பங்குகளை விற்றுவிட்டார். அதில் வந்த பணத்தில் ஒரு தொழில் செய்தார். அது திவாலானவுடன் வேறு ஊர்களில் சென்று வேலை பார்த்தார். மறுபடியும் ஒமாஹாவுக்கு வந்து மறுமணம் செய்து செட்டில் ஆனார். அப்போது பண்ணை வாங்கி விவசாயம் செய்ய ஆசைப் பட்டார். அதற்கு உதவி கேட்ட போது, நல்லவேளையாக வாரன் மறுக்க வில்லை. உடனே நிலத்தை வாங்கி மகனுக்குக் கொடுத்துவிடவில்லை. குத்தகைக்குத்தான் கொடுத்தார். வருகிற லாபத்தில் ஒரு பகுதியை (4 சதவிகிதம்) குத்தகையாகத் திருப்பித் தரவேண்டும் என்பது ஒப்பந்தம். அது தவிர, அரசாங்கத்துக்கு வரி செலுத்தவேண்டும் என்பதும் அவர் விதித்த நிபந்தனை.

தன் நிலத்தில் விளையும் பயிர்களைப் பார்வையிட வருமாறு மகன் தந்தையை அழைப்பார். ஆனால், வாரனோ 'குத்தகைப் பணத்தை அனுப்பிவை. மற்றதைப் பிறகு பார்க்கலாம்' என்பார். ஆறு வருடத்தில் இரண்டே தடவை மட்டும் அந்தப் பண்ணையை வாரன் பார்வையிட்டார். மகனுக்கு விவசாயம் உணர்வோடு கலந்த விஷயமாக இருந்தது. ஆனால், தந்தைக்கோ ஒரு பிசினஸ் உடன்படிக்கை, அவ்வளவுதான்.

ஒமாஹா கவுன்டி கமிஷனர் தேர்தலில் ஹோவர்ட் போட்டியிட்டார். அதன் பிரசாரத்துக்கு வாரன் நிதியுதவி அளிப்பார் என்று பலர் தப்புக் கணக்கு போட்டனர். ஆனால், வாரனோ போஸ்டர் அடிக்கும்போது, பெயரை சின்ன எழுத்தில் (lower case) போடுமாறு ஆலோசனை கூறினார். பணம் இல்லாத பஃபட் என்று மற்றவர்களுக்குப் புரியட்டும் என்பதற்காக அப்படிச் சொன்னார். ஆங்கிலத்தில் பெரிய எழுத்து 'capital' என்று அழைக்கப்படும். பணமும்கூட 'capital' என அழைக்கப்படும். அதனால் அப்படி சிலேடையாகப் பேசினார். இருந்தாலும் மற்றவர் களிடம் திரட்டும் ஒட்டுமொத்த தேர்தல் நிதியில் பத்து சதவிகிதத்தைத் தான் கொடுப்பதாக உறுதியளித்தார். எப்படியோ ஹோவர்ட் ஜெயித்தது தம்பிரான் புண்ணியம். அதன் பிறகு அவர் அரசியல் மற்றும் சமூக வாழ்க்கை நன்றாக உயர்ந்தது.

வாரனுக்குத் தன் குழந்தைகள் மீது அக்கறை இருந்தாலும் அதைப் பெரிதாக வெளிக்காட்ட மாட்டார். ஒருமுறை வாரன் பிறந்த நாளுக்கு

இளைய மகன் பீட்டர் வாழ்த்து அட்டை கொடுத்தார். ஏதோ அலுவலக உதவியாளர் டைப் செய்த காகிதத்தைச் சரிபார்ப்பதுபோல ஒரு பார்வையைச் செலுத்திவிட்டு, மறுபடியும் வேலையைக் கவனிக்கலானார். குறைந்தபட்சம் ஒரு நன்றி, ஒரு பாராட்டு... ம்ஹூம். இத்தனைக்கும் பீட்டர் கடைக்குட்டி.

பெர்க்ஷயர் பங்குகளை விற்றுத் தொலைத்ததில் மற்ற இருவருக்கும் பீட்டர் சளைத்தவரல்ல. ஹோவர்டாவது பிசினஸ் செய்வதற்குப் பணம் தேவைப்பட்டதால் விற்றார். ஆனால், பீட்டர் 24 டிராக் டேப் ரெக்கார்டர் வாங்க முப்பதாயிரம் டாலர் வேண்டும் என்பதால், பங்குகளை விற்றார். இசைமீது கொண்டிருந்த ஆர்வம் காரணமாக மியூசிக் கம்பெனி ஆரம்பித்து தட்டுத் தடுமாறி முன்னேறினார். Dances with Wolves என்ற ஹாலிவுட் படத்துக்கும் இசையமைத்தார். நிறைய இசை ஆல்பம் வெளியிட்டிருக்கிறார்.

பெர்க்ஷயர் பங்குகளை விற்றதற்காக வருந்தினாலும் அது இல்லாமலே தன்னால் வாழ்க்கையில் முன்னேற முடிந்தது என்ற பெருமிதம் பீட்டரிடம் வெளிப்பட்டது. வாரனின் மற்ற இரு குழந்தைகளைப் போலவே பீட்டருக்கும் திருமண வாழ்க்கை கசப்பாக ஆனது. அந்தச் சமயத்தில் வாரன் ஆதரவாக இருந்தார்.

ஒருவர் மீது பாசம் வைத்திருக்கிறோம் என்பதற்காக அவர்கள் பெற அருகதையில்லாத பொருட்களை இலவசமாகக் கொடுத்துத்தான் அவர்களுக்கு நல்லது செய்ய முடியும் என்பதை வாரன் நம்பியதில்லை. அதனால்தான் தான் பெற்ற குழந்தைகள் கஷ்டப்பட்டபோதிலும், அக்கா டோரிஸ் கடனில் மூழ்கியபோதிலும் வாரன் தன் கொள்கையைத் தளர்த்திக்கொள்ளவில்லை.

குடும்ப வாழ்வில் கொஞ்சம் தடுமாற்றம் இருந்தபோதும் வாரனின் குழந்தைகள் மற்ற சராசரி மனிதர்களைப்போல தங்களுக்குப் பிடித்தமான துறையில் மிதமான முன்னேற்றம் கண்டனர். வாரன் பஃபட் என்ற பெரும் பணக்காரரின் வாரிசு என்ற அடையாளமின்றி தங்களுக்கென்று சுயமான முகவரியைத் தேடிக்கொண்டனர் என்பது வாரனுக்குப் பெருமையாக இருந்தது. அப்பா வாயிலிருந்து வந்த அங்கீகாரத்தைத் தங்களுக்குக் கிடைத்த பெரும் கௌரவமாக அவர்களும் ஏற்றுக்கொண்டனர்.

வாரனின் மனைவி சூசன் பஃபட் தனது 72-வது வயதில் 2004-ம் வருடம் மாரடைப்பின் காரணமாக மரணமடைந்தார். அதன்பிறகு இரு ஆண்டுகள் கழித்து வாரன் தன்னுடைய நீண்ட நாள் தோழி ஆஸ்ட்ரிட் மென்க்ஸ் அம்மையாரை 76-வது பிறந்த நாளின்போது திருமணம் புரிந்தார். மகள் குட்டி சூசி இல்லத்தில் அந்த நிகழ்ச்சி எளிமையாக நடந்தது.

14 டாட்-காம் சிக்கல்கள்

1990-களின் கடைசியில் அமெரிக்காவைத் தாக்கியது டாட்-காம் ஜுரம். கம்ப்யூட்டர் மற்றும் இண்டெர்நெட்டின் வளர்ச்சி இந்தப் புதிய ஜுரத்துக்குக் காரணமாக இருந்தது. மசால்வடை தயாரிக்கிறவர்களில் ஆரம்பித்து மந்திரிசபையில் இருப்பவர்கள் வரை டாட்-காம் பற்றியே பேசிக் கொண்டிருந்தனர். நேற்று பெய்த மழையில் துளிர்விட்ட காளான் கம்பெனிகள் எல்லாம் டாட்-காம் என்கிற ஒரு சொல்லைப் பின்னால் போட்டுக்கொண்டு படுபந்தாவாகத் திரிந்து கொண்டிருந்தன. மக்களும் டாட்-காம் என்று சொல்லும் அத்தனை கம்பெனிகளிலும் கண்ணை மூடிக்கொண்டு பணத்தைக் கொட்டிக்கொண்டிருந்தனர். ஆனால், வாரன் மட்டும் அதைச் செய்யவில்லை.

வாரனும் சரி, அவர் தோழர் சார்லியும் சரி, புதிய யோசனைகளை, நவீனமான பொருள்களை, அவற்றைத் தயாரிக்கும் செய்முறைகளின் மாறுபாட்டை, முன்னெப்போதும் இருந்திராத தொழில்நுட்பத்தை வரவேற்கவே செய்தனர். தங்கள் நாட்டின் வாழ்க்கைத்தரம் மேம்படுவதற்கு, கம்ப்யூட்டர் தொழில்நுட்பம் பெரிதும் உதவும் என்பதில் அசைக்க முடியாத நம்பிக்கைக் கொண்டிருந்தனர். ஆனால், முதலீட்டாளர் என்ற வகையில் தங்களுக்குப் புரியாத துறைகளில் கால்பதிக்கத் தயங்கினார்கள்.

இதற்காகப் புதிய தொழில்நுட்பத்தை வாரன் எதிர்த்தார் என்றோ, அதற்கு உரிய வரவேற்பைக் கொடுக்கவில்லை என்றோ சொல்ல முடியாது. எத்தனையோ துறைகளைச் சரியாகக் கணித்த வாரனுக்கு, டாட்-காம் தொழில் துறை நிலையாக இருக்குமா என்கிற சந்தேகம் இருந்தது. நிலையான எதிர்காலம் கொண்ட

'தவிர்க்க இயலாத' கம்பெனிகளுக்குப் பதிலாக, யூகங்களின் அடிப்படையில் நல்ல எதிர்காலம் இருக்குமென்ற எதிர்பார்ப்பைச் சுமக்கும் இந்த ஹைடெக் நிறுவனங்களில் முதலிடுவதில் அவர் உடன்படவில்லை.

என்றாலும், டாட்காம் என்ற பெயரை உடன் சேர்த்துக் கொண்ட நிறுவனங்களுக்கு ஏகோபித்த கிராக்கி ஏற்பட்டது. அதற்கு என்ன விலை வேண்டுமானாலும் தரலாம் என்ற நிலைப்பாட்டை சந்தை எடுத்தது. அந்த நிறுவனங்களில் வருமானம் கூடிய வேகத்தைவிடப் பங்கு விலை ஜெட் வேகத்தில் ஏறியது. டெக்னாலஜி நிறுவனங்களைச் சுற்றி புதிய பரஸ்பர நிதித் திட்டங்கள் பிறந்தன. ஆண்டுக்கு ஒரு டாலர் சம்பாதிக்கும் நிறுவனத்தின் பங்குகளை வாங்க 15 அல்லது 20 டாலருக்கு மேல் செலவழிக்க விரும்பாதவர்கள், இண்டர்நெட் கம்பெனிகளுக்கு 100, 200, 1000 மடங்குவரை தர முன்வந்தனர். பங்குச்சந்தைக்குப் பித்தம் தலைக்கேறியது. ஒட்டுமொத்தச் சந்தையும் தறிகெட்டு ஓடியது.

அதனால் புதிதாக முதலீடு செய்வதில் வாரனுக்குச் சிரமம் ஏற்பட்டது. தரமான நிறுவனம் ஏதுவான விலைக்குக் கிடைத்தால் ஒழிய அவர் நெருங்கமாட்டார் என்பது தெரிந்த கதைதானே! 'நாம் ஏற்கெனவே வாங்கி வைத்திருக்கிற நிறுவனங்களைப் பற்றி மகிழ்ச்சியாகவே உள்ளது. ஆனால், புதிதாகப் பணத்தை உள்ளே கொட்டுகிற அளவுக்கு எந்த நிறுவனத்தின்மீதும் நமக்குத் திருப்தி உண்டாகவில்லை' என்றார் வாரன். அதாவது, பங்கு விலைகள் அநியாயத்துக்கு அதிகமாக இருப்பதாக அவர் சொன்னார். அதேசமயம் பங்கு விலை குறையும் என்று பொருள்கொள்ளக்கூடாது என்றும் சொன்னார். மற்றவர்களைப் போல இந்தச் சமயத்தில் முதலீடு செய்வது முட்டாள்தனம். திருவாளர் சந்தை மிகவும் சந்தோஷமான மனநிலையில் உள்ளார் என்பதால் அவர் ஆடி அடங்கும்வரை காத்திருக்க வாரன் நினைத்திருக்கலாம்.

★

1998-ல் பெர்க்ஷயர் நிறுவனம் தன் மூன்று பெரிய முதலீடுகளில் ஒன்றான அமெரிக்கன் எக்ஸ்பிரஸ் கையிருப்பை மட்டும் லேசாக உயர்த்தியது. மற்ற இரண்டிலும் எவ்வித மாற்றமும் செய்யவில்லை. ஆனால், ஏனைய சிறு முதலீடுகளில் பலவற்றை வாரன் விற்றார். அந்தப் பங்குகள் எல்லாம் தொடர்ச்சியாக ஏறிக்கொண்டே போயின. அதனால் லாப இழப்பு ஏற்பட்டது எனலாம். 'மார்க்கெட் திறந்திருக்கும் நேரத்தில் டி.வி. பார்த்துக் கொண்டிருந்தால், இந்தப் பிரச்னை வந்திருக்காது' என்று வழக்கம்போல வாரன் தமாஷ் செய்தார்.

அந்த ஆண்டின் இறுதியில் சுமார் 15 பில்லியன் டாலர் பணம் அல்லது குறுகிய கால வைப்பீடுகள் பெர்க்ஷயர் கம்பெனியில் குவிந்திருந்தன.

பணத்தை அப்படியே வைத்திருப்பதைவிட, முதலீடு செய்வதையே அவர் நாடுவார். ஆனால், சூழ்நிலை அதற்கு இடம் தரவில்லை. தெரியாத நிறுவனத்தின் கையில் அசாத்திய விலைக்கு அந்தப் பணத்தைக் கொட்டுவதைவிட சும்மா இருப்பதே மேல் என்ற தீர்மானத்தில் வாரன் உறுதியாக இருந்தார்.

'நானும் சார்லியும் நம் கையில் உள்ள பணம் எல்லாவற்றையும் உள்ளிழுக்குமாறு அருமையான பெரிய பங்கு முதலீட்டிற்கான தேடலைத் தொடர்ந்தபடியே இருப்போம். இருந்தாலும், அடிவானம் முட்டுகிற தூரம் வரைக்கும் எங்கள் கண்ணுக்கு ஒன்றுமே தென்படவில்லை' என்றார் வாரன். ஆனால், சராசரி அமெரிக்கர்களில் பலர் புதிதாகப் பங்குச் சந்தையை நோக்கிப் பாய்ந்துகொண்டிருந்தனர். வெறும் கையில் முழம் போடும் வேலை வெகு இலகுவாகத் தோன்றியது. பணம் சம்பாதிப்பது அவர்களுக்கு மிக எளிதான விஷயமாக இருந்தது.

இண்டெர்நெட் கம்பெனிகளில் முதலீடு செய்யவில்லையே தவிர, வாரன் இண்டெர்நெட் பயன்பாட்டை உணர்ந்து வைத்திருந்தார். பெர்க்ஷயர் நிறுவனம் www.berkshirehathaway.com என்ற இணையத் தளத்தைத் தொடங்கியது. மற்றவர்களைப் போல அதில் ஜிகினா வேலையெல்லாம் செய்யவில்லை. பங்குதாரர்களுக்குக் கடிதம் அனுப்புவதைவிட, அந்தத் தகவலை கம்பெனி வெப்சைட்டில் போட்டால் தபால் செலவு மிச்சமாகும் என்பதுதான் அவர்கள் நோக்கம். வருடாந்திர முடிவுகள் எப்போதும் போல எல்லோருக்கும் அச்சிட்டு அனுப்பப்பட்டன. ஆனால், காலாண்டு முடிவுகளை இண்டெர் நெட்டில் வாசித்துத் தெரிந்துகொள்ள வேண்டும். கடித வடிவில் வேண்டும் என்று நினைப்பவர்கள், தனியாக வேண்டுகோள் விடுத்தால், அவர்களுக்கு மட்டும் கடிதம் அனுப்பி வைப்பார்கள்.

★

இழுத்துப் பிடித்தால் நிற்காத கன்றுக் குட்டியைப்போல சந்தை நிற்காமல் ஓடியது. புதிய தலைமுறை கம்பெனிகளான டாட்-காம் கம்பெனிகளில் பெர்க்ஷயர் முதலீடுகள் ஒன்றுமே இல்லை. ஆகவே, 1999-ம் ஆண்டு பெர்க்ஷயர் பங்கு முதலீடு வெறும் 0.5 சதவிகிதம் மட்டுமே முன்னேறியது. அந்த வருடம் S&P குறியீடு 21 சதவிகிதம் சீறிப் பாய்ந்தது. ஒப்பீட்டு அளவிலும் தனிப்பட்ட முறையிலும் வாரன் இதுநாள் வரை கண்டிராத மோசமான ரெக்கார்ட் என்று பதிவானது. அவர் வாங்கி வைத்திருந்த நிறுவனங்களின் பங்குகளுக்குச் சந்தையில் வரவேற்பு இல்லை. அதெல்லாம் பழைய தலைமுறைத் தொழில்கள் என மக்கள் நினைத்துக் கொண்டனர். ஆனால், அந்த நிறுவனங்கள்

நல்ல லாபம் ஈட்டின. ஒரே பிரச்னை அந்த லாபத்துக்கு இணையாகப் பங்குவிலை ஏறாதது மட்டுமே.

ஒரே ஒரு வருடம் மோசமான முடிவுகளைத் தந்தாலும் அடுத்து வரும் பத்தாண்டுகளில் குறியீட்டைவிட பெர்க்ஷயர் முதலீடு 'மிதமாக' முந்திக் காட்டுமென்று வாரனும் சார்லியும் நம்பினார்கள். அதைத் தங்களால் உறுதியாகச் சொல்ல முடியாது என்றபோதிலும் அப்படி நடக்கும் என்று உறுதியாக நம்பினார்கள். ஏற்கெனவே பலமுறை குறிப்பிட்டதுபோல, வாரனின் 99 சதவிகித நிகர மதிப்பு பெர்க்ஷயர் பங்குகளில் பொதிந்திருந்தது. வாரனும் சரி, அவர் மனைவி சூசனும் சரி, அதுவரை ஒரு பங்கைக்கூட விற்றதில்லை. மேலும், செலவுக்கு அறவே பணம் இல்லாமல் போனால் ஒழிய, எதிர்காலத்திலும் விற்கப் போவதில்லை என்றார் வாரன்.

வாரன் பஃபட் பங்கு முதலீட்டில் தன் கைப்பக்குவத்தை இழந்து விட்டதாகப் பலர் கருதினர். அதிவேகமாக மாறி வரும் உலகில், வாரன் இன்னமும் பழைமைவாதியாக உள்ளார் என்று பலர் சாடினர். ஆனால், திறமை வட்டம் என ஒன்று உள்ளதல்லவா? முதலைக்குத் தண்ணீரில் பலம், யானைக்குத் தரையில் பலம். அந்த வட்டத்தை உணர்ந்து அதன் எல்லைக்கு வெளியே செல்லாமல் இருப்பது மிகவும் அவசியம். வாரன் அந்த விஷயத்தில் வெகு தெளிவாக இருந்தார். அவருடைய பலமெல்லாம் திறமை வட்டத்தை உணர்ந்து, அதன் எல்லையை நெருங்கும்போது எச்சரிக்கை அடைவதுதான்.

வேகமாக மாறும் தொழில்துறைகளில் செயல்படும் நிறுவனங்களின் நீண்ட கால இருப்பைக் கணிப்பது அவருடைய வட்டத்துக்கு வெளியே இருந்த சங்கதி. 'அப்படிக் கணிக்கும் திறமை மற்றவர்களுக்கு இருந்து, அந்தத் திறமையை தற்போதைய பங்குச் சந்தை நிரூபிக்கிறதாக நினைத்தால் அதைக் கண்டு நாங்கள் பொறாமைப்படவில்லை, பின்பற்ற முயற்சிக்கவுமில்லை. எங்களால் எதைப் புரிந்துகொள்ள முடிகிறதோ அதோடு நிறுத்திக் கொள்கிறோம்' என்றார் வாரன்.

பணத்தைச் சும்மா வைத்திருப்பதற்குப் பதிலாகப் புரிந்து கொள்கிற தொழில்களில் ஏன் முதலீடு செய்யக் கூடாது என்று சிலர் கேட்கலாம். அவர் ஏற்கெனவே முதலீடு செய்திருந்த அருமையான நிறுவனங்களின் பங்கின் விலை அவ்வளவு ஈர்ப்புடையதாக இல்லை. சுருங்கச் சொன்னால், அந்த நிறுவனங்களின் பங்குகளைவிட, பிசினஸ் எங்களுக்கு சௌகர்யமாக உள்ளதென்று தெரிவித்தார். அதனால்தான் அவற்றில் கூடுதல் முதலீடு செய்யாமல் தள்ளிப் போட்டார். சந்தேகத்துக்குரிய பிசினஸ் சௌகரியமான விலையிலும், சௌகரிய மான பிசினஸ் சந்தேகத்துக்குரிய விலையிலும் வாய்க்கும்போது,

அவற்றில் ஒன்றைத் தேர்ந்தெடுத்தே ஆக வேண்டுமென்று யாராவது சொன்னால் இரண்டாவது சாய்ஸ் அவருக்கு ஏதுவாக இருக்கும். ஆனால், அவர் சௌகரியமான பிசினஸ், சௌகரியமான விலைக்கு வரும்வரை காத்திருக்கத் தயாராக இருந்தார். 'என்றாவது ஒருநாள் பெர்க்ஷயர் தன் கையிலுள்ள பெரும் தொகையை பங்குச்சந்தையில் பாய்ச்சும் வாய்ப்பு உருவாகும். அதில் எங்களுக்கு நம்பிக்கை இருக்கிறது' என்று தன் சக பங்குதாரர்களுக்கு எழுதினார்.

பறப்பதைவிட கையில் இருப்பது மேல். 2000-வது ஆண்டு பங்குதாரர் கடிதத்தில் ஈசாப் நீதிக்கதையிலிருந்து மேற்கோள் காட்டினார் வாரன்: 'கையில் உள்ள ஒரு பறவை, புதருக்குள் இருக்கும் இரு பறவையைக் காட்டிலும் உசத்தி.'

1999-ம் வருடம் Webber&Gallup என்ற நிறுவனம் ஒரு கருத்துக்கணிப்பு நடத்தியது. அதன்படி, அமெரிக்காவில் உள்ள முதலீட்டாளர்கள் அடுத்த பத்தாண்டுகளுக்குப் பங்கு முதலீட்டில் 19 சதவிகிதம் சராசரி வளர்ச்சியை எதிர்பார்த்தனர். அது அளவுக்கு மீறிய முறையற்ற ஆசை என்று வாரன் எச்சரித்தார். பத்தாண்டுகளுக்குப் பிறகு (2009-ல்) அந்த எதிர்பார்ப்பைப் பூர்த்தி செய்யத் தேவையான பறவைகள் அமெரிக்கப் புதருக்குள் இருக்காது என்றார்.

கம்பெனி சம்பாதிக்கும் லாபத்தைவிட, அதன் பங்கு விலை உயர்ந்தால் போதும் என்ற பாமரத்தனமான எண்ணம் அனைவரையும் ஆட்டிப் படைத்தது. டெக்னாலஜி பார்ட்டி வெகு ஜோராக நடந்தது. அதற்குச் சென்றவர்கள் கொஞ்சம் குடித்தோமா, வீடு போய்ச் சேர்ந்தோமா என்றில்லாமல் விடியவிடியக் குடித்துக் கூத்தடித்தார்கள். டெக் கம்பெனி வியாபாரிகள் சொக்க வைக்கும் வார்த்தைகளை அள்ளிவிட்டு முதலீட்டாளர்களை வசீகரித்தனர். பங்கு விலைகள் கணிசமாக உயர்ந்தன. டெக்னாலஜி குமிழ் வீங்கிக் கொண்டே போனது.

கடைசியாக 2000-வது வருடம் இளவேனில் காலத்தில் டெக் குமிழ் தன் உச்சத்தை எட்டியது. மார்ச் 10, 2000 அன்று NASDAQ வாழ்நாளின் அதிகபட்ச இலக்கை அடைந்தது. அதே நாளன்று பெர்க்ஷயர் பங்குகள் 1997-ம் ஆண்டுக்குப் பிறகு மிகக் குறைவான விலையைத் தொட்டன. அது வரைக்கும் ஊதி வந்த டெக் பலூன், அன்று உடைந்தது. அந்த ஆண்டு S&P குறியீடு 9.1 சதவிகிதம் வீழ்ந்தது. பெர்க்ஷயர் முதலீடுகளோ 6.5 சதவிகிதம் உயர்ந்தன.

சந்தை இரண்டு வருடம் தொடர்ச்சியாகச் சரிந்தது. ஒட்டுமொத்தச் சந்தையைவிட, டெக்னாலஜி பங்குகள் வேகமாக வீழ்ந்தன. வீழ்ந்த வற்றில் பல மீளவே இல்லை.

டாட்-காம் குமிழ் உடைவில், எல்லோரும் விரலைச் சுட்டுக் கொண்டனர். அவர்களில் பெரும்பாலானவர்கள் நடுத்தர வர்க்கத்தைச் சேர்ந்த நடுத்தர வயதுக்காரர்கள். பங்கு முதலீடு பற்றிய படிப்பினை இல்லாமல் உள்ளே வந்தவர்கள். அதற்கு ஒரு வகையில் அரசாங்கமும் பொறுப்பு என்று சிலர் கருதினார்கள். நல்ல, நிலையான வேலை இருந்தால் போதும் என நினைத்தவர்களைக் கட்டாயமாகப் பங்குகளில் முதலிடச் செய்த அரசாங்கம், முதலீட்டாளர்களுக்குத் தேவையான அறிவை ஊட்டத் தவறியதாக ஓர் எண்ணம் உண்டு.

இரண்டாம் உலகப் போருக்குப்பிறகு, வியட்நாம் போருக்கு முன்னான காலம் அமெரிக்கப் பொருளாதார வரலாற்றில் மிக முக்கியமான கட்டம். பொருளாதாரம் மிக வேகமாக வளர்ந்தது. வாய்ப்புகள் ஏராளமாகப் பெருகின. மக்கள் தொகை நன்றாகப் பெருகியது. நிறையக் குழந்தைகள் இந்த கால இடைவெளியில் *(1946-1964)* பிறந்தனர். அந்தக் காரணத்தினால் இந்தத் தலைமுறையினரை baby boomers என்று அழைப்பார்கள்.

அதற்கு முந்தைய தலைமுறையினர் கண்டிராத சில மாற்றங்கள் இவர்கள் காலத்தில் புகுத்தப்பட்டன. மாதச் சம்பளத்தில் இருந்து கொஞ்சம் தொகையைப் பிடித்து வைத்து ஓய்வு பெறும்போது மொத்த மாகப் பெற்றுக் கொள்ளும் திட்டம் அவர்களுக்கு முந்தைய தலை முறையில் முறையாக நடந்தது. நிறுவனமே அந்தத் தொகையைப் பராமரித்து (அரசுப் பத்திரங்களில் அல்லது வைப்பீட்டுத் திட்டங்களில் போட்டு) குறிப்பிட்ட வட்டி விகிதத்தில் வளர்த்துக் கொடுத்தது. ஆனால், பேபி பூமர் தலைமுறையினருக்கு இது கிடையாது.

கம்பெனி முதலாளிகள் மட்டும் கொழுத்த லாபம் சம்பாதிக்கிறார்கள், தொழிலாளிகளுக்கு ஒன்றுமே கிடைப்பதில்லை என்ற நல்லெண்ணம் காரணமாக, ஊழியர்களும் முதலாளிகளைப் போலவே கம்பெனியின் அமோக வளர்ச்சியை, லாபத்தைச் சுவைக்கும் வகையில் மாற்றங்களை ஏற்படுத்தினார்கள். 401K என்ற பெயரில் புதிய திட்டம் பிறந்தது. இந்தத் திட்டம் பங்குகளில் முதலீடு செய்யும். பெரும்பாலும் எந்த கம்பெனியில் வேலை செய்கிறார்களோ, அந்த கம்பெனியின் பங்கு களையே 401K திட்டங்கள் வாங்கின. மற்ற கம்பெனிகளின் பங்குகளிலும் முதலீடு செய்வதுண்டு.

அடிப்படையில் பங்குகளைக் கண்டால் காத தூரம் ஓடுகிற மனநிலை பேபி பூமர் தலைமுறையினருக்கு இருந்தது. ஆனாலும் தம்மையும் அறியாமல் தங்கள் பணத்தை 401K திட்டம் மூலமாகப் பங்குச்சந்தையில் செலுத்திக்கொண்டே இருந்தனர். சம்பளத்தில் இருந்து ஒரு பகுதியை கம்பெனி பிடித்துக் கொள்ளும். அந்தப் பணத்தை கம்பெனியே

நிர்வகிக்கும் அல்லது வெளி நிர்வாகியிடம் ஒப்படைத்து நிர்வகிக்கச் சொல்லும். இப்படியாக மாதாமாதம் குறிப்பிட்ட அளவு பணம் தொடர்ச்சியாகப் பங்குச்சந்தைக்குள் வந்தபடியே இருந்தது.

அதைவிட முக்கியமாக இந்தத் தலைமுறையினர் பெரும்பாலும் வேலைக்குச் சென்றார்கள், சம்பாதித்தார்கள், நிறைய செலவு செய்தார்கள். வீடு, கார் எல்லாம் வாங்கினார்கள். எழுபதுகளில் வேலைக்குச் செல்ல ஆரம்பித்த இந்தத் தலைமுறை, அந்தச் சமயத்தில் வீடுகள் வாங்கிக் குவித்து நாட்டில் பணவீக்கம் கூடுவதற்கு வழி வகுத்தது. அதைக் கட்டுப்படுத்துவதற்காக அரசாங்கம் வட்டி விகிதத்தை 20 சதவிகிதம் வரை உயர்த்த வேண்டி வந்தது. ஆயினும் பொருள்களை வாங்கிக் குவிக்கும் கன்ஸ்யூமர் பொருளாதாரம் வேகமாக நடை போட்டது. பொருள்களுக்கான தேவை உற்பத்தி கூடுவதற்கு மூலகாரணமாக அமைந்து பல புதுமைகளை உண்டாக்கி உலக அரங்கில் தனிப்பெரும் வல்லரசாக அமெரிக்கா தன்னை உறுதி செய்துகொண்டது.

காலப் போக்கில் செலவு செய்வது ஒரு வியாதிபோல அந்த நாடு முழுவதும் பரவியது. கிரெடிட் கார்ட், லோன், மார்ட்கேஜ் என்பன அமெரிக்காவின் ரத்த ஓட்டமாக மாறிவிட்டன. உள்நாட்டில் உற்பத்தி செய்து வெளிநாடுகளுக்கு ஏற்றுமதி செய்யும் பொருள்களைவிட, இறக்குமதி ஆகும் பொருள்களின் மதிப்பு கூடியது. இதனால் வர்த்தகச் சமன்பாட்டில் ஒரு துண்டு (துண்டு பட்ஜெட் மாதிரி இது துண்டு வியாபாரம் - trade deficit) விழுந்தது.

காங்கிரஸ் பிரதிநிதிகள் இந்தத் துண்டு ஏற்படுத்தப் போகிற பாதிப்புகள் குறித்து 2000 நவம்பரில் சமர்ப்பித்த 318 பக்க அறிக்கை தூசு படிந்து கிடந்தது. (வாரனின் 2004 பங்குதாரர் கடிதத்தின்படி.)

ஒரு தேசம் தான் ஏற்றுமதி செய்வதைக் காட்டிலும் கூடுதலாக இறக்குமதி செய்துகொண்டே போனால், காலப் போக்கில் அதன் கரன்சி/நாணயம் வலுவிழக்கும். அமெரிக்க டாலருக்கு அந்த நிலை வரும் என்று வாரன் கணித்தார். 2002 வரை கரன்சி டிரேடிங் பக்கமே போகாத வாரன் உள்ளே நுழைந்தார். 2004-ம் ஆண்டு இறுதியில் பெர்க்ஷயர் 21.4 பில்லியன் டாலர் மதிப்புள்ள (12 நாடுகளின்) நாணய ஒப்பந்தங்களை வைத்திருந்தது. வாரன் தன் பங்குதாரர்களுக்கு இவ்வாறு எழுதினார்:

'நம் நாட்டின் வர்த்தகக் கொள்கைகள் ஏற்கெனவே டாலரின் மதிப்பை வெகுவாகக் குறைத்துவிட்டன. இருந்தாலும் அது தொடர்வதற்கான சாத்தியத்தை ஒதுக்கிவிட இயலாது. வர்த்தகக் கொள்கையை

உடனடியாக மாற்றி அமைக்காவிட்டால், கரன்சி சந்தை முறையில்லாமல் போகும். அதன் எச்சம் அரசியல், நிதித் துறைகளில் எதிரொலிக்கும். சரியான நேரத்தில் கவனித்தால் ஓரளவு அதைச் சரி செய்துவிடலாம். 1999-ம் வருடம் காங்கிரஸ் ஆய்வுக் குழு அறிக்கைக்கு உத்தரவிட்டபோது, 263 பில்லியன் டாலராக இருந்த trade deficit 2004-ம் வருடம் 618 பில்லியன் டாலராக விஸ்வரூபம் எடுத்தது.

மற்ற நாடுகளோடு பொருள்களைக் கொடுத்து வாங்கும் சர்வதேச வர்த்தகம், நம் நாட்டுக்குப் பெரும் நன்மை கொடுக்கிறது என்பதில் எனக்கும் சார்லிக்கும் மாற்றுக் கருத்து அறவே கிடையாது. சென்ற வருடம் (2001) மட்டும் 1.15 டிரில்லியன் டாலர் (1 டிரில்லியன் என்பது 1 லட்சம் கோடி. அதை இந்திய ரூபாயில் கணக்குப் போட 1.15 X 41 லட்சம் கோடி என்று பெருக்கிக் கொள்ளுங்கள்) சர்வதேச வர்த்தகம் நடந்திருக்கிறது. இதில் நம் நாடு விற்ற பொருள்களைவிட, 618 பில்லியன் டாலர் மதிப்புள்ள பொருள்களைக் கூடுதலாக வாங்கியுள்ளோம்.

ஒரு தேசம் தன்னுடைய தேவையைவிடக் கூடுதலான பொருள்களை உற்பத்திசெய்து, வெளிநாடுகளுக்கு அனுப்பினால் நல்லது. அதன் மூலமாக மற்ற நாடுகளின் நாணயம் பெருமளவில் கையில் கிடைக்கும். அதை வைத்து அந்த நாடுகளில் வேண்டிய பொருளை நினைத்தபோது வாங்கிக் கொள்ளலாம் அல்லது சொத்துகளை வாங்கி முதலீடு செய்யலாம். இரண்டாம் உலகப் போருக்குப்பின் 1970-கள் வரை மற்ற நாடுகளுக்குக் கூடுதல் பொருள்களை சப்ளை செய்து கொண்டு, மற்ற நாடுகளின் உடமைகளை வாங்கி வைத்தது அமெரிக்கா.

அமெரிக்கா மற்ற நாடுகளில் வாங்கி வைத்த சொத்துக்களுக்கும், மற்ற நாட்டவர் அமெரிக்காவில் வாங்கியவற்றுக்குமான வித்தியாசம் 1950-ம் வருடம் 37 பில்லியன் டாலரிலிருந்து 1970-ம் ஆண்டு 68 பில்லியன் டாலராக உயர்ந்தது.

என்றாலும், பேபி பூமர் தலைமுறை வளர்ந்து சம்பாதிக்க ஆரம்பித்தவுடன் நிலைமை படிப்படியாக மாறியது. 1970-களில் நிலைமை மாறியது. வர்த்தகத் துண்டு விழுந்தது. ஆரம்பத்தில் இது மொத்த உள்நாட்டு உற்பத்தியில் ஒரு சதவிகிதம் மட்டுமே. அதானால் யாரும் பெரிதாகக் கண்டுகொள்ளவில்லை. வெளிநாட்டு முதலீடுகள் தந்த வருமானம் இந்தத் தொய்வை ஈடுசெய்தது. சொல்லப் போனால் அந்த முதலீடுகள் காலப்போக்கில் தாமாகவே வளர்ந்தன. கூடுதலான பணத்தை வெளிநாடுகளுக்கு அனுப்பி புதிதாகச் சொத்து வாங்காவிட்டாலும், ஏற்கெனவே செய்திருந்த முதலீடுகளின் மதிப்பு பெருகியது. 1980-ன் போது, வெளிநாடுகளில் அமெரிக்கா 360 பில்லியன் டாலர் நிகரச் சொத்துக்குச் சொந்தக்காரராக இருந்தது.

ஆனால், ஏற்றுமதி-இறக்குமதிச் சமன்பாட்டில் ஏற்பட்ட துண்டு காரணமாக, காலப்போக்கில் வெளிநாடுகளில் அமெரிக்கா செய்திருந்த முதலீடுகளைவிட வெளிநாட்டினர் அமெரிக்காவில் வாங்கிச் சேர்த்த சொத்து கூடியது. 2002-ன்போது இந்த வித்தியாசம் 2.5 டிரில்லியன் டாலர் ஆகிவிட்டது.

வர்த்தகச் சமன்பாட்டின் துண்டு இதே வேகத்தில் போனால், ஆண்டுக்கு 500 பில்லியன் டாலர் என்ற கணக்கில் அமெரிக்கச் சொத்துக்களை மற்றவர்களுக்குத் தர வேண்டியிருக்கும். (2005 ஆம் வருடம் இது 804.9 பில்லியன் டாலரை எட்டியது. அந்தச் சமயத்தில் இந்தியாவின் மொத்த உள்நாட்டு உற்பத்தியே இந்த அளவுதான். 2006-ல் அமெரிக்க trade deficit 760 பில்லியன் டாலர்.) அமெரிக்காவை ஒவ்வொரு வருடமும் ஒரு சதவிகிதம் வெளிநாட்டில் விற்பதாக அதற்கு அர்த்தம். அந்நிய முதலீடுகள் வளர்ந்தால் அமெரிக்க நிறுவனங்கள் சம்பாதிக்கும் வரு மானத்தை வெளிநாட்டு முதலாளிகளுக்கும் கொடுக்கவேண்டும்.

இப்படி அந்நிய முதலாளிகள் அமெரிக்காவின் ஒரு பகுதிக்கு உரிமை கொண்டாட ஆரம்பித்தால், வருங்காலச் சந்ததியினர் சம்பாதிக்கும் பணத்தைப் பங்கு போட்டுக் கொடுக்க வேண்டும். 'அப்பன்காரன் வாங்கிய கடனை வட்டியோடு சேர்த்துக் கட்டுவதற்கு மகன் காலம் முழுவதும் உழைக்க வேண்டும்.'

எப்போதுமே அமைதியாகத் தன் வேலையைப் பார்க்கும் வாரன், மேற்சொன்ன கருத்துக்களை முடிந்தவரை உரக்கச் சொன்னார்.

சரி, எதிர்காலத்தில் இந்தப் பிரச்னை குறையுமா என்று வாரனிடம் கேட்டால், அவர் சொல்லும் பதில் இல்லை என்பதே. காரணம், ஏழரைக் கோடி பேபி பூமர் தலைமுறையினர் வேலையில் இருந்து ஓய்வு பெறும் காலம் வெகு தொலைவில் இல்லை. வேலைக்குச் செல்கிற மக்களின் எண்ணிக்கையைவிட, வயதானவர்கள் அதிகமாகிவிடு வார்கள். மருத்துவச் செலவுகள் அதிகரிக்கும். தங்கள் ஓய்வுக்காலச் சேமிப்பாக இட்டு வைத்திருந்த 401K திட்டத்தில் இருந்து பணத்தை வெளியே எடுப்பார்கள். இத்தனை காலம் நிலையாகப் பங்குச் சந்தையை நோக்கி உள்ளே பாய்ந்து வந்த நீரோட்டம் நின்றுபோவ தோடு, ஏற்கெனவே உள்ள பணமும் உறிஞ்சப்படும். அப்போது அமெரிக்க டாலரின் மதிப்பு இன்னும் குறைய ஆரம்பிக்கும். வெளிநாட்டு கம்பெனிகள் அமெரிக்க வாடிக்கையாளர்களுக்கு டாலரில் பில் செய்வதற்குப் பதிலாக, யூரோ கரன்சியில் வசூலிக்கும் நாளும் வரலாம்.

எது எப்படியோ முதலீடுகளை அமெரிக்க நிறுவனங்களில் மட்டும் நிறுத்திக் கொள்ளாமல் வலுவிழக்கும் டாலரின் பாதிப்பைச் சரி

செய்யும் விதமாக வெவ்வேறு கரன்சியிலும் போடும் அளவுக்கு வாரன் வந்ததே தவிர்க்க முடியாத உலகப் பொருளாதாரச் சூழலின் நிதர்சனத்தை விளக்குகிறது. அதே போல வாரன் முதல்முறையாக வெளிநாடுகளில் உள்ள கம்பெனிகளின் பங்குகளை வாங்கத் தொடங்கினார்.

பெர்க்ஷயர் நிறுவனம் 2003-ம் வருடம் 500 மில்லியன் டாலர் தொகையை பெட்ரோ-சைனா கம்பெனியில் முதலீடு செய்தது. அந்த கம்பெனியில் 90 சதவிகிதம் பங்குகளை சீன அரசாங்கம் வைத்துள்ளது. மீதி 10 சதவிகிதம் வாரனிடம். பெட்ரோ-சைனா நிறுவனம் உலகத்தின் நான்காவது மிக லாபகரமான எண்ணெய் நிறுவனமாகும். ஆனால், மேலை நாட்டு எண்ணெய் நிறுவனங்கள் விற்கும் விலையில் மூன்றில் ஒரு பங்கு மதிப்பீட்டில் சீனத்து கம்பெனியை மலிவாக வாங்கினார். 2006-ம் வருடம் ISCAR என்ற இஸ்ரேல் கம்பெனியை வாரன் 2 பில்லியன் டாலருக்கு வாங்கினார். இப்படியாக அந்நிய முதலீடு வாரனுக்குத் தவிர்க்க முடியாததாகிவிட்டது.

15 மீன்கள் வேண்டாம் திமிங்கலம் போதும்

பெர்க்ஷயர் கம்பெனி வாரன் ஆளுகையின் கீழ் அளவு கடந்து வளர்ந்தது. கீழே உள்ள அட்டவணை அதை விவரிக்கிறது. 'முதலீடு' என்பது பெர்க்ஷயர் நிறுவனம் மற்ற கம்பெனிகளில் முதலீடு செய்துள்ள தொகையைக் குறிக்கிறது. 'லாபம்' என்ற பகுதி, முதலீடு செய்யப்பட்ட அந்த கம்பெனிகள் டிவிடெண்ட் கொடுப்பதைச் சேகரிப்பதாலும், இன்ஷூரன்ஸ் பிரிவுகளின் உபரித்தொகை வந்து குவிவதையும் குறிக்கிறது.

இந்த அட்டவணையின் இரண்டு பகுதிகளையும் பெருக்குவதே நோக்கம் என்று வாரன் குறிப்பிட்டார். ஆனால், அவற்றில் ஏதாவது ஒன்றுதான் சாத்தியம். இதைக் கிளுகிளுப்பான ஒரு ஜோக் மூலம் வாரன் விளக்கினார்.

'ஒரு வயதான தம்பதியினர் தங்களுடைய ஐம்பதாவது திருமண நாளைக் கொண்டாடினார்கள். சிறப்பு டின்னரின்போது மெல்லிசையும் ஒயின் பானமும், மென்மையான மெழுகுவர்த்தி ஒளியும் ஒன்றுசேர்ந்து மனைவிக்கு 'மூட்' வந்துவிட்டது.

அவர் தன் கணவனை 'மாமா, மாடிக்கு வாங்க!' என்று அழைத்தார். கண நேரத்தில் புரிந்துகொண்ட கணவர், ஒரு நிமிடம் தயங்கியபடி சொன்னார்: 'நீ சொன்ன இரண்டில் எதாவது ஒன்றைத்தான் என்னால் செய்ய முடியும். இரண்டு காரியத்தையும் செய்யும் அளவுக்கு என் உடம்பில் வலுவில்லை.'

அட்டவணையில் இரண்டு எண்களையும் பெருக்குவதற்கு நானும் சார்லியும் முயற்சிப்போம் என்ற வாரன், அதே நேரத்தில் அதைச் செய்வதற்கான சாத்தியங்கள் குறைவு என்றார்.

பெர்க்ஷயர் பணத்தில் மிதக்கிறது. இன்ஷூரன்ஸ் பிரிவுகளும் முதலீடு செய்த ஏனைய நிறுவனங்களும் கொண்டு வந்து

கொட்டும் லாபத்தை என்ன செய்வதென்று தெரியாமல் தானும் சார்லியும் விழிபிதுங்குவதாக சொன்னார். அந்தப் பணத்தை எல்லாம் முழுங்க வேண்டிய 'யானை' மாதிரி நிறுவனங்களைத் தேர்ந்தெடுக்க வேண்டுமே தவிர, சிறுசிறு 'எலிக்குட்டி' முதலீடுகளைக் கவனிக்கக் கூடாது என்றார் வாரன்.

அது மாதிரியான எலி முதலீடுகளை எப்படிக் கண்டுகொள்ளாமல் விடுவது எப்படி என்கிறீர்களா? அதையும் ஒரு கதை சொல்லிப் புரியவைத்தார் வாரன்.

'ஒரு வணிக வளாகத்தில் வயதான மனிதர் ஒருவர் இளைஞன்மீது மோதிவிட்டார். தன் மனைவியைத் தொலைத்துவிட்டு அவளைத் தேடிய மும்முரத்தில் கவனிக்காமல் இடித்துவிட்டதாகச் சொல்லி அதற்காக மன்னிப்புக் கேட்டார் அந்த வயதானவர்.

இளைஞனும் தன்னுடைய மனைவியைத் தொலைத்திருந்தான். இரண்டுபேரும் சேர்ந்து இரு பெண்களையும் ஒன்றாகத் தேடலாமென்று யோசனை கூறினான். அதற்குப் பெரியவர் ஒப்புக்கொண்டார். இளைஞனின் மனைவி எப்படி இருப்பாள் என்று கேட்டார்.

'அசத்தலாக இருப்பாள். மென்மையான வெள்ளைக் கேசம் படைத்தவள். பிஷப்கூட அவளுடைய மேனி வனப்பைக் கண்டு ஆடிப்போய்விடுவார். அவள் இறுக்கமான வெள்ளை ஷார்ட்ஸ் அணிந்திருப்பாள்' என்று அந்த இளைஞன் சொல்லிக் கொண்டே போனான். பிறகு 'உங்கள் மனைவியைப் பற்றிச் சொல்லுங்கள்' என்று கேட்டான் இளைஞன்.

பெரியவர் ஒரு நிமிடம்கூட தாமதிக்காமல், 'அவளை நினைவூட்டாதே. உன் மனைவியைத் தேடுவோம், வா!' என்றாராம்.'

அதுபோல குட்டி முதலீடுகளை எல்லாம் நழுவ விட்டு பெரிய திமிங்கலத்தைப் பிடிக்க வேண்டிய கட்டாயம் பெர்க்ஷயர் மேல் மட்டத்துக்கு உள்ளது. அதிகப் பணம் கையில் இருப்பதால் உருவாகும் பிரச்னை இது.

எப்போது ஓய்வு பெறுவீர்கள் என்று வாரனிடம் கேட்டால், 'நான் செத்து 5 அல்லது 10 வருடம் கழித்துப் பார்க்கலாம்' என்று சொல்வாரே ஒழிய, தனக்குப் பிறகு யார் என்று தெரிவிக்க மறுப்பதைப் பழக்கமாகவே வைத்திருக்கிறார்.

மேலும் பெர்க்ஷயருக்குக் கீழே இருந்த நிறுவனங்களை திறமையான நிர்வாகிகள் வழி நடத்துகின்றனர். நம்பிக்கையான ஆட்கள் பிசினஸைக் கவனிக்கிறார்கள், அதனால் எப்போதுமே நிம்மதியாக ஒரு குட்டி மதியத் தூக்கம் போடமுடிகிறது என்று அடிக்கடி வாரன் சொல்லுவார். எனவே,

வாரன் இருந்தாலும் இல்லாவிட்டாலும் பெர்க்ஷயரின் செயல்பாடு பாதிக்கப்படாது என்ற நம்பிக்கை அவருக்கு உண்டு.

அவருக்கும் வயதாகிறது. அதன் பிறகு கம்பெனியை யார் வழி நடத்தப் போகிறார்கள் என்ற குழப்பம் கிட்டத்தட்ட எல்லாப் பங்குதாரர் களுக்கும் உண்டு. ஒரு குறிப்பிட்ட வருடம்மட்டும் மற்றவர்களைவிடக் கூடுதல் லாபம் ஈட்டுகிறவர்களுக்கு அதிர்ஷ்ட தேவதை துணையாக நின்றாள் என்று கூறலாம். ஆனால், ஒரு மனிதன் நாற்பது ஆண்டுக்கும் மேலாக அந்தச் சாதனையை இடைவிடாமல் நிகழ்த்திக் காட்டினார் என்றால் அந்தப் பொறுப்பை அவருக்குப் பிறகு ஏற்று நடத்தப் போகிறவர்மீது எண்ணற்ற எதிர்பார்ப்புகள் சுமத்தப்படும்.

பல ஆண்டுகளுக்கு முன்னர் வாரனுக்கு அடுத்தபடியாக சார்லி மங்கர் என்று பேசிக்கொண்டனர். ஆனால், வருடங்கள் ஓடியதில் வாரனுக்கு வயதானபோது, மங்கருக்கும் வயது கூடிய உண்மை புலப்பட்டது. மங்கர் வாரனை விட ஆறேழு வயது பெரியவர்.

சில வருடம் கழித்து பெர்க்ஷயரின் முதலீடுகளை தடையின்றி முன்னெடுத்துச் செல்லும் திறமை லூ சிம்சனுக்கு (Lou Simpson) இருப்பதாகக் கருதினார்கள். பெர்க்ஷயர் சார்பில் வாரன் முதலீடு செய்வதைப்போல, அதன் கிளை நிறுவனமான கெய்கோ இன்ஷூரன்ஸ் கம்பெனி தன்னிடம் உள்ள உபரிப் பணத்தை முதலிடுவது வழக்கம். அந்த வேலையை சிம்சன் சரியாகவே செய்து வந்தார். சில நேரங்களில் வாரனைவிடச் சிறப்பாகச் செயல்பட்டதாக ஆண்டறிக்கை சொன்னது.

ஆனால், அவர் வாரனை விட ஆறு வயது மட்டுமே இளையவர். ஒருவேளை பஃபட் உடனடியாக இறக்க நேர்ந்தால், சிம்சன் சில வருடங்களுக்கு அந்த இடத்தை இட்டு நிரப்பலாம். ஆனால், நீண்ட கால அடிப்படையில் நல்ல தலைவனை கம்பெனி நாடி நிற்பதாக வாரனே ஒப்புக்கொண்டிருக்கிறார்.

இந்த விஷயம் பெர்க்ஷயர் போர்ட் மீட்டிங்கில் விவாதிக்கப்பட்டது. அதில் ஒரு திட்டம் தீட்டினார்கள். அந்தத் திட்டத்தை சார்லி மற்றும் சிம்சன் உதவியோடு வாரன் நிறைவேற்றுவார். அதன்படி பெர்க்ஷயரின் மிகப் பெரிய முதலீட்டு போர்ட்ஃபோலியோவை நிர்வகிக்கும் பொறுப்பை ஏற்று நடத்தப்போகும் 'சீஃப் இன்வெஸ்ட்மென்ட் ஆபீஸர்' பொறுப்புக்கு ஆளைத் தேர்ந்தெடுப்பார்கள். அதைப் பற்றி 2006-ம் ஆண்டு பங்குதாரர் கடிதத்தில் கீழ்க்கண்டவாறு வாரன் குறிப்பிடுகிறார்.

'பொருத்தமான நபரை அல்லது நபர்களைத் தேர்ந்தெடுப்பது அவ்வளவு இலகுவான காரியமல்ல. ஆனால், புத்திக்கூர்மை மிகுந்தவர் களை, அவர்களில் சிறப்பான முதலீட்டு ரெக்கார்ட் கொண்டவர்களைச்

சுலபமாக அடையாளம் காணலாம். எனினும், மூளை மற்றும் சமீப காலத்தில் எட்டிய சிறப்பான சாதனை ஆகியவை மாத்திரம் நீண்ட கால வெற்றியை உறுதி செய்துவிடாது. கால ஓட்டத்தில் சந்தையானது அவ்வப்போது அசாதாரணமான நிகழ்வுகளை, சிலசமயம் விசித்திர மானவற்றைச் செய்து காட்டும். அப்போது இழைக்கும் ஒரு பெரிய தவறு அத்தனை நாள் பட்ட பாடு எல்லாற்றையும் துப்புரவாகத் துடைத்து எறிந்துவிடும். எனவே, பெருத்த ரிஸ்க்களை இனங்கண்டு அவற்றைத் தவிர்க்கும் நுட்பம் மரபியல் ரீதியாக புரோகிராம் செய்யப் பட்ட ஒரு நபரைத் தேடிக் கண்டுபிடிக்கவேண்டும். இந்த 'ரிஸ்க்' இதுவரை நிகழாத ஒன்றாகக்கூட இருக்கலாம்.

மன உறுதி முக்கியமானது. சுயேச்சையான சிந்தனை, உணர்ச்சியில் ஸ்திரத்தன்மை, தனி மனித மற்றும் சமுதாய நடவடிக்கைப் பற்றி விளங்கிக் கொள்வதில் தீராத வேட்கை ஆகியன நீண்ட கால முதலீட்டின் வெற்றிக்கு இன்றியமையாத காரணிகள். எண்ணற்ற புத்திசாலிகளை நான் கடந்து வந்திருக்கிறேன். அவர்களில் பலருக்கு இந்தத் தன்மைகள் இல்லை.'

அதைவிட முக்கியமான பிரச்னையாக வாரன் கருதுகிற விஷயம் மற்றொன்று உண்டு. மேலே சொன்ன மாதிரி ஒரு நபரை அடையாளம் கண்டு நியமித்தாலும்கூட அவரைத் தக்க வைத்துக் கொள்வது பிரச்னையாக அமையக்கூடும். வெளியே நிறைய சம்பாதிக்கக்கூடிய வாய்ப்புகள் வந்தாலும் அவற்றையெல்லாம் உதறிவிட்டு வாரன் ஆற்றிய பணியை உள்ளன்போடு தொடர்ந்து மேற்கொள்ளும் நபராக இருக்க வேண்டும்.

ஆனால், அதுபோன்ற மூன்று நபர்களை ஏற்கெனவே கண்டறிந்து விட்டதாகவும், வாரனால் முடியவில்லை எனும் பட்சத்தில் அந்த மூவரில் ஒருவர் பொறுப்பேற்பார் என்றும் மீடியாவில் செய்திகள் வெளியாயின. அந்த ஒருவர் யார் என்பதை வாரன் மட்டுமல்ல, பெர்க்ஷயர் போர்ட் டைரக்டர்கள் ஒருவர்கூட வெளியே சொல்லவில்லை. ஒன்று மட்டும் நிச்சயம். அந்த நபர் யாராக இருந்தாலும் கனமான எதிர்பார்ப்பை ஈடு செய்ய வேண்டிய நிர்ப்பந்தம் கூடவே சேர்ந்து வரும்.

புதிதாக யார் வந்தாலும் அவரால் இன்னொரு வாரனாக முடியாது.

கிரிக்கெட்டில் ஒரே ஒரு பிராட்மன்தான்.

அதற்காக ரிச்சர்ட்ஸ்களும், டெண்டுல்கர்களும் வராமலே போய் விட்டார்களா, என்ன?

பணம் பணம் பணம்

அள்ள அள்ளப் பணம் 1

பங்குச்சந்தை: அடிப்படைகள்

சோம. வள்ளியப்பன்

ISBN 978-81-8368-005-9

அள்ள அள்ளப் பணம் 2

பங்குச்சந்தை: அனாலிசிஸ்

சோம. வள்ளியப்பன்

ISBN 978-81-8368-271-8

அள்ள அள்ளப் பணம் 3

பங்குச்சந்தை: ஃபியூச்சர்ஸ் அண்ட் ஆப்ஷன்ஸ்

சோம. வள்ளியப்பன்

ISBN 978-81-8368-581-8

அள்ள அள்ளப் பணம் 4

பங்குச்சந்தை: போர்ட்ஃபோலியோ முதலீடுகள்

சோம. வள்ளியப்பன்

ISBN 978-81-8493-064-1

அள்ள அள்ளப் பணம் 5

பங்குச்சந்தை: டிரேடிங்

சோம. வள்ளியப்பன்

ISBN 978-81-8368-271-8

Infosys நாராயண மூர்த்தி

மென்பொருள் புரட்சியாளரின் கதை

என். சொக்கன்

ISBN 978-81-8368-066-0

கம்ப்யூட்டர்ஜி

அஸிம் பிரேம்ஜியின் விறுவிறு வெற்றிக்கதை

என். சொக்கன்

ISBN 978-81-8368-281-7

இரும்புக் கை மாயாவி: லக்ஷ்மி மிட்டல்

மிட்டலின் மிரள வைக்கும் வாழ்க்கை

என். சொக்கன்

ISBN 978-81-8368-139-1

www.ingramcontent.com/pod-product-compliance
Lightning Source LLC
LaVergne TN
LVHW100359181026
850499LV00037B/525
* 9 7 8 8 1 8 3 6 8 3 9 1 3 *